संभव-असंभवाच्या सीमारेषेवर रेंगाळणाऱ्या गूढकथा

घर

शुभदा गोगटे

मेहता पब्लिशिंग हाऊस

Please contact us at **Mehta Publishing House,** Pune 411030.
✆ +91 020-24476924 / 24460313 / Mob. No. 9545000513
Email : production@mehtapublishinghouse.com
Website : www.mehtapublishinghouse.com

- *या पुस्तकातील लेखकाची मते, घटना, वर्णने ही त्या लेखकाची असून त्याच्याशी प्रकाशक सहमत असतीलच असे नाही.*

GHAR by SHUBHADA GOGATE

घर : शुभदा गोगटे / कथासंग्रह

Email : author@mehtapublishinghouse.com

प्रकाशक : सुनील अनिल मेहता, मेहता पब्लिशिंग हाऊस,
१९४१, सदाशिव पेठ, माडीवाले कॉलनी, पुणे – ४११०३०.

मुद्रक : ट्रिनिटी ॲकॅडमी फॉर कॉर्पोरेट ट्रेनिंग लिमिटेड

मुखपृष्ठ : फाल्गुन ग्राफिक्स

प्रकाशनकाल : ऑगस्ट, २००९ / पुनर्मुद्रण : ऑक्टोबर, २०१६

किंमत : ₹ २२०

P Book ISBN 9788184980486
E Book ISBN 9789386175601
E Books available on : amazonkindle Apple Books Google Play Books

---

आभार

'घर' या कथासंग्रहातील कथा विविध मासिकांमध्ये, नियतकालिकांमध्ये वेळोवेळी प्रसिद्ध झालेल्या आहेत. त्या आता एकत्रित स्वरूपात पुस्तकरूपानं प्रकाशित होत आहेत. त्यासाठी प्रकाशक श्री. सुनील अनिल मेहता यांची मी आभारी आहे. पुस्तकाचं मुखपृष्ठ सजवणारे श्री. चंद्रमोहन कुलकर्णी व 'मेहता पब्लिशिंग हाऊस'चा कर्मचारी वर्ग यांचीही मी आभारी आहे.

अनुक्रमणिका

घर

नंदिता आणि दिवाकर घर बघायला आले होते, तेव्हा त्यांच्याबरोबर तात्याही होते. त्यांची सेवानिवृत्तीपूर्वीची रजा चालू असल्यामुळे ते पंधरा दिवसांपासून दिवाकरकडेच होते. दिवाकरची गावातली जागा तशी बरी होती; पण घरमालकाच्या तगाद्यामुळे त्याला ती जागा सोडणं भाग होतं. नाहीतरी मालकानं ती जागा त्याला तात्पुरती एक-दोन महिन्यांसाठी म्हणूनच दिली होती. त्या गोष्टीला आता चार महिने होऊन गेले होते. त्यामुळे दिवाकरनं जागा शोधण्याची जोरदार मोहीम सुरू केली होती.

या लहानशा तालुक्याच्या गावी दिवाकर आणि नंदिता येऊन राहिल्याला चार महिने झाले होते तर त्यांच्या लग्नाला जेमतेम सहा महिने झाले होते. त्यांचं लग्न झालं आणि पंधरा दिवसांतच दिवाकरची या छोट्याशा गावी बदली झाली होती. तो जाम वैतागला होता, पण नाइलाजानं बदलीच्या जागी रुजू झाला होता कारण बदलीबरोबरच त्याला एक छोटसं प्रमोशन मिळालं होतं आणि पगारही वाढला होता. साबण बनवणाऱ्या कंपनीत तो आता एरिया सेल्स मॅनेजर झाला होता. त्याच्या पदाचं नाव मोठं असलं तरी अधिकार तसा छोटाच होता. आसपासच्या चार तालुक्यांमधलं विक्रीचं काम त्याला बघायचं होतं. त्यासाठी एक छोटसं ऑफिस, चार सेल्समन आणि एक चपरासी, एवढा सरंजाम त्याला देण्यात आला होता.

नवीन जागी रुजू झाल्यावर तो तातडीनं जागेच्या शोधाला लागला होता आणि तात्पुरती मिळणारी जागा त्यानं लगेच घेऊन टाकली होती. तो नंदिताला घेऊन आला होता. त्यानंतरचे चार-साडेचार महिने कसे गेले, ते त्या दोघांनाही कळलं नव्हतं. पण आता पुन्हा जागा-संशोधन सुरू झालं होतं.

गावातल्या अनेक जागा बघून आणि नापसंत करून झाल्यावर ते गावाबाहेर जरा लांबवर असलेला तो दगडी बंगला बघायला आले, तेव्हा त्यांच्याबरोबर त्या बंगल्याच्या मालकाचा मावसभाऊ होता. बंगला फारसा मोठा नसला तरी अगदी लहानही नव्हता.

खाली स्वयंपाकघर आणि तीन खोल्या होत्या. पुढे व्हरांडा होता. वरच्या मजल्यावर दोन खोल्या आणि छोटीशी गच्ची होती. फक्त चार खोल्याच भाड्यानं द्यायच्या होत्या. वरचा मजला मालकानं स्वत:साठी ठेवायचं ठरवलं होतं. तो मुंबईचा होता. सवड मिळेल तेव्हा आराम करण्यासाठी आपल्या गावात येऊन राहायचा त्याचा बेत होता.

जागा तशी चांगली होती आणि भाडंही अगदी बेताचं होतं. पण एक अडचण होती, बंगला अगदी गावाबाहेर होता. दिवाकर कामाला गेल्यावर नंदिता अगदी एकटी पडली असती.

चांगली, स्वतंत्र आणि कमी भाड्याची जागा मिळत असताना ती सोडणं सर्वांनाच अवघड वाटत होतं. शेवटी तात्या म्हणाले,

"अरे दिवाकर, मी आता थोड्याच दिवसांत निवृत्त होतो आहे. त्यानंतर मग आम्ही दोघं इथेच राहू. निदान आमच्या दोघांपैकी एक जण तरी नक्कीच इथे येऊन राहू शकेल आणि एकदा मुलंबाळं झाली की सगळाच प्रश्न सुटेल. शिवाय रजा संपेपर्यंत मी इथे आहेच."

दिवाकरला वडिलांचं म्हणणं पटलं. शिवाय हळूहळू गावाबाहेर वस्ती वाढतच जाणार होती. त्यामुळे थोड्याच दिवसांत सोबतीचा प्रश्न सुटणार होता.

गावातली जागा दिवाकरनं सोडली आणि सामानसुमान घेऊन एका रविवारी तिघंही जण बंगल्यात राहायला आले. त्याच्या संसारात अजून फारसं सामान गोळा झालेलं नव्हतं. जे थोडंफार होतं ते लावण्यात, एकेका वस्तूची जागा ठरवण्यात त्यांचा सर्वांचा एक दिवस मजेत गेला आणि दुसऱ्या दिवशी तात्यांच्या ऑफिसकडून त्यांना तार आली.

तात्यांना नोकरीत एक वर्षाची मुदतवाढ देण्यात आली होती आणि त्यांना ताबडतोब कामावर हजर राहायला सांगण्यात आलं होतं.

मुदतवाढीसाठी तात्यांनी अर्ज केला होता; पण तो मंजूर होईल अशी त्यांची अपेक्षा नव्हती. त्यामुळे त्यांना आनंद तर झालाच, पण नंदिताची थोडी काळजीही वाटू लागली. नवीन जागेत ती आता दिवसभर एकटीच पडणार होती; पण काहीही असलं तरी लगेच नोकरीवर रुजू होणं भाग होतं.

नंदिताला जपून राहण्याविषयी वारंवार बजावून तात्या दुसऱ्या दिवशी औरंगाबादला गेले.

नेहमीचं रुटीन सुरू झालं. सकाळी साडेआठ-नऊ वाजता चहा - खाणं उरकून आणि जेवणाचा डबा घेऊन दिवाकर कामावर जाई, तो संध्याकाळी साडेपाच-सहा ला परत येई. त्यानं स्कूटरसाठी नुकताच नंबर लावला होता, पण अजून त्याची पाळी आली नव्हती. त्यामुळे तो चालतच कामावर जात असे. दिवाकर गेला की नंदिता घराचं दार लावून घेई ते एकदम संध्याकाळी तो परत येई तेव्हाच उघडत असे.

असे तीन-चार दिवस गेले आणि घरात बसून बसून ती अगदी कंटाळून गेली आणि एकटेपणाची तिची भीतीही पुष्कळ कमी झाली. मग ती तिचं सगळं काम आणि जेवण उरकलं, की बाहेर येऊन व्हरांड्यात बसून विणकाम करू लागली. तिनं दिवाकरसाठी स्वेटर विणायला घेतला होता. आसपास बघत टाके घालता घालता तिचं मन एकेका गोष्टीची नोंद घेऊ लागलं. बंगल्याच्या पुढच्या भागात बाग लावण्याचा प्रयत्न पूर्वी कुणीतरी केलेला असावा. त्यातली काही गुलबक्षीची आणि तगरीची झाडं अजूनही तग धरून होती. त्यांना व्यवस्थित पाणी घातलं असतं तर ती परत तरारली असती.

बंगल्याच्या समोरच्या बाजूला जरा दूरवरून जाणाऱ्या रस्त्यावरच पुढे एक छोटासा कारखाना होता आणि त्याच्या जरा पुढे एक वीटभट्टी होती. रस्त्यावर नेहमी वर्दळ नसली तरी कारखाना सुरू होण्याच्या आणि बंद होण्याच्या वेळेला त्या रस्त्यावरून कामगारांची ये-जा चालू असे. शिवाय अधूनमधून वीटभट्टीकडे जाणारा एखादा ट्रकही दिसायचा.

घराच्या मागच्या बाजूला मात्र रान वाढल्यासारखं दिसत होतं. काही मोठे वृक्ष होते. व्हारांड्याच्या एका बाजूनं गारवेल वर चढला होता. तो चांगला फोफावलेला होता आणि गच्चीच्या कठड्यावर पसरला होता. बंगल्याच्या उजव्या बाजूनं मागे जाऊ लागलं, की बंगल्याच्या भिंतीला धरून सरपटत वर चढणारी एक वेल दिसत होती. तिला बारीक-बारीक, लाल फुलांचे गुच्छही लागलेले होते. बंगला दगडी होता आणि त्या दगडांच्या कंगोऱ्यांना धरून ती वेल वर चढत होती.

तीन-चार दिवस असे गेल्यावर मग नंदितानं आसपासचा परिसर आणखी थोडा बघायचा असं ठरवलं आणि त्या दिवशी जेवण झाल्यावर ती बंगल्याच्या मागे गेली. घरापासून पाच-दहा फुटांची जमिनीची पट्टी सोडून पुढे सगळं गवत माजलेलं दिसत होतं. उन्हाळ्याला सुरुवात झालेली असल्यामुळे गवत बरंचसं वाळलं होतं; पण तरी अजून उभं होतं. थोड्या अंतरावर वेडीवाकडी पसरलेली गुलमोहराची दोन झाडं दिसत होती. त्यांच्या शेजारीच जरा अंतरावर एक चिंचेचं झाड होतं आणि आणखी थोडं अंतर सोडून तीन-चार झाडांचं एक बेट असल्यासारखं दिसत होतं. ती झाडं कसली होती; ते तिला ओळखता आलं नाही.

या झाडांच्या पलीकडेही सगळं गवत माजलेलं होतं. मध्ये लहान-मोठी झाडंही दिसत होती. मनुष्यवस्तीची मात्र काहीही खूण दिसत नव्हती.

गुलमोहराची आणि चिंचेची झाडं काही फार दूर नव्हती. वाळक्या गवतातून वाट काढत नंदिता तिथपर्यंत गेली. गुलमोहराच्या झाडाखाली ती उभी राहिली आणि तिला शांत, गार वाटू लागलं.

वाऱ्याच्या मंद झुळका येत होत्या. त्याबरोबर वाळलेलं गवत हेलकावत होतं. झाडांची पानं मंद मंद हलत होती आणि सगळं वातावरण कसं शांत होतं.

जरा नीट जागा बघून नंदिता खाली बसली. समोर दिसणाऱ्या आपल्या घराकडे बघत ती थोडा वेळ बसली आणि हळूहळू तिच्या लक्षात आलं, की सगळं काही शांत आहे असं वाटत आहे; तो केवळ भ्रम आहे. इथे या झाडाखाली, आपल्याभोवती, केवढीतरी गडबड चालली आहे; धावपळ चालली आहे.

मुंगळ्यांची एक रांग तिच्या पायाजवळून निघून झाडाच्या खोडाला वळसा घालून पलीकडे कुठेतरी जात होती. तर मोठाल्या लालभडक मुंग्यांची रांग कुठूनतरी येऊन झाडावर चढलेली होती. खाली कुठेही मुंग्या दिसत नव्हत्या, पण आडव्या फांदीवर त्यांची एक लांबच लांब रांग दिसत होती.

मातीच्याच रंगाचे काही लहान लहान किडे इकडून तिकडे धावपळ करताना मधूनच लक्षात येत होतं तर सभोवार पसरलेल्या वाळक्या गवतावरसुद्धा, मधून मधून चतुर उडत असलेले दिसत होते.

नजर जरा वर नेली, की आकाशात घिरट्या घालणाऱ्या घारी दिसत होत्या. मधूनच एखादा कावळा, एखादी साळुंकी या झाडावरून त्या झाडावर झेपावत होती आणि तिच्या मागोमाग एकदम दहा-बारा साळुंक्यांचा थवा उडून तिकडे जात होता.

अधूनमधून झाडांवरून पक्ष्यांचे वेगवेगळे आवाज येत होते; पण कावळे आणि साळुंक्या सोडल्या तर क्वचितच एखादा पक्षी दृष्टीस पडत होता.

इथे केवढं चैतन्य भरलेलं आहे, नंदिताच्या मनात आलं. वरवर पाहता ओसाड आणि शांत वाटणाऱ्या या परिसरात किती जीवांची वस्ती आहे, त्यांचे किती प्रकारचे व्यवहार इथे सुरू आहेत, आपल्या हे कधी लक्षातच आलं नव्हतं.

कुतूहलानं आसपास बघत नंदिता बसून राहिली. वेळ कसा गेला ते तिला कळलंच नाही. ती भानावर आली तेव्हा उन्हं कललेली होती. किती वाजले होते कुणास ठाऊक! साडी झटकत ती उठली आणि घाईघाईने घरी परतली.

दुसऱ्या दिवसापासून ती विणकाम घेऊन गुलमोहराखालीच येऊन बसू लागली. आसपासच्या गडबडीकडे बघत, वाटल्यास मध्येच चार टाके घालत तिचा वेळ छान जाऊ लागला. ती तासन्‌तास तिथे बसून 'काय करते' असं जर तिला कोणी विचारलं असतं, तर तिला नक्कीच उत्तर देता आलं नसतं, कारण विणकामही

तिच्या हातून फारसं होत नव्हतं. पण तिथे बसणं मात्र तिला फार आवडू लागलं होतं.

एके दिवशी ती अशीच बसलेली असताना तिला काय वाटलं कुणास ठाऊक, ती एकदम उठली आणि मुंगळ्यांच्या रांगेच्या मागे-मागे जात, ते सगळे कुठे जातात हे तिनं शोधून काढलं. जरा अंतरावर जमिनीत एका भोकात ते गडप होत होते. हे यांचं घर आहे तर! तिच्या मनात आलं.

थोडीफार जागा बदलून; पण रोज मुंगळ्यांची रांग त्यांच्या वारुळाकडे जाताना दिसायचीच. मुंग्या मात्र कधी एकदम खूप दिसायच्या तर कधी पार गडप व्हायच्या. दोन-तीनदा असं झाल्यावर तिला चैन पडेना. तिनं आसपास फिरून-फिरून त्या मुंग्यांच्या वारुळाचा माग काढायचा प्रयत्न केला तेव्हा तिच्या लक्षात आलं, की त्यांची निदान चार-पाच तरी वारुळं आसापास आहेत.

कलकलाट करणाऱ्या साळुंक्यांना तर ती चांगलीच ओळखू लागली. त्यांच्यात एक अतिशय भांडखोर साळुंकी आहे आणि तिचा एक पंख थोडा तुटलेला आहे, हे नंदिताच्या लक्षात आलं. ती त्या साळुंकीला "भामा" म्हणू लागली.

गुलमोहराची ती झाडं, भोवतालचं गवत, आसपास वावरणारे जीव या सर्वांविषयी नंदिताला ममत्व वाटू लागलं आणि ते दिवसेंदिवस वाढू लागलं. तिथे बसलं की तिला फार बरं वाटू लागलं. सुरक्षित वाटू लागलं.

आणि संध्याकाळी दिवाकर घरी येण्याच्या वेळी घरी परतणं तिच्या जिवावर येऊ लागलं. नाइलाजानं पाय ओढत ती घरी परतली तरी तिचं मन तिथेच गुलमोहराखाली घुटमळत राहू लागलं.

दिवाकर संध्याकाळी घरी परतला की त्याच्यासाठी नंदिता चहा-खाणं करायची आणि मग दोघं जरा वेळ व्हरांड्यात बसून गप्पा मारत. बोलता बोलता नंदिता एकीकडे स्वयंपाकाची तयारीही करत असे. तांदूळ निवड, नाहीतर भाजी चीर, नाहीतर कोथिंबीर निवड, असं काहीतरी ती करायची; पण हळूहळू तिचं दिवाकरशी बोलणं आणि हातानं काम करणं दोन्ही कमी होऊ लागलं.

एक दिवस ते दोघं संध्याकाळचे असेच बोलत बसलेले असताना दिवाकरला एकदम जाणवलं, की केव्हापासून आपण एकटेच बोलतो आहोत आणि नंदिता आपली नुसती 'हो ला हो' करते आहे.

हिला आज काय झालं आहे? बरं नाही की काय? असं वाटून दिवाकरनं विचारलं, "तुला बरं वाटत नाहीये का नंदिता?"

नंदितानं चमकून त्याच्याकडे पाहिलं. त्याच्या बोलण्याकडे तिचं फारसे लक्ष नव्हतं; पण तो आपल्या प्रकृतीविषयी विचारतो आहे, हे तिच्या लक्षात आलं.

"बरं? बरं वाटतंय की." ती म्हणाली.

“मग गप्प गप्प आहेस ती!”

“गप्प कुठे आहे? बोलतेय की.” तिने समोरच्या रिकाम्या कपबश्या उचलल्या आणि “स्वयंपाकाला लागायला हवं आता,” असं म्हणत ती आत गेली.

त्या दिवसापासून दिवाकरच्या मनात एकेका गोष्टीची नोंद होऊ लागली.

नंदिता हल्ली फारशी बोलत नाही. सारखी काहीतरी विचारात गढल्यासारखी वाटते. मोकळेपणानं हसत नाही. टी. व्ही. फारसा बघत नाही. घरात काही आवरासावर करत नसावी, कारण सगळीकडे पसारा पडलेला दिसतो. विणकाम-भरतकाम असंही काही करत नसावी. स्वेटरचं विणकाम फारसं झालेलं नाहीये. हिला झालं आहे तरी काय?

काय झालं आहे ते शोधून काढायचं, तिच्या मनात जर काही सल असला तर तो काढून टाकायचा, असं त्यानं ठरवलं. दोन दिवसांनी रविवार होता. साधारणपणे रविवारचा त्याचा कार्यक्रम ठरलेला असे. खूप उशिरा उठायचं, थोडा वेळ टी. व्ही. समोर बसायचं, मग नंदितानं त्या दिवशी केलेला पदार्थ चापायचा आणि अंघोळ करून बाहेर पडायचं, बाहेर भटकून, एखाद्या मित्राकडे जाऊन भाजी आणि इतर खरेदी करून जेवायच्या वेळेपर्यंत परत यायचं. रविवारी नंदिता जेवणात काहीतरी विशेष पदार्थ करत असे, त्यावर ताव मारायचा आणि चांगली तीन - साडेतीन तास ताणून द्यायची. संध्याकाळी नंदिताला घेऊन फिरायला किंवा सिनेमाला जायचं, ते एकदम रात्री नऊ-साडेनऊ वाजता परत परतायचं.

पण या रविवारी मात्र आपण घरीच थांबायचं. दिवसभर नंदिताबरोबर राहायचं. फार झोपा काढायच्या नाहीत. आठवडाभर ती अगदी एकटी असते. निदान रविवारी तरी तिला एकटेपणा मुळीच जाणवू द्यायचा नाही, असा निश्चय त्यानं केला.

रविवारी नेहमीप्रमाणे दिवाकर उशिरा उठला, पण त्याचा बाहेर जाण्याचा विचार दिसेना. नंदिता अस्वस्थ होऊ लागली. तो बाहेर पडला की आपणही जरा वेळ घराबाहेर पडायचं. आपल्या आवडत्या जागी जाऊन काही वेळ निवांत घालवून यायचं, असं तिच्या मनात होतं; पण दिवाकर बाहेर जाईल असं चिन्ह दिसत नव्हतं.

बेचैन होऊन काम करत असतानाच स्वयंपाकघराच्या खिडकीतून आत येणारे मुंगळे तिला दिसले.

अरेच्चा! हे तेच मुंगळे आहेत का, गुलमोहराच्या झाडापलीकडे राहणारे? की दुसरे आहेत?

नंदिता उत्सुकतेनं पुढे होऊन न्याहाळू लागली आणि तिला वाटू लागलं, हे तेच मुंगळे आहेत, आपल्याला नेहमी दिसणारे. आपल्याला शोधत तर ते इथे आले नाहीत? नक्कीच. तसंच असणार. आपण तिकडे गेलो नाही म्हणून ते इकडे

आलेत आपल्याला भेटायला.

एव्हाना आठ-दहा मुंगळे स्वयंपाकघरात इकडे-तिकडे पळू लागले होते. त्यांच्याकडे बघत असतानाच नंदिताला साळुंक्यांचा कलकलाट ऐकू आला. तिने खिडकीतून बाहेर नजर टाकली. पाच-सात साळुंक्या घरामागच्या मोकळ्या जागेत टुणटुण उड्या मारत होत्या आणि कलकलाट करत होत्या.

त्यांच्यात तिला भामा दिसली! आणि ती एकदम सुखावली. तिचे सखे-सोबती तिला शोधत तिच्या घरापर्यंत आले होते!

तिची अस्वस्थता एकदम कमी झाली. घरात वावरताना तिला बरं वाटू लागलं.

हे घर आणि घराभोवतालचा परिसर किती चांगला आहे; आपल्यावर माया करणारा, आपली काळजी घेणारा.

मुंगळ्यांकडे आणि साळुंक्यांकडे बघत ती हातातलं काम उरकत राहिली.

दुपारची जेवणं झाल्यावर दिवाकर नेहमीप्रमाणे झोपला नाही. त्यानं टी. व्ही. लावला आणि नंदिताला हाक मारली. त्यानं हाक मारल्यामुळे ती नाइलाजानं टी.व्ही. समोर त्याच्याशेजारी जाऊन बसली, पण समोर दिसणाऱ्या कार्यक्रमांमध्ये तिचं मन रमेना. दिवाकरला थोड्या वेळानं पेंग येऊ लागली. ते लक्षात येताच नंदिता हळूच उठली आणि विणकाम घेऊन स्वयंपाकघराच्या मागच्या दारात येऊन बसली. तिथून तिचा लाडका परिसर तिला दिसत होता.

नंदिता उठून गेल्यावर दिवाकर तिथेच आडवा झाला आणि क्षणार्धात झोपी गेला. टी. व्ही. तसाच चालू राहिला.

संध्याकाळी तो नंदिताला म्हणाला,

"आज आपण देशपांडेकडे जाऊ या."

"देशपांडेकडे? ते कशाला?"

"अगं कशाला काय? सहजच जाऊ या. गेल्याआल्याखेरीज परिचय वाढायचा कसा? कितीतरी दिवसांत गेलो नाही आपण त्यांच्याकडे."

"काय करायचं आहे परिचय वाढवून? मला नाही आवडत कोणाकडे जाऊन गप्पा मारत बसायला." नंदिता म्हणाली.

"वा, असं म्हणून कसं चालेल? या तालुक्यातला मोठा व्यापारी आहे तो. आमच्या कंपनीचं मोठं गिऱ्हाईक आहे."

"मग तुम्ही एकटेच जा की त्याच्याकडे. मी कशाला यायला हवं बरोबर?"

नंदिता असं म्हणाली आणि दिवाकरला एकदम आठवलं, की गेल्या रविवारीही ती आपल्याबरोबर बाहेर आली नव्हती.

याआधी आपण दोघं मिळून कधी बाहेर गेलो होतो? तो आठवू लागला.

डोक्याला जरा ताण दिल्यावर त्याला आठवलं, की आधीच्या आठवड्यातल्या बुधवारी ते दोघं मिळून काही खरेदीसाठी बाहेर गेले होते.

म्हणजे दहा - बारा दिवसांत नंदिता घराबाहेरच पडली नव्हती.

हिला एकटीला इथे कंटाळा येत नाही का? ही इतकी घरकोंबडी कधीपासून झाली? पण ती इतकी घरकोंबडी होण्यात आपलाही वाटा आहे. आपण सकाळी बाहेर पडतो; ते एकदम संध्याकाळी घरी येतो. घरी येईपर्यंत आपण इतके दमलेले असतो, की परत बाहेर जाण्याचं शक्यतो टाळतो. बरं, ती एकटी बाहेर कुठे जाणंही शक्य नाही. एक तर घर गावापासून इतकं लांब आहे. गावात बस सर्व्हिस नाही. ज्या थोड्याफार रिक्षा आहेत, त्यांना इथपर्यंत येण्याचं कारण पडत नाही. शिवाय गावात तिच्या फारशा ओळखीही अजून झालेल्या नाहीत.

तेव्हा आपणच तिला संध्याकाळी बाहेर घेऊन गेलं पाहिजे.

"अगं, असं काय करतेस? जाऊ या की जरा बाहेर." तो तिला परत म्हणाला.

"नको. मला कंटाळा आला आहे."

"बरं, देशपांडेकडे नको तर नको. नुसतेच फिरून येऊ या. चल."

त्यानं इतकं म्हटल्यावर मग ती नाइलाजानं तयार झाली आणि दोघं गावाबाहेरच टेकडीच्या बाजूला फिरायला गेले. संध्याकाळची शोभा बघत काही वेळ टेकडीच्या पायथ्याशी बसले आणि परत आले. जवळ जवळ दीड तास असा गेला, पण इतक्या वेळात नंदिता मोकळेपणानं काही बोलली नाही की तिची कळी खुलली नाही. घरात पाय ठेवला आणि तिला एकदम बरं वाटलं.

दुसऱ्या दिवसापासून नेहमीचं कामाचं रुटीन सुरू झालं; पण दिवाकरच्या डोक्यातून नंदिताचा विचार जाईना. तिचा घुमेपणा वाढतच चालला होता. अगदी नाइलाज झाला तरच ती आपल्याशी बोलते, असं त्याला वाटू लागलं होतं; पण असं का होतंय? ते मात्र त्याला कळत नव्हतं.

आणि ती दिवसभर काय करते, तेही त्याला कळेनासं झालं होतं.

विचार करता-करता त्याच्या मनात एका भयंकर संशयानं फणा काढला.

आपण घरी नसताना ती कोणाला भेटायला तर जात नाही ना?

की तिला भेटायला कोणी घरी येतो? आणि असा वेळ गेल्यावर तिला काही करायला वेळ उरत नाही आणि आपल्या सहवासात रस वाटत नाही, असं तर नाही? अलीकडे तर ती रात्रीसुद्धा आपल्या जवळ यायचं टाळते. संशयाचा भुंगा त्याचं डोकं पोखरू लागला आणि त्याला काही सुचेनाच. शेवटी दोन दिवसांनी त्यानं त्याच्या हाताखालच्या चौबळची स्कूटर मागून घेतली आणि तो दुपारी तीन वाजताच घरी आला.

घराचं दार बंद होतं. त्यानं परत-परत बेल वाजवली तरी कोणी दार उघडलं नाही.

नंदिता खरंच बाहेर जाते तर! दिवाकरच्या मनात राग चढू लागला.

मागच्या दाराला कुलूप लावून नंदिता गेली असेल, असं वाटून तो घराला वळसा घालून मागे गेला आणि त्याला गुलमोहराच्या झाडाखाली बसलेली नंदिता दिसली. मधल्या गवताळ भागामुळे तिचं फक्त डोकं तेवढं दिसत होतं.

ही तिथे बसून काय करते आहे? असा विचार करत तो ते वाळकं गवत तुडवत तिच्यापाशी गेला आणि त्यानं बघितलं. वाकडी मान करून, कुठेतरी बघत ती गुंगल्यासारखी बसली होती. तो जवळ येऊन उभा राहिल्याचंही तिला कळलं नव्हतं.

"नंदिता" त्यानं हाक मारली, तशी ती दचकून भानावर आली.

"काय करते आहेस?" त्यानं विचारलं.

"अं... नाही. हे... विणकाम" तिने शेजारी पडलेलं विणकाम उचलत म्हटलं. विणकाम वाढलेलं तर काही दिसत नव्हतं.

"चल, घरात जाऊ या नं. "असं त्यानं म्हटल्यावर ती उठली आणि पाय ओढत त्याच्याबरोबर चालू लागली. मग तिनं त्याच्यासाठी चहा केला, पण तो इतक्या लवकर घरी कसा परतला, याची तिनं शब्दानंसुद्धा चौकशी केली नाही. ती मुळी त्याच्याशी काही बोललीच नाही. नुसतं हां... हूं... करत राहिली.

नंतरच्या दोन-तीन दिवसांत दिवाकरनं रोज वेगळ्या वेळी घरी येऊन पाहिलं. प्रत्येक वेळी ती गुलमोहराच्या झाडाखाली हरवल्यासारखी बसलेली दिसायची. शेवटी न राहवून त्यानं चौबळपाशी हा विषय काढला. नाहीतरी रोज तो त्याची स्कूटर घेऊन येत होता. त्यामुळे दिवाकरच्या घरी काहीतरी प्रॉब्लेम असावा, याची कल्पना चौबळला आलेली होती.

दिवाकर चौबळशी बोलत असताना त्यांच्या ऑफिसातला प्यून डोंगरे तिथेच होता. दिवाकरच्या सांगण्यावर चौबळनं काही प्रतिक्रिया व्यक्त करण्यापूर्वीच डोंगरेनं विचारलं,

"साहेब तुम्ही त्या वीटभट्टीजवळच्या दगडी बंगल्यात राहता का?"

"हो. का रे?"

"तुम्ही ती जागा उगीच घेतली साहेब."

"का बरं? चांगला आहे की बंगला." चौबळ म्हणाला.

"नाही, तसा चांगला आहे तो बंगला... पण साहेब ती जागा चांगली नाही म्हणतात."

"अरे चांगली नाही म्हणजे काय?" दिवाकरनं विचारलं.

"चांगली नाही म्हणजे... म्हणजे असं की... तिथे..."

"तिथे काय भूत दिसतं?" चौबळनं जरा वैतागानं विचारलं.

"नाही नाही. भूत-बित नाही दिसत. पण तिथे राहणाऱ्यांचं काही बरं होत नाही."

"बरं होत नाही म्हणजे? नीट काय ते सांग की."

"साहेब, तुमच्या आधी तिथे एक फॅमिली राहात होती. त्यात एक सत्तर वर्षांच्या आजी होत्या. तिथे राहायला आल्यावर थोड्या दिवसांत त्या वेड्यासारखं करायला लागल्या."

"वेड्यासारखं म्हणजे?"

"सारख्या आपल्या कुणाच्यातरी हातावर टाळी द्यायच्या आणि जोरजोरात हसायच्या. कुणी काही विचारलं तर नुसतं "आनंद, आनंद" असं म्हणायच्या."

"म्हातारपणी काही माणसांचं थोडं डोकं फिरल्यासारखं होतं; पण म्हणजे काही ती माणसे वेडी झालेली नसतात. वयाचा परिणाम असतो तो." चौबळ म्हणाला.

"मग त्या बाईचं पुढे काय झालं?" न राहवून दिवाकरनं विचारलं.

"ती सगळी फॅमिलीच गाव सोडून गेली. त्यांच्या मुलानं आपली बदली करून घेतली म्हणे. पण..."

"पण काय?"

"त्या बाई ते घर सोडून जायला मुळीच तयार नव्हत्या. मी काही झालं तरी इथेच राहणार, असं म्हणत होत्या म्हणे. शेवटी दोघांतिघांनी धरून त्यांना जबरदस्तीनं घरातून बाहेर काढलं आणि एस. टी.मध्ये नेऊन बसवलं."

"तुला कसं कळलं हे सगळं? तू काय त्यांना एस. टी.त बसवून द्यायला गेला होतास?" चौबळनं जरा रागानं विचारलं. दिवाकरच्या आताच्या मन:स्थितीत डोंगरेनं त्याला असलं काहीतरी सांगितलेलं चौबळला आवडलं नाही.

"नाही... मी स्वत: नाही पाहिलं; पण आमच्या शेजारचा काशीनाथ सांगत..."

"उगाच सांगोवांगीच्या भाकडकथा आम्हाला ऐकवू नकोस आणि तू इथे का घुटमळतो आहेस? तुला काही काम नाही का?"

चौबळनं असं झापल्यावर डोंगरे निमूटपणे बाजूला झाला, पण त्याचे शब्द मात्र दिवाकरच्या मनात घर करून बसले.

-"ती जागा चांगली नाही"-

पण म्हणजे काय? जागा चांगली नाही म्हणजे काय? आणि जागा अशी चांगली किंवा वाईट असते का?

"चौबळ, तू माझी जागा पाहिली आहेस नां?" त्यानं विचारलं.

"हो. पाहिली आहे. तुझं सामान गावातून बंगल्यात हलवायच्या वेळी मी स्कूटरवरून काही सामान घेऊन नव्हतो का आलो? टी. व्ही.; सूटकेसेस वगैरे. आपण..."

"तुला कशी वाटते ती जागा?"

"कशी म्हणजे? छान आहे की! चांगली प्रशस्त, हवेशीर आणि अगदी स्वतंत्र आहे. हां, आता दोष काढायचा झाला तर ती गावापासून दूर मात्र आहे; पण जागा आहे चांगली."

"पण मग असं का होत आहे?"

"असं-बिसं काही होत नाहीये. तू त्या डोंगरेच्या बोलण्यावर विश्वास ठेवू नकोस. उगाच पराचा कावळा करायची सवयच असते अशा लोकांना."

"नाही, डोंगरेच्या बोलण्यावर विश्वास नाही ठेवत मी; पण नंदिता खरंच फार बदलली आहे रे आणि तिला घरातून मुळीच बाहेर पडायचं नसतं हल्ली."

"मला वाटतं, ती फार वेळ एकटी राहते आणि त्यामुळे ती एकलकोंडी बनत चालली आहे. तिला जरा बाहेर घेऊन जात जा. तिच्याशी पुष्कळ गप्पा मारत जा. म्हणजे आपोआप हा एकलकोंडेपणा कमी होईल."

चौबळनं असं म्हटल्यावर दिवाकर गप्प बसला. हे सगळं त्याचं आधीच करून झालं होतं आणि तिच्यावर कशाचा काही परिणाम झालेला दिसत नव्हता. तरीही, चौबळ म्हणतो म्हणून आणखी थोडा प्रयत्न करून बघायचं त्यानं ठरवलं.

शनिवारी तो चौबळची स्कूटर घेऊनच घरी परतला आणि दुसऱ्या दिवशी दोघांनी मिळून पिकनिकला जायचं; असं त्यानं जाहीर करून टाकलं.

त्याचा हा बेत ऐकून नंदिता एकदम उखडलीच.

"पिकनिक कसली? या गावंढ्या गावात जागा तरी आहे का पिकनिक करायला?"

"गावात नाही; पण इथून जवळच दहा - बारा किलोमीटरवर एक जुनं शंकराचं मंदिर आहे. जवळ छोटंसं तळंही आहे आणि चांगली झाडीही आहे. चौबळ म्हणत होता, छान शांत ठिकाण आहे. अगदी निवांत जागा आहे."

"या अशा कुठल्यातरी आडबाजूच्या ठिकाणी जाऊन सगळा दिवस वाया घालवायचा?"

"वाया नाही घालवायचा. मजेत घालवायचा. रोज तू घरात एकटीच असतेस. दिवसभर एकटी राहून कंटाळत असशील. म्हणून तर..."

"मी म्हटलं का कधी, मला कंटाळा येतो म्हणून?"

"नाही. तू म्हटलं नाहीस. मलाच असं वाटलं असं समज; पण उद्या पिकनिकला जायला तुझी काय हरकत आहे?"

"इथे कितीतरी कामं पडली आहेत. ती सगळी टाकून दिवसभर..."

"काय कामं पडली आहेत अशी महत्त्वाची?" दिवाकरनं जरा रागावून विचारलं. "आता काय काय म्हणून तुम्हाला सांगणार? तांदूळ निवडून ठेवायचे आहेत. साफसफाई करायची आहे. किती ठिकाणी जाळी लागली आहेत, ती काढायची आहेत, झालंच तर मला न्हायचं आहे आणि..."

"हे सगळं तू नंतरही करू शकतेस. नाहीतरी रोज दिवसभर मोकळीच असतेस की हे उद्योग करायला; पण उद्या मात्र आपण पिकनिकला जाणार आहोत."

दिवाकरनं असं निक्षून सांगितल्यावर नंदिता गप्प बसली; पण मनातल्या मनात रागानं धुमसू लागली. तिला मुळीच कुठे पिकनिक - बिकनिकला जायचं नव्हतं.

दुसऱ्या दिवशी सकाळी उठल्यापासून तिनं जणू असहकाराचं व्रत घेतलं. एक तर ती आधी उशिरा उठली आणि प्रत्येक काम अतिशय चेंगटपणे करत राहिली. हट्टानं ती न्हाली. मग बराच वेळ बाहेरच्या उन्हात केस वाळवत उभी राहिली. तिचा एकंदर रागरंग पाहून दिवाकरनं स्कूटर काढली आणि गावात जाऊन तो ब्रेड व अंडी घेऊन आला. ती केस वाळवत उभी असताना त्यानं ऑम्लेट केलं आणि सकाळच्या ब्रेकफास्टचा प्रश्न सोडवून टाकला.

केस विंचरून आणि वेणी घालून ती स्वयंपाकाला लागल्यावर मात्र तो वैतागला.

"आता काय करते आहेस तू? आपल्याला जायचंय ना?"

"त्याचीच तयारी चालली आहे. जेवणाचा डबा तरी करून घेऊ ना? की आज उपवास करायचा आहे?"

"त्यासाठी स्वयंपाक कशाला करत बसतेस? गावात काहीतरी घेऊन मग पुढे जाऊ आपण." तो म्हणाला.

"काही नको. या गावंढ्या गावात काही धड मिळायचं नाही." ती फणकारली. तसा दिवाकर गप्प बसला. ती यायला तयार होती, तेव्हा तिच्या कलाकलानं घेणंच बरं, असा विचार त्यानं केला.

एकीकडे भाजी परतत, दुसरीकडे पोळ्या लाटताना नंदिताच्या मनात मात्र राग खदखदत होता. बाहेर जाण्याची तिची मुळीच इच्छा नव्हती; पण नकार द्यायला तिला काही कारण सापडत नव्हतं.

नंदिताच्या पोळ्या उरकलेल्या बघून दिवाकरनं वॉटरबॅग भरून घेतली. मागचं दार लावून घेतलं आणि तिनं डबा भरायला घेतलेला पाहून तो बाहेर स्कूटरपाशी जाऊन उभा राहिला.

दिवाकर बाहेर पडताच डबा भरणारे नंदिताचे हात थांबले आणि सुन्न होऊन

ती नुसती बसून राहिली. तिच्या मनाविरुद्ध तिला तिच्या घरातून बाहेर पडावं लागत होतं आणि काय करावं ते तिला कळत नव्हतं. तिचं इतकं चांगलं, मायाळू घर सोडून...

नंदितानं शेजारच्या भिंतीवरून हात फिरवला आणि तिला एकदम बरं वाटलं. स्वस्थ वाटलं. ती मग तिथेच भिंतीला टेकून, बसून राहिली. तिला शांत, निवांत वाटू लागलं. डोक्यातले सगळे विचार शांत झाले, पण एक विचार मात्र अधिकाधिक पक्का होऊ लागला. ती घर सोडून कुठेही जाणार नव्हती.

जरा वेळ वाट बघूनही नंदिता बाहेर येईना, तेव्हा दिवाकरनं शेवटी तिला जोरात हाक मारली,

"नंदिता, ए नंदिता, अगं झालं की नाही तुझं अजून?"

दिवाकरच्या हाकेनं नंदिता दचकून भानावर आली आणि गडबडीनं उठून उभी राहिली. डबा भरण्याचं अर्धं राहिलेलं काम तिचे हात पुरं करू लागले; पण तिचं मन मात्र संतापानं एकदम पेटून उठलं.

मला मुळीच कुठे बाहेर जायचं नाहीये. नको असताना बाहेर जाण्याची ही सक्ती मी काय म्हणून सहन करायची?

भरलेला डबा तिनं रागारागानं खाली आपटला आणि तेव्हाच तिला बाहेरून दिवाकरचा ओरडण्याचा आवाज ऐकू आला.

"आ... आई गं." असं काहीतरी तो ओरडल्यासारखं तिला वाटलं.

आता याला काय झालं ओरडायला? असं मनातच म्हणत ती बाहेर गेली आणि तिला दिसलं, की दिवाकर व्हरांड्याच्या पायऱ्यांवर बसला आहे आणि त्यानं आपलं डोकं दाबून धरलं आहे.

"काय झालं?" तिनं जवळ येऊन विचारलं.

"वरून काहीतरी डोक्यात पडलं."

"वरून?" वर बघत नंदितानं विचारलं. वरती तर व्हरांड्याचं छत होतं. तिथून खाली पडेल असं काही दिसत नव्हतं.

"इथे नाही. मी खाली स्कूटरपाशी उभा होतो आणि एकदम काहीतरी येऊन डोक्यात आदळलं... आई... गं..." दिवाकर उद्‌गारला. त्याला जिथे लागलं होतं तिथून, त्याच्या हाताखालून आता रक्ताचा बारीक ओघळ येऊ लागला होता.

"आत चला. लागलं आहे तिथे मलमपट्टी करायला हवी."

नंदितानं असं म्हटल्यावर डोकं दाबतच तो उठला आणि आत गेला.

नंदितानं मग कापूस, पाणी, औषध असं सगळं आणून त्याची जखम स्वच्छ केली आणि औषध लावून पट्टी लावली. डोक्याच्या उजव्या बाजूला कपाळाच्या जरा वर बारीकशी खोक पडली होती आणि तिथून रक्त येत होतं. जखम फारशी

मोठी नव्हती; पण मार मात्र जोराचा बसला असावा, कारण एव्हाना कपाळावर चांगलंच टेंगूळ आलं होतं आणि त्याचं डोकंही खूप दुखू लागलं होतं.

आपल्याला काय लागलं असावं? दिवाकर विचार करत होता, पण त्याच्या काही लक्षात येत नव्हतं. तो व्हरांड्याच्या पायऱ्यांजवळ स्कूटरपाशी उभा असताना त्याच्या डोक्यात काहीतरी येऊन आदळलं होतं; पण तो जिथे उभा होता तिथे तर काहीच नव्हतं. वरती मोकळं आकाश तेवढं होतं. मग त्याला काय लागलं होतं?

एखादा पक्षी आकाशातून उडत जात असताना त्याच्या चोचीतली वस्तू निसटून ती तर आपल्या डोक्यावर येऊन आदळली नाही?

काय लागलं होतं, ते कळल्याशिवाय दिवाकरला चैन पडेना. डोकं दुखत होतं तरी तो तसाच उठला आणि बाहेर जाऊन शोधक नजरेनं बघू लागला.

व्हरांड्याच्या आसपास तर काही दिसत नव्हतं. एखादी टणक वस्तू, फळ असं काही पडलेलं दिसत नव्हतं. पण सिमेंट प्लास्टरचा एक मोठा तुकडा आणि प्लास्टरचाच भुगा मागे स्कूटरपाशी दिसत होता.

हा आपल्याला लागला का? त्यानं प्लास्टरचा तो तुकडा उचलून बघितला. बहुधा तोच डोक्यात बसला असावा. पण हा आला कुठून?

जरा नीट बघितल्यावर त्याच्या लक्षात आलं, की गच्चीच्या कठड्याच्या वरच्या बाजूला सिमेंटचं जे प्लास्टर केलेलं होतं त्याचा एक मोठा ढलपा सुटून त्याच्या डोक्यात आपटला होता.

खरं म्हणजे बंगला दगडी होता. त्यामुळे सिमेंटचा वापर त्यात फारच कमी होता. पण गच्चीच्या कठड्याची वरची आडवी लेज सिमेंटची होती आणि त्यातलाच तुकडा वरून पडला होता. त्याला बहुधा आधीच भेग पडलेली असावी.

तो तुकडा नेमका त्याच्या डोक्यावर येऊन आदळला होता.

दुखणारं डोकं दाबून धरण्याचा प्रयत्न करत दिवाकर आत गेला आणि ॲस्प्रोची गोळी घेऊन पडून राहिला.

पिकनिकचा बेत अर्थातच बारगळला होता.

दिवाकर आत येऊन झोपल्याचं पाहिल्यावर नंदितानं सुटकेचा निःश्वास टाकला.

संध्याकाळपर्यंत दिवाकरचं डोकं दुखणं पुष्कळ कमी झालं आणि नंदिताला घेऊन बाहेर जाण्याच्या विचारानं परत उचल खाल्ली.

नेहमीप्रमाणेच नंदितानं विरोध प्रकट केला. पण दिवाकरनं तिचं ऐकलं नाही. काही झालं तरी तिला घरातून बाहेर काढलंच पाहिजे, हे त्याला प्रकर्षानं जाणवू लागलं होतं. दिवाकर ऐकत नाही आणि आपल्याला बाहेर जावंच लागणार, हे लक्षात आल्यावर ती धुसफुसत तयारीला लागली.

तिची तयारी झाल्यावर दिवाकरनं आधी तिला बाहेर पडू दिलं. मग बैठकीच्या

खोलीत नेहमीप्रमाणे कपाटावर ठेवलेली कुलूप-किल्ली घेऊन तो बाहेर पडू लागला. कुलूप - किल्ली हातात घेऊन तो दरवाज्यात पाय ठेवत होता तोच दरवाज्याची एक फळी जोरात येऊन थाड्कन त्याच्या तोंडावर आपटली!

दिवाकर एकदम हबकला. काय झालं ते क्षणभर त्याला कळलंच नाही. पण 'आई गं' असा उद्‌गार अभावितपणेच त्याच्या तोंडून निघाला.

नंदिता व्हरांड्याच्या पायऱ्यांशी जाऊन उभी राहिलेली होती. दार आपटण्याच्या आणि दिवाकरच्या विव्हळण्याच्या आवाजानं तिने वळून पाहिलं आणि ती चट्कन त्याच्यापाशी आली. काय झालं ते तिच्या लक्षात आलं होतं.

दिवाकरच्या चेहऱ्यानं चांगलाच मार खाल्ला होता. आपल्या हुळहुळणाऱ्या चेहऱ्यावर अलगदपणे हात ठेवत दिवाकर तिथेच खाली बसला. दार असं अचानक आपल्या तोंडावर कसं येऊन आपटलं, असा प्रश्न त्याच्या मनात उभा राहिला होता.

"वाऱ्यानं दार आपटलं वाटतं" नंदिता म्हणाली.

"हं...तसंच झालं असावं." दिवाकरनं परत हो केलं, पण त्याच्या मनात अनेक शंका निर्माण झाल्या होत्या.

दार जोरानं आपटण्याइतका वारा कुठे होता?वाऱ्यानं फक्त तेवढं एकच दार कसं आपटलं? आणि ते नेमकं आपण पाऊल बाहेर ठेवत असतानाच कसं आपटलं?

दार आपटण्याचं दुसरं काहीच कारण दिसत नव्हतं, त्यामुळे वाऱ्यानं दार आपटलं या स्पष्टीकरणावर समाधान मानून घेणं भाग होतं.

बाहेर जाण्याचा बेत आपोआपच रद्द झाला होता.

दुसऱ्या दिवशी दिवाकर ऑफिसला गेला, तेव्हा अर्थातच सर्वांनी त्याची चौकशी केली. त्याचा सुजलेला चेहरा आणि डोक्यावरचं टेंगूळ बघून चौबळला आधी वाटलं, की त्याला काहीतरी अपघात झाला असावा. दिवाकरनं सांगितलेली हकिकत ऐकून त्या शंकेचं निरसन झालं, पण त्याचबरोबर त्याला असंही वाटलं की हे काहीतरी चमत्कारिक घडतं आहे. जे होतं आहे ते काही बरोबर नाही.

पण फार विचार करत बसायला वेळ नव्हता. मार्च महिना सुरू झाला होता आणि वर्षअखेरीची कामं उरकण्याची गडबडही सुरू झाली होती. चौबळला स्वत:चं टारगेट पुरं करायचं होतं, तर दिवाकरला सर्वांचं विक्रीचं लक्ष्य पुरं करवून घ्यायचं होतं. आता काही दिवस नंदिताकडे जरा दुर्लक्ष करायचं असं त्यानं ठरवलं. गेले दोन-तीन आठवडे त्याचा बराच वेळ नंदिताच्या मागे गेला होता. तो आता भरून काढायला हवा होता.

रोज संध्याकाळी तो उशिरानं घरी जाऊ लागला. नंदिताची त्याबाबत काहीच

तक्रार नव्हती. त्याचं उशिरा घरी जाणं तिच्या लक्षात तरी आलं होतं की नाही कुणास ठाऊक!

असे चार दिवस गेले. रोज उशिरा घरी जायचं. एकमेकांशी जरुरीपुरतं बोलत जेवायचं. थोडा वेळ टी. व्ही.समोर बसायचं आणि पेंग यायला लागली की उठून अंथरुणावर जाऊन झोपायचं. दिवसभरात तो इतका दमलेला असे, की अंथरुणावर पडलं की दिवाकरला क्षणार्धात झोप लागत असे. त्यानंतर नंदिता केव्हा झोपते ते त्याला कळतसुद्धा नसे.

असे चार दिवस गेले आणि एके दिवशी रात्री त्याला कशानंतरी जाग आली. झोपेच्या तंद्रीतच त्यानं डोळे उघडून आसपास नजर फिरवली आणि त्याच्या लक्षात आलं, की नंदिता पलंगावर त्याच्या शेजारी नाही.

त्याची झोप एकदम उडाली. नंदिता कुठे गेली?

पण दुसऱ्याच क्षणी तो शांत झाला. ती उठून बहुतेक बाथरूमला गेलेली असावी. बहुतेक वेळी रात्री उठण्याचं तेच कारण असतं. आपण एकदम इतकं उत्तेजित व्हायचं काही कारण नाही. स्वतःशीच किंचित हसत तो नंदिता परत येण्याची वाट बघू लागला. पण पाच मिनिटं झाली, दहा मिनिटं झाली तरी नंदिता आली नाही, तशी त्याच्या मनावर परत ताण वाढू लागला. तो उठून बसला. ती कुठे आहे, ते बघायला पाहिजे होतं.

पलंगावरून उतरून तो दाराशी आला. नाईटलॅम्पच्या मंद उजेडात दाराजवळ भिंतीला चिकटून आणि अंगाचं मुटकुळं करून झोपलेली नंदिता त्याला दिसली.

पण ती झोपली होती की बेशुद्ध पडली होती? तिला चक्कर आली होती का? केव्हापासून ती इथे अशी पडली होती?

दिवाकर चट्‌कन नंदिताजवळ बसला आणि तिला हलवत त्यानं हाका मारायला सुरुवात केली.

"नंदिता, ए नंदिता.... नंदिता, जागी हो. ऊठ, इथे का निजली आहेस?.... नंदिता."

हाका मारता-मारता त्यानं नंदिताचा चेहरा आपल्याकडे वळवला, तेव्हा त्याला दिसलं की तिने डोळे उघडले आहेत आणि ती आपल्याकडे बघते आहे, पण तिची नजर अनोळखी आहे.

ती आपल्याला ओळखत नाही!

दिवाकर दचकला. ही आपल्याला ओळखत नाही!

"नंदिता, ए नंदिता, अगं असं काय करतेस? नीट जागी झालीस का?" तिला जोरात हलवत त्यानं मोठ्यानं म्हटलं.

त्यासरशी तिच्या डोळ्यात ओळख उमटली आणि अर्धवट उठून बसत तिने

विचारलं, "अं... काय.. काय झालं?"

"अगं, इथे अशी का झोपली आहेस?"

त्यानं असं म्हटल्यावर तिने जरा आसपास नजर टाकली आणि बसल्या जागीच जमिनीवर हात फिरवत ती न बोलता बसून राहिली.

"ऊठ, पलंगावर झोप."

"अं.. नाही." मान हलवत ती अस्फुट स्वरात उत्तरली.

"अगं, नाही काय? हे काय वेड्यासारखं? ऊठ, वरती झोप नीट."

तरीही ती उठेना, तशी त्यानं तिचे हात धरले आणि तिला उठवण्याचा प्रयत्न करत तो म्हणाला, "अगं, ऊठ. हे काय चाललंय तुझं वेड्यासारखं?"

बोलता बोलता त्याची नजर तिच्या डोळ्यांकडे गेली आणि त्याला जाणवलं की ती फार रागावली आहे.

"ऊठ बघू मुकाट्यानं." असं म्हणून त्यानं तिचे हात धरून ओढले. त्यासरशी तिला हिसका बसला आणि ती अर्धवट उभी झाली.

तिला नीट उभं करण्यासाठी म्हणून दिवाकरनं तिच्या काखेत हात घातले आणि त्याच वेळी त्याला डोळ्यांच्या कोपऱ्यातून दिसलं, की उजवीकडची भिंत वेगानं त्याच्या दिशेनं पुढे सरकते आहे.

त्यानं भेदरून नंदिताला सोडून दिलं आणि पुन्हा नीट बघितलं. भिंत पुढेच येत होती.

हे असं घडतं आहे का? की आपल्याला भास होतो आहे?

त्यानं डावीकडे बघितलं. तीही भिंत पुढे येत होती. त्यानं हात लांब पसरले असते तर दोन्ही भिंतींना लागले असते.

दिवाकरनं विचार करायचं सोडून दिलं आणि तो बाहेरच्या खोलीत पळाला.

तिथे येऊन त्यानं जरा श्वास घेतला; पण तिथेही त्याला सुरक्षित वाटेना. या खोलीच्याही भिंती पुढे सरकू लागल्या आणि आपण दोन भिंतींमध्ये चेपले गेलो तर?

पण आतल्या खोलीच्या भिंती खरंच पुढे सरकल्या होत्या का? की आपल्या घाबरलेल्या मनानं उभं केलेलं दृश्य होतं ते?

भिंती खरंच पुढे सरकल्या होत्या की नाही ते बघायला हवं. दिवाकरच्या मनात आलं; पण त्याचा धीर होईना.

आपण आत गेलो आणि परत बाहेर येऊ शकलो नाही तर?

पण इथे बाहेर तरी आपण सुरक्षित आहोत कशावरून? इथल्या भिंती आपल्यावर हल्ला करू लागल्या तर?

दिवाकरला त्या खोलीच्या भिंती, तिथली फरशी, तिथलं सामान, सगळ्यांचीच

भीती वाटू लागली. तो धडपडत बाहेर निघाला.

बाहेरच्या दारापर्यंत तो आला आणि त्याला एकदम त्याच्या चेहऱ्यावर दार आपटलं होतं, ते आठवलं. अजून चेहऱ्यावरची सूज पुरती उतरली नव्हती. परत दार आपल्या तोंडावर आपटणार तर नाही?

बिचकतच दिवाकरनं दाराची कडी काढली आणि दोन्ही हातांनी दाराच्या दोन्ही फळ्या दोन बाजूंना धरून ठेवत अतिशय सावधपणे तो व्हरांड्यात आला.

तिथे आल्यावर मोकळ्या वाऱ्यानं त्याला जरा बरं वाटलं; पण परत त्याच्या मनातली भीती उसळी मारून वर आली.

व्हरांडा हाही घराचाच भाग होता. तो तिथे बसला असताना भिंतीतला एखादा दगड सुटून त्याच्या डोक्यात पडला असता तर?

दिवाकर धडपडत पायऱ्या उतरून समोरच्या अंगणात आला. पण तिथेही त्याला सुरक्षित वाटेना. कारण त्या दिवशी, रविवारी तो तिथे उभा असतानाच त्याच्या डोक्यात प्लास्टरचा मोठा तुकडा येऊन पडला होता.

पण मग आपण आता जायचं तरी कुठे?

-हे घर आणि घराभोवतालचा परिसर आपल्यावर हल्ला करायला टपून बसला आहे-

हा विचार दिवाकरच्या मनात स्पष्टपणे उमटला आणि त्याचा धीर सुटला. घराकडे पाठ फिरवून तो पळू लागला. आपण कुठे जातो आहोत याचं भान त्याला राहिलं नाही.

थोड्याच वेळात त्याला धाप लागली. कित्येक वर्षांत तो असा पळाला नव्हता. धाप लागल्यावर त्याला ज़रा आजूबाजूचं भान आलं आणि त्याच्या लक्षात आलं, की तो गावाकडे जाणाऱ्या रस्त्याजवळ पोहोचला आहे. त्यानं धावणं थांबवलं आणि चालत चालत तो रस्त्यापर्यंत आला.

रस्त्यावर शुकशुकाट होता. दिवसासुद्धा त्या रस्त्यावर कधी फारशी वर्दळ नसायची. आता तर आसपास चिटपाखरूही दिसत नव्हतं.

मंद चंद्रप्रकाशात अंधूक दिसणाऱ्या रस्त्याकडे बघत दिवाकर थोडा वेळ उभा राहिला आणि मग त्याच्या मनात एक-एक विचार येऊ लागले.

आपण इतके का घाबरलो? दगडामातीची भिंत पुढे सरकणं ही अशक्य कोटीतली गोष्ट आहे हे माहीत असूनसुद्धा आपण घाबरून पळत सुटलो आणि तेही नंदिताला तिथेच सोडून! घाबरून पळण्याच्या नादात तिचा विचारही आपल्या मनात आला नाही.

भिंती खरेच पुढे सरकत असल्या तर ती त्या भिंतींमध्ये सापडणार नाही का?

पण भिंती खरेच पुढे सरकत होत्या का? कसं शक्य आहे?

दिवाकरनं वळून घराच्या दिशेनं पाहिलं.

मंद चंद्रप्रकाशात घर एखाद्या सावलीसारखं भासत होतं; पण त्याचा आकार मात्र नेहमीचाच वाटत होता. त्यात काही फरक झाल्यासारखं वाटत नव्हतं.

घराच्या भिंती हललेल्या नाहीत. तसं होणं शक्यच नाही. आपल्याला नुसता तसा भास झाला आणि आपण घाबरून पळत सुटलो.

दिवाकरला आता शरमल्यासारखं होऊ लागलं. रात्रीची वेळ, जमिनीवर निजलेली नंदिता, आपल्या मनात आधीपासून असलेल्या शंका आणि अंधूक उजेड या सगळ्यांमुळे आपल्याला काहीतरी चमत्कारिक भास झाला आणि तो खरा मानून आपण पळत सुटलो, नंदिताचा विचारही न करता.

स्वत:शीच शरमिंदा होत दिवाकर घराच्या दिशेनं चालू लागला. नंदिता जागी झाली असली आणि आपल्याला शोधत असली तर आपण तिला काय सांगणार? बाहेर का पळालो याचं काय कारण देणार?

दिवाकर विचार करत घरासमोरच्या तगरीच्या झुडपांपर्यंत आला आणि त्याला परत भीती वाटू लागली.

जमिनीवर झोपलेल्या नंदिताची अनोळखी नजर त्याला आठवली. तिच्या नजरेत उमटलेला राग आठवला. दोन्ही बाजूंनी त्याच्या अंगावर येणाऱ्या भिंती आठवल्या आणि तो तिथेच उभा राहिला. आपल्याला खरंच भास झाला होता का?

की....

त्याच्या मनावर परत एकदा भीतीचं सावट पसरलं आणि त्याला पुढे जाण्याचा धीर होईना. समोरच्या आपल्या घराकडे बघत काही वेळ तो तसाच उभा राहिला आणि मग घराकडे पाठ फिरवून रस्त्याच्या दिशेनं चालू लागला.

रस्त्याच्या कडेला असलेल्या एका झाडाखाली तो थकून बसला. डोक्यात विचारांचा गुंता झाला होता. नक्की काही कळत नव्हतं, पण घरी जाण्याचा मात्र धीर होत नव्हता.

दिवसभराच्या कामानं आणि अपरात्रीच्या मानसिक आणि शारीरिक ताणानं तो अगदी थकून गेला होता. हळूहळू तो झाडाखालीच आडवा झाला. काही वेळानं त्याला झोपही लागली.

त्याला जाग आली, तेव्हा चांगलं उजाडलं होतं. त्यानं डोळे उघडले आणि त्याला रात्रीचा सगळा प्रसंग आठवला. तो धडपडत उठला आणि घराच्या दिशेनं चालू लागला. स्वत:च्या वागण्याची त्याला आता लाज वाटू लागली होती आणि नंदिताला काय सांगायचं, ते त्याला सुचत नव्हतं.

पण तिला काही सांगावंच लागलं नाही. कारण तिनं त्याला काही विचारलं नाही! तो घरी आला तेव्हा ती पांघरुणांच्या घड्या करत होती. तिनं त्याच्याकडे

एकदा फक्त पाहिलं आणि चहाचं आधण ठेवलं. नुसता पायजमा आणि गंजीफ्रॉक घालून तो सकाळच्या वेळेला बाहेरून आत आला याबद्दल तिला किंचितही आश्चर्य, वाटलेलं दिसलं नाही.

दिवाकरनं रोजचं आन्हिक भराभरा उरकलं आणि तो ऑफिसला जाण्यासाठी म्हणून कपडे करू लागला, तेव्हा एकदम त्याला बेडरूमच्या भिंतीपाशी पडलेला प्लास्टरचा रंगीत, बारीक भुगा दिसला. त्यानं वाकून, नीट निरखून बघितल्यावर त्याच्या लक्षात आलं, की भिंतीच्या तळाशी अनेक ठिकाणी असा प्लास्टरचा चुरा थोडा-थोडा पडलेला आहे. जोराच्या धक्क्यानं रंगाचे आणि प्लास्टरचे पापुद्रे पडून त्यांचा चुरा व्हावा, तसं तो ठिकठिकाणी पडलेला चुरा बघून वाटत होतं. त्यानं विरुद्ध बाजूच्या भिंतीच्या तळाशी पाहिलं. तिथेही भिंतीच्या तळाशी ठिकठिकाणी असाच चुरा पडलेला दिसत होता.

म्हणजे रात्री या भिंती खरंच पुढे सरकल्या होत्या का? की अनेक वर्षांच्या वापरामुळे भिंतीवरचा गिलावा हळूहळू सुटतो आहे आणि खाली पडून त्याचा भुगा होतो आहे?

भिंत काही घराच्या फरशीवर उभी नसते. जमिनीत पाया खोदून तिथपासून भिंतीची सुरुवात केलेली असते. त्यामुळे एखादी भिंत अशी वरच्यावर पुढे किंवा मागे सरकणं शक्यच नाही.

भिंती सरकल्या असणं शक्य नाही, याविषयी त्याची परत एकदा खात्री पटली; पण तरीही त्यानं भिंतीला जोराचा रेटा देऊन बघितलं.

भिंत चांगली भक्कम होती. ती मुळीच हलली नाही.

आणि तरीही त्यानं ऑफिसात गेल्या-गेल्या चौबळला बाजूला घेऊन रात्रीची सगळी हकिकत सांगितली. रात्री काहीतरी चमत्कारिक घडलं होतं, निदान नंदिता आणखीच चमत्कारिकपणे वागू लागली होती; हे त्याला चांगलं प्रकर्षानं जाणवू लागलं होतं.

दिवाकरच्या हकिकतीवर चौबळचा आधी विश्वासच बसेना, पण दिवाकर जेव्हा परत ठासून तेच सांगू लागला, तेव्हा तो म्हणाला,

"दिवाकर, त्यापेक्षा तू ती जागा सोडून का देत नाहीस?"

"जागा सोडून द्यायची? पण दुसरी जागा मिळेल का?"

"जरा शोधलं की मिळेल. कदाचित्, इतकी प्रशस्त आणि हवेशीर नाही मिळणार; पण सध्या तू जे काही सांगतो आहेस तसं खरंच घडत असलं तर त्या जागेतून बाहेर पडणं भाग आहे तुला."

चौबळ म्हणत होता ते खरं होतं. स्वत:च्या कामांकडे दुर्लक्ष करून दिवाकर आणि चौबळ जागा शोधत फिरू लागले.

दोन दिवसांनी गावात तीन खोल्यांची एक जागा रिकामी असल्याचं कळल्यावर दिवाकरनं ताबडतोब जाऊन जागेच्या मालकाला गाठलं आणि न बघताच त्यानं ती नक्की करून टाकली.

संध्याकाळी घरी गेल्यावर त्यानं जेव्हा नंदिताला हे सांगितलं, तेव्हा ती आधी अवाकच झाली. मग जरा वेळानं म्हणाली,

"ही एवढी चांगली जागा सोडून दुसरीकडे लहानशा जागेत राहायला जायचं?"

"अगं, लहान असली तरी तीही जागा चांगली आहे. तू बघ तर खरी ती जागा."

"पण ही जागा काही वाईट का आहे?" भिंतीवरून हात फिरवत ती म्हणाली.

"वाईट नाही; पण गैरसोयीची मात्र आहे. गावापासून किती लांब आहे!"

"त्यात कसली आली आहे गैरसोय? उलट चांगला निवांतपण असतो इथे."

"पण मला ऑफिस किती लांब पडतं इथून? इतक्या लांब जाण्या-येण्यानं थकून जायला होतं अगदी."

"इतक्या दिवसांत एकदाही कधी थकल्याचं म्हणाला नाहीत तुम्ही अन् आता एकदम जागा बदलायला निघालात."

"नाही म्हणालो. पण म्हणून मी थकत नाही असं वाटतं का तुला?"

"मला कशाला काही वाटेल? पण तुम्ही थकता की नाही हे तुम्ही सांगितल्याखेरीज मला कसं कळणार आहे?"

"आता कळलं ना? मग झालं तर. उद्या जाऊन आपण जागा बघून येऊ आणि लगेच सामान हलवू."

नंदितानं त्यावर होकार दिला नाही आणि नकारही दिला नाही. एवढ्यावरच दिवाकरला समाधान मानून घ्यावं लागलं. विशेष म्हणजे बऱ्याच दिवसांनी ती त्याच्याशी एवढं बोलली होती, हेही काही कमी नव्हतं.

पण दुसऱ्या दिवशी ती जागा बघायला जायला मात्र नंदिता मुळीच तयार होईना. तिला मुळी घरातून बाहेरच पडायचं नव्हतं. दिवाकर तिला अनेक प्रकारांनी पटवून देण्याचा प्रयत्न करत होता आणि ती मख्खपणे त्याचं बोलणं ऐकत मांडणीवरची भांडी उगाचच इकडून तिकडे करत उभी होती. असं जरा वेळ चालल्यावर दिवाकर मनापासून रागावला. त्यानं तिच्या हातात असलेलं पातेलं खसकन् ओढून घेऊन मांडणीत ठेवलं आणि तो ओरडला,

"मी काही भिंतींशी बोलत नाहीये."

नंदितानं त्याच्याकडे नुसतं एकदा पाहिलं आणि तिच्या नजरेत उमटलेल्या विखारानं तो दचकला. ती स्वयंपाकघरातून बाहेर पडू लागली, तशी दिवाकरच्याही

तळपायांची आग मस्तकात गेली आणि तिच्या दंडाला धरून खसकन् स्वत:कडे ओढत तो ओरडला.

"मी तुझ्याशी बोलतो आहे नं! तुला काही किंमत आहे की नाही माझी? मी काय वेडा आहे म्हणून बोलतो आहे का? खुशाल तू आपली बाहेर..."

त्याचं वाक्य पुरं झालंच नाही. तो बोलत असतानाच अचानक शेजारची भांड्यांची मांडणी त्याच्या बाजूला कलंडली आणि मांडणीवरचे डबे, पातेली, कुंडे, कढया आणि इतर लहानसहान भांडी टणाटण त्याच्या अंगावर आदळून खाली पडू लागली.

"अरे... अगं... आई गं..." असं म्हणत दिवाकर मांडणी सावरण्याचा प्रयत्न करेपर्यंत मांडणीतली निम्मी-अधिक भांडी त्याच्या अंगावर आपटून त्याचं अंग ठेचकाळलं होतं. मांडणी सावरण्यासाठी त्यानं दोन्ही हातांनी तिला आधार दिला होता; पण कलंडलेली मांडणी त्याच्या हातांमधून निसटली आणि दाणकन् त्याच्या कमरेवर आदळली. त्या धक्क्यानं तो खाली पडला आणि उरलीसुरली भांडीही त्याच्या अंगावर येऊन पडली.

"अगं बाई, हे काय झालं? ही मांडणी कशी अशी तोल जाऊन पडली?" असं म्हणून नंदितानं जोर करून दिवाकरच्या अंगावर पडलेली मांडणी बाजूला केली आणि ती आजूबाजूला पडलेली भांडी गोळा करू लागली.

दिवाकर धडपडत उठला आणि काहीही न बोलता बाहेरच्या खोलीत गेला. त्याचं अंग चांगलंच ठेचकाळलं होतं आणि एका गोष्टीची त्याला आता खात्री पटली होती, नंदिताच्या मनाविरुद्ध तिला घराबाहेर काढायचा प्रयत्न केला, की अचानक असं काहीतरी घडतं.

घरातली एखादी वस्तू किंवा घराचा एखादा भाग त्याच्यावर हल्ला करू लागतो! त्यानं घाईघाईनं कपडे केले आणि दुखऱ्या अंगानंच, तो चौबळच्या घरी गेला. याबाबतीत ज्याच्याशी बोलता येईल, असा एकटा चौबळच तेवढा होता. चौबळला त्यानं घराबाहेर काढलं आणि ते दोघं गावाबाहेर एका झाडाखाली जाऊन बसले.

दिवाकरनं सांगितलेली हकीकत ऐकून चौबळ म्हणाला,

"म्हणजे, तुझं घर झपाटलेलं वगैरे आहे की काय?"

"झपाटलेलं?... कुणास ठाऊक!"

"तुला तिथे कधी काही दिसलं का? म्हणजे... अमानवी असं?"

"म्हणजे भूत, हडळ... पांढरी, धूसर आकृती... पावलांचे आवाज... असं म्हणायचं आहे का तुला?"

"तसंच काहीतरी."

''छे, कधीच नाही.''

''किंवा...''

''मला तिथे कधी कसले चमत्कारिक आवाज वगैरे पण ऐकू आलेले नाहीत. या सगळ्या गोष्टी मी फक्त सिनेमातच पाहिलेल्या आणि ऐकलेल्या आहेत.''

''घरात कोणीतरी वावरत आहे असा भास तुला कधी....''

''छे; रे. कधीच नाही. शिवाय आणखी एक गोष्ट आपण लक्षात घ्यायला हवी.''

''कोणती?''

''अपघातानं इजा होते ती फक्त मलाच होते. नंदिताला कधीच होत नाही.''

''म्हणजे मग तिला त्या घरानं झपाटलं आहे का?''

''पण प्रत्येक वेळी अपघात घडताना तिचा त्यात काहीच हात नसतो. आणि तिचं वागणंही काही एखाद्या झपाटलेल्या व्यक्तीसारखं नाही.... अर्थात, मी आजतागायत एकही झपाटलेलं माणूस पाहिलेलं नाहीये म्हणा. पण.... ती फार कुढी झालेली असली तरी तशी नॉर्मल आहे रे.''

''तशी नॉर्मल असली तरी तिचं घराचं वेड आणि घरानं तुझ्यावर हल्ला करणं यात काहीतरी संगती आहे, असं नाही का तुला वाटत?''

''पण... म्हणजे काय तिला घरानं झपाटलं आहे?''

''कुणास ठाऊक!'' चौबळ म्हणाला. त्यालाही काही कळेनासं झालं होतं. दिवाकर पुढे म्हणाला,

''एखादं घर झपाटलेलं आहे असं म्हणतात, तेव्हा तिथे काहीतरी अमानवी वावरत आहे, असा त्याचा अर्थ असतो. आमच्या घरात तसं काही नाही, याची मला खात्री आहे. निदान मला तरी काही जाणवलेलं नाही आणि अमानवी काही नसताना... ते अस्तित्वात तरी असतं की नाही कुणास ठाऊक.... नुसत्या निर्जीव भिंती एखाद्या माणसाला झपाटू शकतात?''

विचारात पडून दोघंही जरा वेळ गप्प बसले. मग चौबळ म्हणाला,

''आता खरा प्रश्न आहे, तो पुढे काय करायचं याचा. हे सगळं थांबवायचं कसं याचा.... मला वाटतं याबबत कोणाचातरी सल्ला घ्यायला हवा.''

''कोणाचा सल्ला घ्यायचा? डॉक्टरांचा?''

''छे, छे, डॉक्टर याबाबत काय करणार? त्यापेक्षा मला वाटतं, आपल्याला एखाद्या मांत्रिकाकडे किंवा भूत काढणाऱ्याकडे किंवा.....''

''अजिबात नाही. मुळात भूत-खेत असतं आणि ते माणसाला पछाडतं यावर माझा मुळीच विश्वास नाही आणि मंत्रानं भूत काढता येतं यावर तर त्याहूनही विश्वास नाही.'' दिवाकर म्हणाला.

"पण मग करायचं तरी काय?"

काही न सुचून दिवाकर गप्प बसला. मग जरा वेळानं तो म्हणाला,

"हल्ली घरी परतायचं म्हणजे मला नकोसंच वाटतं बघ. नंदिताचं आणि माझं संभाषण जवळ-जवळ संपल्यासारखंच आहे. अगदी नाइलाज झाला, तरच ती माझ्याशी बोलते. माझ्याविषयी तिला काही प्रेम, आस्था वगैरे उरलेली नाही. कित्येकदा स्वयंपाकपाणीही धड करत नाही. सगळीकडे पसारा पडलेला असतो. धूळ पसरलेली असते. घराची रयाच गेली आहे. घरी जाणं नकोसं वाटतं अगदी. शिवाय मनात थोडी धास्तीही असते. केव्हा काय होईल, एखादी वस्तू आपल्यावर येऊन आदळेल की काय, अशी भीती मनात अर्धवट असतेच. नंदिताला घराबाहेर काढली पाहिजे हे कळतं; पण ते कसं करावं हेच कळेनासं झालंय."

"आपण याबाबत दुसऱ्या कोणाचातरी सल्ला घ्यायला हवा. पण कोणाचा?" चौबळ म्हणाला. जरा वेळानं तोच पुढे म्हणाला,

"इथे माझा एक मामेभाऊ राहतो. सुशांत रेगे नावाचा. तो...."

"तो काय मांत्रिक-बिंत्रिक आहे का?"

"नाही रे. तसं काही नाही. त्यानं मायक्रोबायॉलॉजीत डॉक्टरेट केलेली आहे. पण त्यापेक्षा महत्त्वाचं म्हणजे इतर अनेक गोष्टींचाही त्याचा अभ्यास आहे. पॅरामेडिसीन, पॅरासायकॉलॉजी, टेलिपथी, अशा विषयांवर तो नेहमी काहीतरी नवीन नवीन बोलत असतो. त्याला असलेल्या माहितीनं मी तर नेहमी थक्क होऊन जातो. त्याला आपण भेटू या का?"

"तो इतका शिकलेला आणि विद्वान आहे, तर या लहानशा गावात तो काय करतो आहे?"

"अरे, तो नेहमी इथे नसतो. मुंबईत कुठल्यातरी प्रसिद्ध कंपनीत संशोधन विभागात नोकरीला आहे तो. पण त्याचं घर मात्र इथे आहे. म्हणजे माझे मामा-मामी इथे असतात. त्यानं लग्न केलेलं नाही. सध्या तो रजेवर इथे आला आहे. त्याला आपण भेटू या. मला वाटतं, तो आपल्याला नक्की काहीतरी मार्ग सुचवेल या सगळ्यातून."

थोडा विचार करून दिवाकरनं चौबळच्या म्हणण्याला संमती दिली. नाहीतरी दुसरं काय करावं ते त्याला सुचत नव्हतंच.

दिवाकर आणि चौबळ तसेच सुशांतकडे गेले. दिवाकरला बाहेरच थांबवून चौबळ घरात गेला आणि त्याच्या मामा-मामींना घाईत असल्याचं सांगून एकट्या सुशांतला घेऊन बाहेर आला. मग ते तिघंही जवळच्याच एका लहानशा हॉटेलात जाऊन बसले आणि चौबळनं आपल्या मामेभावाला एकंदर हकिकत थोडक्यात सांगितली.

त्याचं सांगून झाल्यावर सुशांतनं दिवाकरला विचारलं,

"हा मध्या सांगतोय तसं खरंच घडतंय का?"

"म्हणजे मी काय थापा मारतोय का?" चौबळनं जरा रागावून विचारलं.

"तसं नाही रे. पण एकदा यांच्याकडून खात्री करून घेतलेली बरी नाही का? म्हणजे काय की, राइट फ्रॉम द हॉर्सेस माऊथ..."

"त्यानं सांगितलं तसं खरंच घडतंय. म्हणून तर आम्ही तुमचा सल्ला घ्यायला आलो आहोत." दिवाकर म्हणाला.

"तुम्ही सांगताय त्या गोष्टी केवळ योगायोगानं घडत नाहीत अशी तुमची खात्री झालेली आहे असं दिसतंय. या गोष्टी का घडत आहेत आणि त्या थांबवायच्या कशा, असा प्रश्न तुमच्यापुढे उभा आहे. बरोबर?"

"हो. बरोबर आहे." दिवाकर म्हणाला.

"आता या सगळ्या गोष्टींचा आपण पहिल्यापासून विचार करू. या घटनांना सुरुवात केव्हा झाली? तर तुम्ही गावाबाहेरच्या त्या बंगल्यात राहायला गेल्यापासून. बरोबर?"

"हो. तिथे राहायला गेल्यावर थोड्या दिवसांनी एकेक घटना घडू लागली."

"बंगला अगदी एकाकी आहे आणि त्यामुळे आपल्या पत्नीला फार एकटेपणा वाटेल, असं तुम्हाला वाटत होतं. पण तसं न होता, उलट तिचा त्या घरावर फार जीव जडला आणि घर सोडून बाहेर कुठेही जाणं ती टाळू लागली. बरोबर?"

"हो. घराबाहेर पाऊलसुद्धा टाकायला - म्हणजे घर आणि घराभोवतालचा तिचा लाडका परिसर सोडून जायला ती अजिबात तयार नसते."

"आणि तुम्ही जबरदस्तीनं तिला बाहेर नेण्याचा प्रयत्न केलात, तर तिला राग येतो आणि घरातली काहीतरी वस्तू तुमच्यावर आपटून तुम्हाला थोडी दुखापत होते. बरोबर?"

दिवाकरनं काही न बोलता मान हलवली. होणारी दुखापत अगदी थोडी असते असं नाही, असं सुशांतला सांगावंसं त्याला वाटलं. सकाळी मांडणी अंगावर पडल्यापासून त्याचं सगळं शरीर मुक्या मारामुळे ठणकत होतं.

जरा वेळ विचार करत सुशांत गप्प बसला. मग म्हणाला,

"सायको-कायनेसिसचा प्रकार असू शकेल हा."

"सायको-कायनेसिस? म्हणजे काय?" दिवाकरनं आणि चौबळनं एकदम विचारलं.

"सायको-कायनेसिस म्हणजे मानसिक बळानं वस्तू हलवणं, अशी त्याची थोडक्यात व्याख्या सांगता येईल."

"म्हणजे? असं होऊ शकतं? म्हणजे नुसत्या मानसिक ताकदीनं एखादी

वस्तू हलवता येते?"

"सर्वसाधारणपणे असं घडत नाही. कुठलंतरी शारीरिक किंवा यांत्रिक बल किंवा ऊर्जा वापरल्याखेरीज कुठलीही वस्तू आपल्या जागेवरून हलणार नाही, हे शास्त्रीय सत्य आहे. पण क्वचित् एखाद्या वेळी असं घडल्याची काही उदाहरणं आहेत. काही व्यक्तींनी असे प्रयोग अनेक लोकांदेखत करून दाखवलेले आहेत. अशा व्यक्ती जगभरात मिळून चार-सहा सुद्धा असतील की नाही, याची शंका आहे. पण अशा व्यक्तींपैकी एक-दोघांनी शास्त्रज्ञांचं आव्हान स्वीकारून, असे प्रयोग करून दाखवलेले आहेत. विशेषत: युरी गेलरनं अनेक यशस्वी प्रयोग केले आहेत. अर्थात, 'असं घडू शकतं', हे विज्ञानाला आजही अधिकृतपणे मान्य नाही. पण अशा प्रयोगांमुळे या विषयाचा अभ्यास मात्र काही ठिकाणी आता होतो आहे."

"म्हणजे तुला काय म्हणायचं आहे? नंदिता तिच्या मानसिक बळानं घरातल्या वस्तू किंवा एखादं दार असं काहीतरी हलवून दिवाकरवर हल्ला करते?" चौबळनं अविश्वासाच्या सुरात विचारलं.

"काहीतरीच काय!" दिवाकर उद्गारला. "नंदिता अशी मुळीच नाहीये. ती अगदी सरळ आणि साधी आहे. मला मार बसावा असं तिच्या मनातसुद्धा येणार नाही."

"पण तुमच्यावर अपघाती हल्ला तर होतो ना?"

"तो हल्ला ते घर करतं.... त्या घराशीच त्याचा काहीतरी संबंध आहे."

"हल्ला घर करतं. पण हा हल्ला केव्हा होतो? तर तुम्ही नंदिताला घराबाहेर काढायचा प्रयत्न केलात की. बरोबर?"

दिवाकरनं मान हलवली.

"तुम्ही नंदिताच्या मनाविरुद्ध तिला घराबाहेर काढायचा प्रयत्न केलात, की ती रागावते आणि असं काहीतरी घडतं. बरोबर?"

"हो, पण त्याचा अर्थ तिच्या मनात मला दुखापत व्हावी असं...."

"मुळीच नसतं. तुम्हाला काही दुखापत व्हावी अशी तिची इच्छा मुळीच नसते. पण घराबाहेर पडू नये अशी मात्र तिची तीव्र इच्छा असते. तिच्या मनात ही इच्छा कदाचित जाणिवेच्या पातळीवर पुरेशी स्पष्ट नसेल. पण तिच्या अंतर्मनात मात्र ही इच्छा अतिशय प्रबळ होत असली पाहिजे."

"पण... त्यामुळे असं घडतं?" दिवाकरनं अविश्वासाच्या सुरात विचारलं.

"असं घडू शकेल, असं मला वाटतं." सुशांत विचार करत म्हणाला, "किंवा ठरावीक पारंपरिक पद्धतीचं स्पष्टीकरण-जे आपल्याला कुणालाच पटणार नाही - म्हणजे ते घर पछाडलेलं आहे आणि ते नंदिताला आपल्या कचाट्यातून सुटू देत नाही. त्यानं नंदिताला झपाटलेलं आहे."

"अरे... सुशांत" चौबळ एकदम उद्गारला, "तू म्हणतोस ते बरोबर आहे असं धरलं तर त्याचा अर्थ असा नाही का होत, की नंदिताच्या इच्छेप्रमाणे ते घर वागत आहे, म्हणजे नंदितानं त्या घराला झपाटलेलं आहे!"

"काहीतरीच काय बडबडतोस!" दिवाकर वैतागला.

"नाही... म्हणजे बघ नं..."

"काय बघ? बघ काय? आँ! नंदिता काय भूत-हडळ वगैरे वाटली का तुला? काय वाटेल ते बकतो आहेस ते." दिवाकर भडकला.

"तसं नाही रे. मी असं कसं...."

"हे बघा. तुम्ही दोघंही जरा शांत व्हा. काय आणि का घडतं आहे? याचा विचार करून आपल्याला त्यातून मार्ग काढायचा आहे. मला वाटतं, अगदी साध्या शब्दांत सांगायचं झालं तर आपल्याला असं म्हणता येईल, की घर आणि भोवतालचा परिसर नंदिताला इतका आवडला आहे, की त्या सगळ्या वातावरणाशी, परिसराशी ती जणू काही एकरूप झाली आहे आणि मनातल्या विचारांनी, इच्छांनी, शरीराचा एखादा भाग हलावा, त्याची हालचाल व्हावी, त्याप्रमाणे तिच्या इच्छेनुरूप घराचा एखादा भाग हलतो."

"असं घडू शकतं?" चौबळनं अविश्वासानं विचारलं.

"कुणास ठाऊक! पण असंच काहीतरी घडताना तुम्ही बघता आहात ना?"

यावर कुणालाच काही बोलण्यासारखं नव्हतं. तिघंही जरा वेळ गप्प बसले. मग दिवाकरला एकदम डोंगरेनं सांगितलेली हकिकत आठवली. तो म्हणाला,

"आमच्याआधी तिथे राहणाऱ्या कुटुंबालाही असाच, काहीतरी चमत्कारिक अनुभव आला होता."

"म्हणजे घरातला एखादा भाग आदळून अपघात होण्याचा?"

"नाही. तसं नाही. पण त्या कुटुंबातल्या एका बाईंना त्या घरानं नंदितासारखं वेड लावलं होतं असं दिसतं."

डोंगरेनं सांगितलेली हकिकत त्यानं सुशांतला सांगितली. सुशांत म्हणाला,

"तुमच्या घराचा माणसाच्या मनावर फारच जबरदस्त प्रभाव पडत असला पाहिजे. तुम्हाला असा काही अनुभव कधी आला का?"

"नाही बुवा. आणि मी घरात इतका थोडाच वेळ असतो की.... शिवाय हल्ली तर मला घरी जाणंच नकोसं वाटतं. खरं तर त्या घराची थोडीशी भीतीच वाटते."

"हाही एक प्रकारचा प्रभाव आहे. नाही का?"

"पण आता करायचं काय? तू म्हणतोस ते सगळं बरोबर असलं तरी पुढे काय करायचं, हा प्रश्न राहतोच." चौबळ म्हणाला.

"या संकटातून सुटण्याचा एकच मार्ग मला दिसतो. तो म्हणजे दिवाकर

आणि नंदितानं ते घर सोडायचं.''

''ती तर ते घर सोडायला अजिबात तयार नाही आणि तिला सक्तीनं तसं करायला भाग पाडता येत नाही. मुळात समस्या तीच तर आहे.''

''ती घर सोडायला तयार नाही कारण त्या घराची तिला प्रचंड ओढ आहे, आकर्षणं आहे. त्याचा पगडा तिच्यावर आहे. म्हणून घरापेक्षा अधिक ओढ, अधिक आकर्षण तिला ज्या व्यक्तीविषयी किंवा वास्तूविषयी किंवा वस्तूविषयी असेल, तिच्याकडे जाण्याची इच्छा तिला झाली पाहिजे. तशी तीव्र इच्छा तिला होईल असं काहीतरी केलं पाहिजे.''

सुशांतनं असं म्हटल्यावर चौबळ दिवाकरकडे बघू लागला, तशी खेदानं मान हलवत दिवाकर म्हणाला,

''माझ्यासाठी म्हणून ती घर सोडून कुठेही जायला तयार नाही.''

''पण तुझ्यावर एखादं संकट आलं तर? तिच्या मदतीची तुला फार गरज असली तरी ती घरातून बाहेर पडणार नाही? म्हणजे, समजा, तुला एखादा मोठा अपघात झाला तर?''

जरा विचारात पडून दिवाकर म्हणाला, ''कुणास ठाऊक! माझ्या काळजीनं ती कदाचित घराबाहेर पडेलही. माझ्याविषयी तिच्या मनात किती प्रेम शिल्लक आहे, यावर ते अवलंबून राहील.''

''मला वाटतं, असा प्रयोग करून बघायला हरकत नाही.'' सुशांत म्हणाला.

थोड्या विचारांती दोघांनाही त्याचं म्हणणं पटलं आणि मग दोघांनी मिळून अपघाताच्या बेताची आखणी केली. अपघाताची बतावणी करायची म्हणजे कुणातरी डॉक्टरला विश्वासात घेणं भाग होतं. थोड्या विचारांती त्यांनी डॉ. कुलकर्णींना सगळं सांगायचं ठरवलं. ते सुशांतच्या चांगल्या परिचयाचे होते आणि त्यांचं स्वत:चं एक छोटंसं रुग्णालयही होतं.

दिवाकर, सुशांत आणि चौबळ डॉ. कुलकर्णींच्या रुग्णालयात पोहोचले तेव्हा त्यांनी दवाखाना बंद केला होता आणि ते घरी जाण्याच्या तयारीत होते. सुशांतला बघून त्यांनी दारं परत उघडली आणि त्या तिघांना आत बोलावलं.

सुशांतनं त्यांना थोडक्यात सगळी हकिकत सांगितली, तेव्हा त्यांची अपेक्षित अशीच प्रतिक्रिया आली. त्यांचा आधी त्या हकिकतीवर विश्वासच बसेना. त्यानं सांगितलं तसं खरंच घडतं आहे, याबद्दल त्यांनी परत-परत प्रश्न विचारून स्वत:ची खात्री करून घेतली आणि त्यानंतर मात्र त्यांनी संपूर्ण सहकार्य देण्याचं कबूल केलं.

डॉक्टरांची संमती मिळताच चौबळ दिवाकरच्या घरी गेला.

एव्हाना दुपारचा एक वाजला होता. त्यामुळे नंदिता घराच्या पाठीमागे गुलमोहराच्या

झाडाखाली बसलेली असेल, असं त्याला वाटत होतं. पण ती घरातच होती. बंगल्याचा व्हरांडा चढून तो दाराशी पोहोचला आणि त्याला आत बसलेली नंदिता दिसली. कारण दार अर्धवट उघडंच होतं.

दारासमोरच्या कोचावर बसून नंदिता गुंगल्यासारखी भिंतीकडे बघत होती. चौबळ आत आला तरी तिची भिंतीवरची नजर ढळली नाही. चौबळनं तिला हाक मारली.

"वहिनी, अहो वहिनी."

पण ती हाक तिच्या कानात शिरलीच नाही. तशी तिच्या आणखी जवळ जात त्यानं जोरात हाका मारल्या.

"वहिनी, नंदितावहिनी, अहो नंदितावहिनी... नंदिता... नंदितावहिनी..."

कुठलीतरी हाक तिच्या जाणिवेपर्यंत पोहोचली असावी कारण दचकून भानावर येत तिनं विचारलं,

"अं... काय... काय... कोण आहे?"

"नंदितावहिनी, उठा, चला लवकर." चौबळ म्हणाला.

"कुठे चला? चौबळ... तुम्ही कुठे चला म्हणताय?"

"अहो, दिवाकरला अपघात झाला आहे आणि तो बेशुद्ध पडला आहे. तुम्ही लवकर...."

दिवाकर! अपघात हे शब्द ऐकताच नंदिताला झटका बसल्यासारखं झालं. ताड्‌कन उठून उभे राहत ती म्हणाली,

"काय? कसा झाला अपघात? कुठे आहेत ते? किती... किती लागलं आहे?"

"सगळं सांगतो. पण तुम्ही निघा पट्‌कन. डॉक्टर म्हणताहेत, कदाचित मेंदूचं ऑपरेशन करावं लागेल. त्यासाठी तुमची सही लागेल."

"अगं बाई, पण... म्हणजे खूप लागलं आहे." आता नंदिता खरंच घाबरली. तिने साडी नीट केल्यासारखं केलं आणि ती चौबळबरोबर निघाली. वाटेत चौबळनं सांगितलं त्यावरून तिच्या असं लक्षात आलं, की दिवाकर आणि चौबळ काही कामासाठी जालना रोडनं जात असताना भरधाव वेगानं येणाऱ्या एका ट्रकची दिवाकरला ठोकर बसली होती आणि तो खाली पडला होता. अंगावर कुठे काही जखमा दिसत नव्हत्या, पण डोक्याला मात्र मोठी जखम झाली होती आणि दिवाकर बेशुद्ध पडला होता. त्याला डॉ. कुलकर्णींच्या हॉस्पिटमध्ये पोहोचवून चौबळ तिला न्यायला आला होता.

चौबळनं सांगितलेली हकिकत ऐकून नंदिताचा जीव काळजीनं अगदी उडून गेला. केव्हा एकदा दिवाकरपाशी पोहोचतो, असं तिला झालं.

ती दोघं दिवाकरच्या खोलीत पोहोचली तेव्हा डॉ. कुलकर्णी आणि सुशांत लांब चेहरे करून दिवाकरच्या पलंगापाशी उभे होते. त्याला झोपेचं इंजेक्शन दिलेलं असल्यामुळे तो गाढ झोपेत होता. डोक्यावर मोठं बँडेज बांधलेलं होतं आणि बँडेजची वरची बाजू थोडी रक्ताळलेली होती.

“या मिसेस दिवाकर” चौबळनं ओळख करून दिली, तशी शेजारच्या टेबलवर ठेवलेला एक फॉर्म तिच्यापुढे करत डॉ. कुलकर्णी म्हणाले,

“याच्यावर सही करा म्हणजे चट्‌चट्‌ पुढच्या गोष्टी करता येतील.”

“पण म्हणजे, ऑपरेशन करावं लागणार आहे का?”

नंदितानं घाबरून विचारलं. मेंदूचं ऑपरेशन म्हणजे अतिशय गंभीर बाब असते, ते तिला माहीत होतं.

“आता लगेच काही सांगता येणार नाही. दोन दिवस म्हणजे अठ्ठेचाळीस तास त्यांना आधी ऑब्झर्व्हेशनखाली ठेवावं लागेल. सध्या त्यांची कंडिशन स्टेबल आहे. पण जर ती बिघडते आहे असं वाटलं तर तातडीनं ऑपरेशन करावं लागेल, तेव्हा वेळ मुळीच वाया घालवता येणार नाही.”

डॉ. कुलकर्णी म्हणाले.

“पण डॉक्टर, गंभीर काही नाही ना?” नंदितानं विचारलं.

चेहरा शक्य तेवढा गंभीर करत डॉक्टर म्हणाले,

“आत्ता काही सांगता येणं कठीण आहे. तुम्ही आता इथे थांबणार आहात ना? गुड. त्यांच्यावर बारीक लक्ष ठेवा आणि काहीही फरक होतो आहे असं वाटलं, तर लगेच सिस्टरला सांगा.”

एवढं सांगून डॉक्टर खोलीबाहेर पडले. जरा वेळ घुटमळून आणि नंदिताशी थोडं बोलून, तिला मदतीचं आश्वासन देऊन सुशांत आणि चौबळही गेले. नंदिता दिवाकरजवळ खुर्चीत बसली आणि त्याच्यावर लक्ष ठेवत राहिली.

दिवसभर नर्स अधूनमधून येऊन दिवाकरची नाडी, रक्तदाब बघून थर्मामीटर लावून आणि काहीतरी लिहून जात होती. नंदिता काळजी करत त्याच्या उशाशी बसली होती. चौबळ तिच्यासाठी चहा-जेवण घेऊन आला. जरा वेळ थांबलाही आणि मग दुसऱ्या दिवशी येण्याचं आश्वासन देऊन निघून गेला.

रात्री नंदिता खोलीतल्या दुसऱ्या पलंगावर झोपली. काळजी वाटत होती तरी थोड्या वेळानं तिला झोप लागली. तोपर्यंत दिवाकर शुद्धीत आलेला नव्हता.

पहाटे केव्हातरी नंदिताला जाग आली. आणि आपण कुठे आहोत, हेच तिला काही क्षण उमगेना. मग हळूहळू तिला सगळं आठवलं. तिनं दिवाकरकडे नजर टाकली. त्याच्या स्थितीत काही फरक पडल्याचं दिसत नव्हतं. पण आता तिला त्याची फार काळजी वाटेना. त्याची कंडिशन स्टेबल आहे असं डॉक्टर म्हणालेच

होते नाहीतरी!

पण आपण गडबडीत घर मात्र तसंच सोडून आलो. पुढच्या दाराला कुलूप लावायची आठवण चौबळनं केली, पण मागचं दार मात्र तसंच उघडं राहिलं. दार उघडं बघून रात्री कोणी घरात शिरलं असलं तर? असं कसं आपण दार उघडं टाकून आलो?

बेचैन होऊन नंदिता उठली. तिनं एकदा दिवाकरजवळ जाऊन बघितलं आणि मग ती खिडकीशी गेली. अर्धवट बंद केलेली खिडकी तिनं उघडली आणि तिच्या लक्षात आलं, की बाहेर सोसाट्याचा वारा सुटला आहे आणि बारीक पाऊसही पडतो आहे.

या वाऱ्या-पावसात आपलं घर उघडंच आहे! उघड्या दारातून, खिडक्यांमधून पाऊस आत येत असेल. आतली जमीन, भिंती सगळं भिजत असेल. घरातलं सामान, कपडे, फर्निचर हेही कदाचित् भिजत असेल. आणि या वाऱ्या-पावसात आपल्या मुंगळ्यांचं, साळुंक्यांचं, घराच्या भिंतीवर चढणाऱ्या वेलीचं काय झालं असेल?

घराची काळजी करत नंदिता खिडकीपाशी उभी राहिली. बाहेर वाऱ्या-पावसाचा वेग हळूहळू वाढत होता आणि त्याबरोबर तिची बेचैनीही वाढत होती.

आपण या वेळी घरी असायला हवं. या वादळापासून घराचं संरक्षण करायला हवं. असं कसं आपण घर सोडून आलो? पण आपल्याला येणं भागच होतं. दिवाकरला एवढा अपघात झालेला असताना... पण आता तर त्याची तब्येत ठीक दिसते आहे... त्याची कंडिशन स्टेबल आहे, असं म्हणालेच होते डॉक्टर... पण तरी त्याला सोडून घरी कसं जाता येईल?... पण खरं म्हणजे काय हरकत आहे पटकन् घरी जाऊन यायला? घरी जाऊन यायला आपल्याला अर्धा ताससुद्धा लागणार नाही...

अशा उलटसुलट विचारांच्या गुंत्यात अडकून ती अशी खिडकीशी उभी असतानाच एकदम 'कडाड काड्' अशी वीज कडाडली. आकाशातून जमिनीकडे झेपावलेली वीज तिला दिसली आणि तिचा सगळा विचार संपला. विवेक नाहीसा झाला. ती झपाझपा खोलीतून बाहेर पडली. हॉस्पिटलच्या प्रवेशद्वाराची कडी काढून ती हॉस्पिटलबाहेर पडली आणि जवळ-जवळ पळतच घराकडे निघाली.

सकाळी सात-साडेसातच्या सुमारास चौबळ नंदितासाठी चहा घेऊन आला, तेव्हा ती हॉस्पिटलमध्ये नसल्याचं त्याला कळलं. ती कुठे गेली असेल, हे त्याला माहीत होतं. पण आता पुढे काय करायचं, हा मात्र प्रश्नच होता. कारण दिवाकरच्या काळजीनंही ती फार काळ घरापासून दूर राहू शकली नव्हती.

चौबळनं जाऊन सुशांतला गाठलं आणि त्याला घेऊन तो हॉस्पिटलमध्ये

परतला. एव्हाना झोपेच्या औषधाच्या गुंगीतून दिवाकरही जागा झाला होता. आदल्या दिवशीच्या दुपारपासून त्याला झोपवून ठेवल्यामुळे त्याचं डोकं आणि अंग खूप जड झालं होतं, पण बाकी तो ठीक होता.

नंदिता पहाटे केव्हातरी त्याला सोडून घरी गेली, हे ऐकल्यावर तो एकदम हताश झाला.

"आता करायचं तरी काय?" तो पडलेल्या आवाजात म्हणाला.

"अरे, असा हताश काय होतोस?" सुशांत म्हणाला. "आपण काहीतरी मार्ग काढू ना."

"मला तरी यातून एकच मार्ग दिसतोय. नंदिताला घराची कितीही ओढ वाटली तरी तिला तिथे परतणं शक्य होणार नाही असं झालं पाहिजे." चौबळ म्हणाला.

"पण असं कसं होणार? तिला काही कोंडून का ठेवता येणार आहे आपल्याला? आणि मुळात ती आता परत घरातून बाहेर पडायला तयार तर व्हायला हवी ना?" दिवाकर म्हणाला.

"आपण तिला या घरातूनच नव्हे, तर गावातूनही बाहेर काढायला हवी, म्हणजे तिला घरी परतणं इतकं सोपं राहणार नाही."

सुशांतचं हे म्हणणं दोघांनाही पटलं आणि मग त्या तिघांनी मिळून आणखी एक बेत शिजवला. डॉक्टर कुलकर्णींना त्या बेतात सामील करून घेतलं आणि चौबळ दिवाकरच्या घरी गेला. घराचं दार बंद होतं. त्यानं बेल वाजवली तरी कोणीच दार उघडत नाही, असं बघून त्यानं पुन्हा बेल दाबली. तरीही दार उघडलं नाही. तशी घराला वळसा घालून तो मागच्या दारी गेला. बघतो तर काय, नंदिता मागच्या दाराच्या बाहेर बसली आहे आणि शून्य नजरेनं थोड्या अंतरावरच्या जमिनीवरच्या गवताकडे बघते आहे.

तिची ती गुंगल्यासारखी अवस्था बघून चौबळ जरा वेळ बघतच राहिला आणि मनात थोडा दबकलाही. मग त्यानं तिला हाक मारली,

"वहिनी, अहो वहिनी."

तिनं काहीच उत्तर दिलं नाही किंवा वळून त्याच्याकडे पाहिलंही नाही. त्यानं आणखी तीन-चार हाका मारल्या आणि मग पुढे होऊन तिला गदागदा हलवत तो म्हणाला,

"अहो वहिनी, तुम्ही इथे काय करताय? तिकडे डॉक्टर तुम्हाला शोधताहेत. दिवाकरला ताबडतोब मुंबईला न्यायला पाहिजे असं म्हणताहेत."

चौबळनं धरून हलवल्यावर नंदितानं दचकून त्याच्याकडे पाहिलं, पण ओळखलं मात्र नाही. हा कोण परका माणूस आपल्याला असं करतोय?- ती रागावली आणि

रागीटपणे त्याच्याकडे बघू लागली.

तिच्या नजरेतला राग बघून चौबळ धास्तावला. तिच्या रागामुळे काहीतरी झालं तर? आपल्याला काही दुखापत तर होणार नाही?

मनातली धास्ती दडपून तो म्हणाला,

''वहिनी, दिवाकरला ताबडतोब मुंबईला न्यायला हवंय. इथे त्याची सगळी तपासणी आणि उपचार होऊ शकणार नाही असं डॉक्टर म्हणताहेत.''

दिवाकरचं नाव परत कानावर पडलं आणि नंदिता जागी झाल्यासारखी झाली. मुंबई, तपासणी, उपचार या शब्दांची नोंद तिच्या मनात झाली आणि तिला एकदम झटका बसल्यासारखं झालं.

''पण... पण आज सकाळपर्यंत तर यांची तब्येत चांगली होती... मी आले तेव्हा... एकदम कशी काय बिघडली?''

''नाही, म्हणजे तब्येत तशी बिघडली नाहीये. पण डॉक्टरांना वाटतंय की त्याला चेक-अपसाठी मुंबईला न्यायला हवं कारण तो इतका वेळ बेशुद्ध राहायला नको होता. तो अजून शुद्धीवर आला नाही. म्हणजे...''

बोलता बोलता चौबळ थांबला कारण त्याच्या बोलण्यावरून नंदिताचं लक्ष उडालं होतं. ''तब्येत तशी बिघडली नाहीये'' हे शब्द कानावर पडताच चौबळच्या बोलण्यातला तिचा रस संपला होता आणि ती परत आपल्या कोषात गेली होती. समोरच्या गवताकडे हरवल्यासारखी बघत होती.

चौबळ जरा वेळ गप्प उभा राहिला. मग परत जरा जोरात म्हणाला,

''अहो नंदितावहिनी, इथे काय येऊन बसलात तुम्ही? तिकडे दिवाकरची काय स्थिती आहे आणि तुम्ही... हॉस्पिटलमध्ये चला लगेच.''

''दिवाकर'' हा शब्द ऐकून नंदितानं एकदा मान वर करून त्याच्याकडे अनोळख्यासारखं पाहिलं आणि परत मान खाली घालून, ती गवत निरखू लागली.

''अहो वहिनी, उठा. चला लवकर, पुढे काय करायचं ते ठरवायला हवं.'' असं म्हणत चौबळ अगदी तिच्या दृष्टीतल्या गवतावर जाऊन उभा राहिला.

तिने रागानं वर पाहिलं. चौबळ म्हणाला, ''चला लवकर, आता पुढे काय करायचं ते ठरवायला हवं.''

नंदिता जरा भानावर आल्यासारखी झाली आणि म्हणाली,

''अं... हो..''

असं म्हणाल्यावरसुद्धा ती उठली नाही. तशी चौबळ परत म्हणाला,

''येताय ना वहिनी? डॉक्टर तिकडे वाट बघताहेत तुमची.''

''हो, पण....'' तिनं गोंधळलेल्या नजरेनं आसपास पाहिलं आणि ती म्हणाली, ''तुम्ही जा. मी येते.''

"चला तर मग. लगेच निघा."

"तुम्ही पुढे व्हा. मी येते मागून."

"मागून कशाला? लगेच निघा. मी थांबतो जरा वेळ हवं तर."

"नको. तुम्ही जा पुढे. मी येईन मागून."

"अहो वहिनी, घाई करायला हवी..."

"सांगितलं ना तुम्ही जा म्हणून..." नंदिता एकदम ओरडली.

तिच्या अनपेक्षित ओरडण्यानं चौबळ चमकला. पण तसाच नेटानं म्हणाला,

"उशीर करून चालणार नाही."

नंदिता ताडकन उठून उभी राहिली आणि त्याच्याकडे रागानं रोखून बघत म्हणाली,

"मी सांगितलेलं तुम्हाला कळत नाहीये का? तुम्ही जा पुढे... आणि माझ्या गवतावरून बाजूला व्हा आधी, व्हा बाजूला!"

तिच्या एकंदर आविर्भावानं चौबळ जरा घाबरलाच आणि नकळत दोन पावलं मागे झाला. तेव्हाच त्याला जाणवलं, की आपल्या पायांवर काहीतरी, कीटक सरकल्यासारखं वाटत आहे. हे काय बुवा.... कुठलातरी किडा पायावर चढला की काय, असं मनात येत असतानाच त्याचे पाय, मांड्या आणि कमरेवरसुद्धा ठिकठिकाणी खाजू लागलं.

दोन्ही हातांनी खाजवत, त्यानं खाली वाकून बघितलं तर काय, त्याच्या दोन्ही पायांवरून मुंग्या आणि मुंगळे सरासरा वर चढत होते. मुंग्यांचं तर अख्खं वारूळच त्याच्या पायांवरून वर चढत असल्यासारखं दिसत होतं.

त्यानं घाबरून धपाधपा पावलं आपटली आणि तो धडपडत गवतावरून बाजूला झाला. पायऱ्यांजवळच्या दगडी पट्टीवर उभं राहून तो मुंग्या आणि मुंगळे झटकू लागला आणि त्याच्या जोडीला दोन्ही हातांनी कराकरा खाजवू लागला.

त्याची ही अवस्था बघून नंदिताच्या चेहऱ्यावर खुनशी हसू फुटलं. तिच्या मित्रांनी त्या आगाऊ माणसाला चांगली अद्दल घडवली होती. ती हसतच खाली बसली आणि आसपासचं गवत कुरवाळत तिने गवतावर अंग टाकून दिलं.

ते बघून चौबळचा धीर सुटला आणि तो पळत सुटला. त्यानं आपली स्कूटर गाठली आणि घाईघाईने तो हॉस्पिटलकडे निघाला. आता त्याच्या अंगावर खाजू लागलं होतं, पण तो तसाच खाजवत हॉस्पिटलमध्ये पोहोचला. चौबळची अवस्था बघून आणि त्यानं सांगितलेली हकिकत ऐकून दिवाकर, सुशांत आणि डॉक्टर असे सगळेच सुन्न झाले. मग डॉक्टर म्हणाले,

"कदाचित् थोड्या वेळानं ती येईल हॉस्पिटलमध्ये."

"नाही येणार ती." निराशेनं मान हलवत दिवाकर म्हणाला.

"पण तिला तिथून बाहेर काढायलाच हवी. त्या परिसरात ती कोणीतरी वेगळीच बनून जाते. संतापी, हेकट आणि दुष्टही." कराकरा अंग खाजवत चौबळ म्हणाला.

"पण अजूनही तिच्या मनात दिवाकरविषयीचं प्रेम शिल्लक आहे असं दिसतं. त्याचं नाव घेतलं की ती भानावर आल्यासारखी होते असं म्हणालास ना तू?" सुशांतनं विचारलं.

चौबळनं मान हलवली, तेव्हा तो पुढे म्हणाला, "दिवाकरविषयी तिला काहीतरी वाटतं आहे तोपर्यंत तिला तिथून काढणं शक्य आहे."

"हो. हे सगळं खरं. पण ते जमायचं कसं? आता तर तिची केस आणखीच सिरीयस झालेली दिसते." डॉक्टर म्हणाले.

"सिरीयस दुखण्यावर सिरीयस इलाज करायचा. बरोबर, डॉक्टर?" किंचित हसत सुशांतनं विचारलं आणि मग त्याची कल्पना त्यानं इतरांना समजावून सांगितली.

चांगला अंधार पडल्यावर सुशांत स्वत:ची कार घेऊन आला आणि डॉक्टरांचा निरोप घेऊन ते तिघे दिवाकरच्या घरी गेले.

व्हरांड्याच्या पायऱ्यांशी गाडी उभी करून ते उतरले, तेव्हा घराचं दार बंद असलं तरी खिडकीतून उजेड दिसत होता. दिवाकरनं पुढे होऊन बेल वाजवली. जरा वेळानं पुन: वाजवली. तरीही दार उघडलं जाईना, तेव्हा त्यानं दारावर जोरानं थापा मारायला आणि नंदिताच्या नावानं हाका मारायला सुरुवात केली.

"नंदिता, ए नंदिता... नंदिता... दार उघड नंदिता."

त्यातली कुठलीतरी हाक नंदिताच्या जाणिवेपर्यंत पोहोचली असावी कारण मध्येच दार उघडलं गेलं.

दारात रिकाम्या नजरेनं नंदिता उभी होती.

डोक्यावर मोठं बँडेज बांधून समोर उभ्या असलेल्या दिवाकरला बघून ती झटक्यात भानावर आली आणि बावचळून म्हणाली,

"हे काय... तुम्ही... पण डॉक्टर तर..."

"आता बरं आहे म्हणून डॉक्टरांनी घरी पाठवलं आहे. पण आधी आत तर येऊ दे."

दिवाकरनं असं म्हटल्यावर ती चट्‌कन बाजूला झाली. दिवाकर आणि त्याच्या मागोमाग चौबळ आणि सुशांत आत गेले. थकल्याचं नाटक करून दिवाकर कोचावर आडवा झाला आणि म्हणाला,

"नंदिता, कॉफी करतेस? चांगली स्ट्राँग आणि गोड कर."

नंदिता आत जाऊ लागल्यावर तो पुढे म्हणाला, "तुझ्यासाठीही कर.

सगळ्यांसाठीच कर. कॉफी घेऊन मग सांगतो तुला सगळं.''

''बरं'' म्हणून नंदिता आत गेली आणि थोड्याच वेळात कॉफीचे कप घेऊन बाहेर आली. सर्वांनी कॉफी प्यायला सुरुवात केली आणि सुशांत म्हणाला,

''मला थोडं दूध पाहिजे आणखी.''

''आणते'' असं म्हणून हातातला कप ठेवून नंदिता आत गेली. त्याबरोबर सुशांतनं खिशातून एक पुडी काढून तिच्या कपात चट्कन रिकामी केली. खिशाला लावलेल्या पेननं कॉफी ढवळली आणि परत आपला कॉफीचा कप घेऊन, तो दूध येण्याची वाट बघत बसला.

नंदितानं बाहेर येऊन त्याच्या कपात आणखी थोडं दूध घातलं आणि मग तीही कॉफी पिऊ लागली.

''इतक्या लवकर कसं घरी पाठवलं तुम्हाला?'' तिने विचारलं.

''सांगतो.'' दिवाकर म्हणाला, ''अगं, आज सकाळी दहाच्या सुमारास मी चांगला शुद्धीवर आलो...'' दिवाकर सांगू लागला. त्याची चार-सहा वाक्यं पुरी होतात न होतात, तोच तिला गरगरून झापड येऊ लागली. आपल्याला असं काय होतंय, असा विचार तिच्या मनात येत असतानाच तिचे डोळे गपकन मिटले. हातातली कपबशी खाली पडून खळ्कन फुटली आणि ती बसल्या जागीच कलंडली.

दिवाकरनं पुढे होऊन तिला सावरून धरली आणि आधी डोक्यावरचं बँडेज ओरबाडून काढलं. दोन दिवसात तो त्या बँडेजला पुरता वैतागला होता.

सुशांतनं पुढे जाऊन गाडीचं दार उघडलं आणि चौबळच्या मदतीनं दिवाकरनं नंदिताला गाडीत नेऊन ठेवलं. मग परत आत जाऊन काही कपडे आणि आवश्यक सामान घेऊन तो बाहेर आला. घराला कुलूप लावलं आणि ते औरंगाबादच्या दिशेनं निघाले.

नंदिता आता आठ-दहा तास तरी गुडुप झोपणार होती आणि तिला जाग येण्यापूर्वीच ते औरंगाबादला दिवाकरच्या घरी पोहोचलेले असणार होते.

दिवाकरची वाट बघत चौबळ बस स्टँडवर उभा होता. तब्बल दोन महिन्यांनी दिवाकर येत होता, तो सामान आवरून घर खाली करण्यासाठी. त्यानं आपली बदली औरंगाबादला करवून घेतली होती. या मधल्या दोन महिन्यांमध्ये नंदिता कशी होती, कुणास ठाऊक!

औरंगाबादची बस येऊन थांबली. चार-पाच जण उतरल्यावर चौबळला दिवाकर दिसला. तो चांगला फ्रेश, हसतमुख दिसत होता. म्हणजे नंदिताही ठीक असावी.

पुढे होऊन दिवाकरच्या हातातली सुटकेस घेत चौबळनं हसत हसत विचारलं,

''काय रे, तुझी तब्येत कशी आहे आता?''

''फर्स्ट क्लास. नाहीतरी माझ्या तब्येतीला काय धाड भरली होती?''

''आणि नंदितावहिनी?''

''आता तीही ठीक आहे.'' जरा गंभीर होऊन दिवाकर उत्तरला, ''पण पहिले काही दिवस तिला फार त्रास झाला.

''आपलं सगळं नाटक त्यांना सांगावं लागलं असेल ना?''

''हो ना. मला काही अपघात वगैरे झाला नव्हता, हे तर त्या दिवशी ती जागी झाल्यावरच तिला कळलं होतं. तुम्ही दोघं होतात की तेव्हा तिथे. तुम्ही गेल्यावर तिला जेव्हा सगळी हकिकत थोडक्यात सांगितली, तेव्हा तिनं आधी बराच त्रागा केला. ती अशा प्रकारे वागत होती हेच तिला कबूल नव्हतं. मग एक-दोन दिवस गेल्यावर तिनं परत जायचा हट्ट सुरू केला. पण अर्थातच आम्ही कोणी तिचं ऐकलं नाही. तिचं रागावणं, आदळआपट करणं, टाकून बोलणं या सगळ्या गोष्टींकडे आम्ही पूर्ण दुर्लक्ष केलं आणि त्याच्या जोडीला तिचं मन रमवायसाठी खूप काय काय केलं. नाटकं, सिनेमे, जेवण याबरोबरच सत्यनारायण पण केला. मनीषा आणि तिच्या मैत्रिणी नंदिताला पिकनिकला घेऊन गेल्या. अशी तिला सारखी गुंतलेली आणि रमलेली ठेवली. खरंच... तात्या, आई आणि मनीषानं तिला खूप सांभाळून घेतलं. हळूहळू ती सावरली आणि पूर्वीसारखी हसू-खेळू लागली.''

''आत्ता तुझ्याबरोबर सामान आवरायला यायचं म्हणाली नाही का ती?''

''म्हणाली; पण मी ठाम नाही म्हटलं आणि तिनंही फारसा हट्ट केला नाही.''

''म्हणजे पूर्ण बरी झालेली दिसते ती.''

बोलत-बोलत ते दोघं चौबळच्या घराशी पोहोचले होते. त्याच्या घरी सामान ठेवून आणि अंघोळ, जेवण करून दिवाकर सामान आवरायला त्याच्या घरी गेला.

कुलूप काढून तो आत गेला, तेव्हा त्याच्या अपेक्षेप्रमाणेच सगळीकडे धुळीचे थर पसरले होते. त्यानं खिडक्या उघडून टाकल्या आणि तो एकेक वस्तू जमा करू लागला.

काम करता-करता त्याला एकेक गोष्ट आठवू लागली आणि मनात प्रश्न उभा राहिला, ''खरंच असं काही चमत्कारिक घडत होतं का की तो केवळ आपल्या मनाचा खेळ होता?''

उघड्या खिडक्यांमधून भरपूर प्रकाश आत येत होता आणि ते धूळभरलं घरही प्रसन्न वाटत होतं.

नंदिताला इथे राहणं फार आवडत होतं, यात नवल काहीच नाही. घराचं वातावरणच खूप छान आहे. दिवाकरच्या मनात आलं. स्वत:ची भीती आठवून त्याला हसूच येऊ लागलं. किती घाबरट आहोत आपण.

बेडरूमच्या भिंती आपल्या अंगावर येत आहेत, या कल्पनेनं आपण भेदरलो हे त्याला आठवलं. तो बेडरूममध्ये गेला आणि त्यानं भिंतीवरून हात फिरवला. त्याला एकदम बरं वाटलं. त्यानं समोरच्या भिंतीवरही हात फिरवला. त्याला इतकं छान वाटलं, की काही वेळ तो भिंतीला चिकटून उभा राहिला.

जरा वेळानं त्याला सामान आवरायची आठवण झाली आणि तो परत कामाला लागला.

स्वयंपाकघरात काम करताना त्याला बाहेरची गुलमोहराची झाडं दिसली आणि हातातलं काम टाकून तो मागच्या दारानं बाहेर पडला. नंदिता त्या झाडाखाली नेहमी बसलेली असायची. वाळकं गवत तुडवत तो गुलमोहराखाली पोहोचला आणि नंदिता बसायची, त्या जागी जाऊन बसला.

इकडे-तिकडे बघत तो असा बसला असताना त्याच्या लक्षात आलं की खरंच, इथे खूप छान वाटतं आहे. गार वाटतं आहे. कसं निवांत आहे इथे.

वाऱ्यावर डुलणारं गवत, मातीत तुरूतुरू पळणारे, झाडावर चढणारे मुंगळे, इकडून तिकडे उडणारे पक्षी... समोर बघत दिवाकर बसून राहिला.

चौबळ संध्याकाळी कामावरून घरी गेला. त्याचं चहापाणी झालं आणि तो दिवाकरची वाट बघू लागला. अंधार पडायला आला तरी दिवाकर आला नाही, तेव्हा चौबळनं स्कूटर काढली आणि तो दिवाकरच्या घरी गेला.

घराचं दार उघडंच होतं, पण आत दिवा दिसत नव्हता आणि दिवाकरही आत नव्हता. सगळीकडे अर्धवट भरलेलं सामान पडलेलं होतं.

"हा गेला तरी कुठे?" असं मनाशी म्हणत, दिवाकरला शोधत त्यानं घराभोवती फेरी मारली आणि तो मागे आला. तेव्हा थोड्या अंतरावर गुलमोहराच्या झाडाखाली कुणीतरी बसलेलं असावंसं त्याला वाटतं. अंधुक उजेडात नीट काहीही दिसत नव्हतं.

गवत तुडवत चौबळ तिथे पोहोचला आणि गुंगल्यासारखा समोर बघत बसलेला दिवाकर त्याला दिसला.

चौबळ हादरलाच.

"दिवाकर, ए दिवाकर, दिवाकर."

दिवाकरला हलवत चौबळ ओरडला.

दिवाकरनं दचकून वर बघितलं. चौबळला समोर बघून तो धडपडत उठला आणि म्हणाला,

"हे काय? तू कसा आलास इकडे?"

"मी कसा... तू काय करतो आहेस इथे?" चौबळनं रागानंच विचारलं.

"मी काय करतो आहे म्हणजे... सामान आवरायला आलो नाही का?"

"हे तुझं सामान आवरणं चाललं आहे का?"

"नाही रे. मी आपला जरा..."

"चल. ताबडतोब नीघ तू आधी इथून."

"अरे, पण अजून सामान सगळं आवरून झालं नाहीये."

"मरू दे ते सामान." चौबळ वैतागत म्हणाला आणि दिवाकरचा हात धरून तो त्याला आपल्यामागे ओढत घेऊन निघाला.

"अरे... अरे चौबळ, असं काय करतोस?" असं दिवाकर म्हणत होता, तरी त्यानं त्याला सोडलं नाही.

स्कूटरपाशी पोहोचल्यावर त्यानं दिवाकरचा हात सोडला आणि किक् मारत म्हणाला,

"बैस मागे."

"अरे, पण घर तसंच उघडं सोडून..."

"बैस मुकाट्यानं." चौबळ जरबेनं म्हणाला.

त्याचा एकंदर रागरंग बघून दिवाकर मुकाट्यानं त्याच्या मागे बसला.

चौबळनं स्कूटर सोडली. दिवाकरच्या घरातल्या सामानाचं काही होणार नाही अशी त्याची अटकळ होती. घरासमोरचा रस्ता संपवून मुख्य रस्त्याला लागण्यासाठी वळताना, त्यानं न राहवून वळून घराकडे बघितलं.

वाढत चाललेल्या अंधारात घर एखाद्या सावलीसारखं दिसत होतं.

आता ते कुणाची वाट बघत होतं?

■

लांडगा

''ए, हॅट... हॅट् हॅट् शुक्...''

बातम्या ऐकत टी. व्ही. समोर बसलेल्या सुनंदाबाईंनी स्वयंपाकघरातून आलेले हे शब्द ऐकले आणि टी. व्ही. चा आवाज कमी करत त्या म्हणाल्या,

''काय रे अमित, काय झालं?''

अमित त्यांच्यासाठी आणि स्वत:साठी कडक कॉफी बनवत होता. कॉफीचे मग भरून बाहेर आणत तो म्हणाला ''अगं कुठलंतरी घाणेरडं कुत्रं आलं होतं.. मागच्या खोलीतून थेट स्वयंपाकघराच्या दारापर्यंत आलं होतं. मागच्या खोलीत अंधार आहे नं त्यामुळे त्याला फावलं, पण तेवढ्यात माझं लक्ष गेलं आणि मग मी ओरडल्यावर पळून गेलं.''

कुत्रं? कुठून आलं असेल कुत्रं?... सुनंदाबाईंच्या मनात आलं. मागचं दार बंद करूनच त्या टी. व्ही. समोर येऊन बसल्या होत्या आणि समोरचं दार तर त्यांच्यासमोरच होतं. तिथून तर काही कोणी आलं-गेलं नव्हतं, मग कुत्रं आलं कुठून? की त्या टी. व्ही. बघण्यात इतक्या गुंग झाल्या होत्या, की पुढच्या दारातून कुत्रं आल्याचं त्यांना कळलंही नाही?

खरं म्हणजे समोर चाललेला कार्यक्रम तसा रटाळच होता, त्यामुळे त्या त्यात फारशा रमलेल्या नव्हत्या. असं असताना त्यांच्या नकळत कुत्रं आत कसं काय गेलं?

''आई, कॉफी मस्त झाली आहे की नाही?''

अमित असं म्हणाला आणि कुत्र्याचा विषय त्यांच्या डोक्यातून गेला. कॉफीचे घोट घेत त्या म्हणाल्या, ''छान झाली आहे, पण अर्चना करते, तशी काही झालेली नाही हं.''

आईच्या बोलण्यावर मनोमन खुश होत अमित हसला आणि म्हणाला,

"आई, तू अगदी फितूर आहेस बघ. मुलापेक्षा सुनेचंच कौतुक जास्त तुला."

"मग! आहेच माझी सून तशी गुणाची."

"अगं पण ही तुझी गुणाची सून आहे कुठे? अंधार पडायला लागला तरी अजून तिचा पत्ता नाही."

"येईल रे. भाजी आणायला गेली आहे. तशीच पुढे मधुराकडे जाऊन येणार आहे. बसली असेल जरा वेळ बोलत. बऱ्याच दिवसांत दोघी भेटलेल्या नाहीत. आणि काय रे, तुला बायकोवाचून तासभरसुद्धा राहवत नाही का?"

"तसं नाही गं. मी आपलं सहज विचारलं... नाही म्हणजे, स्वयंपाक वगैरे करायचा असेल नं..."

"अरे वा! स्वयंपाकाची काळजी कधीपासून करू लागलास तू? कॉफी केलीस तसा आता स्वयंपाकही करणार का?" सुनंदाबाईंनी चेष्टेनं विचारलं.

"तसं नाही गं..."

"मग कसं..."

सुनंदाबाईंचं वाक्य पुरं होण्यापूर्वीच, बाहेरच्या पायऱ्यांवर पावलं वाजली आणि अर्चना दारात उभी राहिली.

"बरं झालं बाई, आलीस ते" किंचित् हसत सुनंदाबाई म्हणाल्या, "नाहीतर आता अमित स्वयंपाकाला लागणार होता."

"स्वयंपाकाला?..." गोंधळलेल्या चेहऱ्यानं अर्चना उद्गारली.

"घाबरू नकोस. मी काही असले प्रयोग करायला जात नाही." अमित म्हणाला.

"नाही, तसा जरा उशीरच झाला मला... वाटेत कावेरीमावशीही भेटल्या आणि..."

बोलत-बोलत अर्चनानं चपला काढल्या आणि ती स्वयंपाकघराकडे वळली. तिच्या मागोमाग सुनंदाबाईही गेल्या आणि अमितनं टी. व्ही. चा रिमोट हातात घेतला. बटणं दाबत तो चॅनेल्समधून फिरू लागला खरा, पण त्याचं चित्त त्यात नव्हतं. त्याच्या डोक्यात अर्चनाचेच विचार घोळत होते.

खरं म्हणजे तिच्याशी लग्न झाल्यापासून त्याच्या मनात तिचा विचार सतत असायचाच. कधी स्वतंत्रपणे, तर कधी इतर विचारांमध्ये मिसळलेला. कधी कधी त्याला हे जाणवायचं आणि तो स्वतःशीच खजील व्हायचा. अर्चनासारखी सुंदर, सुशिक्षित, सालस आणि सर्वांशी मिळून-मिसळून वागणारी पत्नी आपल्याला वयाच्या छत्तिसाव्या वर्षी लाभावी, याचं त्याला स्वतःलाच अनेकदा आश्चर्य वाटत असे. लग्नाच्या गाठी स्वर्गात मारल्या जातात असं म्हणतात; ते खरंच असलं

पाहिजे... त्याला परत एकदा वाटलं.

अमित अर्चनाच्या विचारात बुडलेला असतानाच आईची हाक त्याच्या कानांवर आली. त्या त्याला जेवायला बोलवत होत्या. त्यानं टी. व्ही बंद केला आणि तो पुढचं दार बंद करायला गेला. दाराच्या दोन्ही फळ्या लावून घेता-घेता बागेतल्या तगरीच्या झुडपाखालून सर्रकन काहीतरी उजवीकडे सरकल्यासारखं त्याला वाटलं. तो थबकला. ते मघाचं कुत्रं बागेत लपलं होतं की काय?

तसं असलं तर त्याला लगेच हाकलायला हवं. नाहीतर ते आपल्या बागेतच राहायला शिकेल.

अमितला कुत्र्या-मांजरांचा अगदी तिटकारा होता.

त्यानं टेबलाच्या खणातून टॉर्च काढला आणि तो जोत्याच्या चार पायऱ्या उतरून बागेत गेला. तगरीच्या झुडपाखाली, गुलाबांच्या वाफ्यामध्ये, कुंदाच्या आणि जाईच्या वेलाजवळ, कुंपणापाशी लावलेल्या क्रोटनच्या रांगांमध्ये, फाटकाच्या दोन्ही बाजूंना, राखणदारांप्रमाणे उभ्या असलेल्या कडुलिंबाच्या झाडांखाली, एवढंच नव्हे तर लॉनच्या गवतामध्ये त्यानं टॉर्चचा उजेड टाकून बघितला. कुठेच काही नव्हतं. एखादा बेडूक किंवा उंदीरसुद्धा नव्हता.

त्यानं कुत्रं पाहिलं होतं हे नक्की, की ते मांजर होतं?

त्यानं परत एकदा टॉर्च सगळीकडे फिरवला, तरीही काही दिसलं नाही. गेलं वाटतं पळून, असं मनाशी म्हणत तो घरात गेला आणि त्यानं दार लावून घेतलं.

"अरे बाहेर कशाला गेला होतास आत्ता?" सुनंदाबाईंनी विचारलं.

"अगं ते मघाचं कुत्रं बागेत दिसल्यासारखं वाटलं म्हणून बघून आलो."

"कुत्रं? कुठलं कुत्रं?" अर्चनानं विचारलं, तशी सुनंदाबाईंनी तिला सगळं सांगितलं. आणि त्या म्हणाल्या, "ते गेलं असेल पळून मघाशीच, इतका वेळ कशाला बसतंय ते इथे?" मग त्यांनी विषय बदलला. "काय म्हणत होती मग कावेरी?" त्यांनी विचारलं आणि कुत्र्याचा विषय मागे पडला.

तरी रात्री झोपताना अमितला परत एकदा ते कुत्रं आठवलंच आणि सकाळी उठल्यावर परत एकदा बागेत नीट शोधून बघायचं, असं त्यानं ठरवलं.

सकाळी त्याला जाग आली, तीच मुळी फोनच्या रिंगनं. खडबडून जागं होत त्यानं पलंगाशेजारच्या टीपॉयवर असलेल्या फोनचा रिसीव्हर उचलला. त्याच्या कंपनीच्या मॅनेजिंग डायरेक्टरच्या सेक्रेटरीचा फोन होता. थेट कलकत्त्याहून मॅनेजिंग डायरेक्टर सकाळच्या फ्लाईटनं निघून पुण्याला साडेनऊच्या सुमारास पोहोचणार होते आणि सरळ ऑफिसमध्ये जाणार होते. त्यांना उतरवून घ्यायला 'कोणालातरी पाठवा' असं सांगण्यासाठी सेक्रेटरीनं फोन केला होता.

अमितची झोप क्षणार्धात पळाली. पांघरूण फेकून देऊन तो ताड्कन उठला आणि त्यानं बाथरूमकडे धाव घेतली. सगळं आन्हिक उरकून तो सव्वाआठला घराबाहेर पडलासुद्धा. त्यानं स्वत:च विमानतळावर जायचं ठरवलं होतं.

दिवसभर मग तो कामात इतका गुंतलेला होता, की दुसरा कुठला विचारच त्याच्या डोक्यात आला नाही. आणि संध्याकाळी आठ वाजता तो घरी परतला, तेव्हा इतका दमला होता, की केव्हा एकदा आडवे होतो असं त्याला झालं होतं. अर्चनानं दार उघडल्यावर नेहमीप्रमाणे त्यानं तिच्या डोक्यावर टपली मारली नाही की "आई..." अशी मोठ्यानं हाक मारली नाही. त्याचा एकंदर नूर बघून अर्चना काही न बोलता आत गेली आणि तिनं चहाचं आधण ठेवलं. ती थोड्या वेळानं चहा घेऊन आली, तर तोपर्यंत अमित सोफ्यावर आडवा झालेला होता आणि मंद सुरात घोरतही होता. ती चहा तसाच आत घेऊन गेली.

रात्रीच्या जेवणांना त्या दिवशी बराच उशीर झाला. अमित दमून झोपलेला असल्यामुळे त्या दोघींनी त्याला उठवलं नाही. तो जवळ-जवळ साडेनऊला उठला. त्याच्यापुढे त्यानं अंघोळ केली आणि मग ते जेवायला बसले, तेव्हा साडेदहा वाजून गेले होते. "ए, उद्या मला बरोबर साडेपाचला उठव हं" असं अर्चनाला सांगतच तो पानावरून उठला.

"म्हणजे काय? उद्याही लौकर जायचं आहे का? एवढ्या लौकर कशाला उठायचं आहे?" तिनं विचारलं.

"अर्थातच, लौकर जायचं आहे. नाहीतर इतक्या लौकर कशाला उठवायला सांगीन मी?" वैतागलेल्या सुरात अमित म्हणाला.

"तुझा हा मॅनेजिंग डायरेक्टर किती दिवस राहणार आहे आता?" सुनंदाबाईंनी विचारलं.

"तो त्याचे सगळे बेत काय मला सांगतो का? राहील चार-पाच दिवस किंवा महिनाभरसुद्धा राहील." अमित चिडला. त्याचा एकंदर मूड बघून त्या दोघी जणी मग पुढे काही बोलल्या नाहीत. तो हात धुवायला गेल्यावर त्यांनीही आटपतं घेतलं. मागचं सगळं भराभर आवरून आणि तांब्या-भांडं घेऊन अर्चना खोलीत गेली तेव्हा कपाळावर आडवा हात ठेवून आढ्याकडे बघत, अमित पलंगावर आडवा पडला होता.

"हे काय? मला वाटलं होतं, तुम्हाला झोप लागली असेल म्हणून." ती म्हणाली.

"झोप आली आहे खरं म्हणजे, पण लागत नाहीये."

"फार दमलं की असंच होतं. आणि शिवाय उगाचंच फार विचार करत बसता तुम्ही. मग झोप कशी लागणार?... डोकं दाबून देऊ का थोडं?"

''नको गं, तू आपली नुसती बैस माझ्याजवळ.''

अर्चनाला हाताला धरून आपल्याजवळ बसवत अमित म्हणाला.

अर्चना त्याच्याजवळ बसली आणि हळूहळू त्याच्या डोक्यावरून हात फिरवू लागली. थोड्याच वेळात त्याचे डोळे मिटले, तरी ती थांबली नाही. त्याला नीट झोप लागली आहे की त्यानं नुसतेच डोळे मिटले आहेत, ते तिला कळत नव्हतं. हात फिरवता-फिरवता ती हळू आवाजात गुणगुणू लागली. रात्रीच्या शांत वातावरणात तिची ती गुणगुण फार गोड वाटत होती.

ठरल्याप्रमाणे अर्चनानं त्याला साडेपाचला हाक मारली. तो जागा झाला, तेव्हा एकदम तरतरीत झालेला होता. त्याचा रात्रीचा सगळा शीण नाहीसा झाला होता.

''तू झोप'' असं म्हणून त्यानं तिच्या अंगावरचं पांघरूण नीट केलं आणि तो तोंड धुवायला गेला. चट्चट् सगळं आटपून सात-साडेसातपर्यंत ऑफिसमध्ये पोहोचायचं असा त्याचा बेत होता. त्याला नवीन प्रोजेक्टची आउटलाईन तयार करायची होती आणि जमलं तर, दोन दिवसांनी मुंबईला जाणाऱ्या मॅनेजिंग डायरेक्टरबरोबर मुंबईला पाठवायची होती. हे नवीन काम मिळवण्यासाठीच मॅनेजिंग डायरेक्टर सातपुते कलकत्त्याला गेले होते. काम जवळजवळ मिळाल्यासारखंच होतं, पण त्यावर शिक्कामोर्तब होण्यासाठी कामाची रूपरेषा आखून ती आणि कामाचं वेळापत्रक त्या कंपनीला 'सुधेंदु इंडस्ट्रीज' ला दाखवायचं होतं.

अमित आणि त्याची सातजणांची टीम दोन दिवस सतत खपली, तरच हे शक्य होतं. आणि सगळ्या टीमनं जीव ओतून काम करायला हवं असलं तर आधी अमितनं स्वतःला त्या कामात झोकून द्यायला हवं होतं, म्हणून तर तो सगळ्यांच्या आधी ऑफिसमध्ये पोहोचणार होता.

त्याबद्दल त्याची तक्रारही नव्हती. एकदा कामाला लागलं, की तो तहान-भूक, सर्व विसरत असे. या त्याच्या गुणामुळे आणि अंगभूत हुशारीमुळे तर तो त्यांच्या कंपनीचा डायरेक्टर झाला होता, तेही त्याच्यापेक्षा सिनिअर असलेल्या दोघांना स्पर्धेत मागे टाकून. एस. एस. एस... स्पीडी सॉफ्टवेअर सोल्युशन्स.. या त्यांच्या कंपनीच्या देशभरात मिळून सात शाखा होत्या. तो पुणे आणि नाशिक या दोन्ही शाखांच्या प्रॉडक्शन विभागांचा प्रमुख होता. तो पुण्याला राहत होता आणि नाशिकला जाऊन येऊन तिथलंही काम पाहत होता.

'स्पीडी सॉफ्टवेअर सोल्युशन्स' केवळ दहा वर्षांपूर्वी अस्तित्वात आली होती, पण अल्पावधीतच तिनं अनेक मोठमोठ्या कंपन्यांना मागे टाकलं होतं. कॉम्प्युटर सॉफ्टवेअर क्षेत्रात 'एस. एस. एस.' हे नाव आता मोठं होतं. हा मोठेपणा अमितसारख्या हुशार आणि कर्तबगार सॉफ्टवेअर इंजिनिअर्सच्या बळावरच कंपनीनं

मिळवला होता.

स्वत:साठी चहा बनवताना अमितच्या डोक्यात त्याच्या कामासंबधीचेच विचार सुरू होते. प्रोजेक्टची आउटलाईन मनात तयार होत होती. गॅसवर ठेवलेलं आधण उकळू लागल्यावर त्यानं त्यात चहा टाकून पातेलं खाली उतरवलं आणि फ्रीजमधून दुधाचं पातेलं काढण्यासाठी तो वळला.

आणि वळता-वळताच त्याला जेवणघरातल्या टेबलाच्या पायाशी मुटकुळं करून बसलेली, काळी आकृती डोळ्यांच्या कोपऱ्यातून दिसली. तो दचकला. हातातलं दुधाचं पातेलं हिंदकळलं. हे कुत्रं... की मांजर?.. आत कसं आलं? रात्री आपण लौकर झोपलो. मग दारं कोणी लावली? आईनं की अर्चनानं? पुढचं-मागचं दोन्ही दारं नीट लावली नाहीत का? हे घाणेरडं कुत्रं की मांजर आत कसं घुसलं?

अमितच्या मनात हे सगळे विचार क्षणार्धात येऊन गेले. त्यानं दुधाचं पातेलं ओट्यावर ठेवलं आणि तो जेवणघराकडे वळला. जेवणघरात जाऊन त्यानं आधी दिवा लावला. पण तिथे आत कोणीही किंवा काहीही नव्हतं. त्यानं सगळीकडे नीट नजर फिरवली, पण जेवणघरात तिथल्या नेहमीच्या वस्तू आणि फर्निचर यांखेरीज काहीही नव्हतं.

आपल्याला भास झाला का? स्वयंपाकघरात दिवा लावल्यामुळे जेवणघरात थोडासा अंधूक उजेड पसरला होता, पण खरं म्हणजे तिथे काही चांगला प्रकाश नव्हता. त्यामुळे तिथल्याच एखाद्या वस्तूला तर आपण मुटकुळं करून बसलेलं कुत्रं समजलो नाही ना?

अर्धवट उजेडात किंवा संधिप्रकाशात अशी फसगत होऊ शकते. आपलीही अशीच फसगत झाली का?

अमितला नक्की काही कळेना.

त्यानं पुढचा आणि मागचा, असे दोन्ही दरवाजे बघितले. दोन्ही बंद होते.

आपल्याला नक्की भासच झाला. काल कुत्रं घरात घुसल्याचं आपल्या डोक्यात होतं, त्यामुळे आपल्याला आजही कुत्रं दिसायला लागलं. अमितनं स्वत:च्या मनाची समजूत काढली आणि तो चहा गाळू लागला. एव्हाना चहाचा काढा झाला होता. तो काढा घटाघटा पिऊन तो पुढचं उरकायला लागला.

मॅनेजिंग डायरेक्टर सातपुते आलेले असल्यामुळे जरा व्यवस्थित आणि इस्त्रीचे कपडे घालून जायला हवं होतं. नेहमी तो अगदी साध्या कपड्यांत जात असे. दिवसभर कॉम्प्युटरसमोर बसूनच त्याचं काम चालत असे आणि त्याच्या टीममधल्या लोकांशीच त्याचा रोज संबंध येत असे. तेही त्याच्यासारखेच साध्या गबाळ्या कपड्यांत असत. पण आज मात्र जरा व्यवस्थित जायला हवं होतं.

अमित बेडरूममध्ये गेला आणि आवाज न करता त्यानं हळूच कपाटाचं दार

उघडलं. बाहेरच्या पॅसेजमधल्या छोट्या दिव्याचा मंद प्रकाश थोडासा आतमध्ये येत होता. त्या तेवढ्या उजेडातच तो कपडे शोधू लागला. अर्चना शांत झोपली होती. आणि त्याला, तिला जागं करायचं नव्हतं. कपाटात हँगरला लावलेले कपडे पुढे-मागे करून त्यानं एक सूट काढला. सूटसकट हँगर पलंगावर टाकून तो दार बंद करू लागला आणि त्याला कपाटात तळाशी मुटकुळं दिसलं...

दचकून तो दोन पावलं मागे झाला. क्षणभर त्याला गरगरल्यासारखं झालं. हे... हे... काय आहे?.. हे इथे कसं आलं?

तो पलंगावर टेकला आणि मग स्वत:च्या प्रतिक्रियेचं त्याला स्वत:लाच हसू आलं. अर्धवट अंधारामुळे त्याला भास होत होते... आणि तो एवढा मोठा पुरुष घाबरत होता! त्यानं उठून दिवा लावला आणि कपाटात बघितलं.

तिथे काही नव्हतं.

तो स्वत:शीच हसला आणि टॉवेल घेऊन बाथरूममध्ये शिरला.

अमितनं दिवा लावल्यामुळे अर्चनाची झोप चाळवली होती. बाथरूमचं दार बंद करण्याच्या आवाजानं ती जागी झाली. तिनं डोळे उघडून पाहिलं. पलंगावर पडलेले अमितचे कपडे, बाथरूमचं बंद दार आणि खोलीत जळत असलेला दिवा बघून ती मंदशी हसली. कूस बदलून तिनं परत डोळे मिटले, तरी तिला माहीत होतं की अमितनं आवाज न करता तयार होण्याचा कितीही प्रयत्न केला, तरी आपण आता जाग्याच असणार आहोत तेव्हा त्याची अंघोळ झाली की आपण उठून त्याला आणखी एक चहा करून द्यावा. म्हणजे तो एकदम खुश होईल. ती डोळे मिटल्या- मिटल्याच अमित बाथरूममधून बाहेर येण्याची वाट बघू लागली.

अमितचा सगळा दिवस कामात गेलातरी त्याच्या अपेक्षेपेक्षा काम भराभर पुढे सरकलं. दुसऱ्या दिवशी प्रोजेक्ट आउटलाईन नक्की पुरी होईल, अशी खात्री झाल्यावर त्यानं घरी जाण्याचा निर्णय घेतला. जवळ-जवळ बारा तास तो रोज अखंड काम करत होता. दोन-तीनदा कॉफी पिण्यात आणि दुपारी कसाबसा एक डोसा खाण्यात जेवढा वेळ गेला होता, तेवढाच. बाकी सगळा वेळ तो कॉम्प्युटरवर डोळे लावून बसला होता आणि आता अगदी शिणला होता.

तो ऑफिसबाहेर पडला आणि अंधार पडू लागल्याचं त्याच्या लक्षात आलं. इतका वेळ वातानुकूलित ऑफिसमध्ये तो कृत्रिम उजेडात काम करत होता. दिवसरात्रीशी त्याचा काही संबंध राहिलेला नव्हता. रात्र पडू लागली आहे, हे त्याच्या आत्ता लक्षात आलं.

आता घरी जाऊन मस्तपैकी गरम पाण्यानं आंघोळ करावी आणि मग आईशी गप्पा मारत बसावं, अर्चनाची चेष्टा करावी, कपाटातले डबे उघडून काहीतरी चरावं आणि एकंदरीत घरात जरा गडबड करावी. गंमत करावी. काल, आपण त्या

दोघींवर उगाचच करवादलो. घरचा विचार करत तो गाडीपाशी आला. गाडीचं दार उघडायला म्हणून त्यानं खिशातली किल्ली काढली आणि त्याला गाडीच्या मागच्या चाकाशी 'ते' बसलेलं दिसलं. त्याला बघून अमित हादरलाच.

अमितकडे त्याची पाठ होती, पण ते कुत्रं होतं की मांजर? की दुसराच काही प्राणी होता तो? अर्धवट उजेडात नक्की काहीच कळत नव्हतं.

आणि तो त्याच्या का मागे लागला होता?

असा विचार मनात येता-येताच अमितनं स्वत:ला सावरलं. एखादा प्राणी त्याच्या कशाला मागे लागणार होता? असा काहीतरी विचार करणं हे पॅरानॉइआचं लक्षण असतं. आपण काय पॅरानॉइड का आहोत? त्या घाणेरड्या प्राण्याच्या पेकाटात एक लाथ घातली की जाईल पळून केकाटत...

अमितनं लाथ घालण्यासाठी म्हणून पाय उचलला आणि त्याच क्षणी त्या प्राण्यानं मागे वळून त्याच्याकडे रोखून बघितलं. त्याचे लालभडक डोळे आणि त्यांतला विखार बघून अमित सटपटलाच.

त्याचा पाय आपोआपच खाली आला.

अमितकडे रोखून बघत तो प्राणी उठला आणि तो कुत्र्या-मांजरापेक्षा मोठा असल्याचं अमितच्या लक्षात आलं. सटपटलेला अमित बघत असतानाच त्यानं अमितच्या दिशेनं झेप घेतली.

"ए... ए..." असं काहीतरी ओरडत, धडपडत अमित बाजूला झाला आणि त्याच्या अगदी जवळून, जवळजवळ त्याला खेटूनच तो प्राणी पलीकडे गेला.

प्रतिक्षिप्तपणे अमितनं मागे वळून बघितलं, पण तोपर्यंत तो दिसेनासा झाला होता.

'तो' कुठे गेला?

आजूबाजूला काही मोटारगाड्या, स्कूटर्स, मोटरसायकली उभ्या केलेल्या होत्या. त्यांपैकी एखाद्या गाडीमागे तर तो गेला नाही ना?

पुढे होऊन 'त्या' ला शोधण्याचा धीर काही अमितला होईना. त्यानं खिशातला रुमाल काढला आणि चेहऱ्यावरचा घाम पुसत त्यानं हातातली किल्ली गाडीच्या दाराला लावली. दार उघडून तो आत बसला. त्यानं दार लावून घेतलं आणि तो गाडी सुरू करणार, तोच अमितला 'त्या' चे लालभडक डोळे आठवले. धडपडत दार उघडून तो बाहेर पडला आणि बाहेर उभा राहूनच त्यानं गाडीतला दिवा लावला.त्यानं गाडीत सगळीकडे नीट शोधून पाहिलं. कुठेही काहीही नव्हतं. परत गाडीत बसत त्यानं दार लावून घेतलं आणि गाडी सुरू केली. गाडीबरोबरच त्याच्या डोक्यातली विचारचक्रंही सुरू झाली.

हा असा कुत्रा... लांडगा... की आणखी काही... त्याला परत-परत का दिसत

होता? तो कुठून येत होता? की त्याच्या मागेच असत होता? तसं असलं तर तो त्याच्यामागे का लागला होता? त्यानं त्या प्राण्याचं काय घोडं मारलं होतं?

आणि दारं बंद असतानासुद्धा तो घरात कसा घुसत होता? की तो घरात आधीपासूनच लपून राहात होता?

काहीही असलं तरी तो प्राणी भीतिदायक होता, एवढं नक्की.

अमित घरी पोहोचला तरी त्याच्या डोक्यात तेच विचार घोळत होते. गाडी आत घेण्यासाठी फाटक उघडायला म्हणून तो खाली उतरला, तेव्हा त्यानं आधी चारी बाजूंना नीट बघून घेतलं आणि मग गाडी फाटकातून आत घेतली. गॅरेजच्या बाहेर गाडी उभी करून, गॅरेजचं दार उघडून त्यानं आधी आतला दिवा लावला आणि गॅरेजमध्ये कोणीही नसल्याची खात्री करून घेतली. मगच त्यानं गाडी आतमध्ये लावली.

गॅरेजमधून बाहेर पडण्यापूर्वी त्यानं परत एकदा गॅरेजमध्ये नीट बघून घेतलं आणि मगच गॅरेजचं दार लावलं. गॅरेज घराच्या पूर्वेला, घरापासून सात-आठ फुटांवर होतं आणि गॅरेजपासून घराच्या पुढच्या दाराशी पोहोचायला वीस-बावीस पावलं चालावं लागायचं. अमित घराकडे चालू लागला आणि त्याच्या लक्षात आलं, की घराचं दार उघडं आहे आणि आतून बोलण्याचे आवाज येत आहेत, कोणीतरी आलं होतं. घरात गेल्यावर आधी त्यांच्याशी बोलावं लागेल, हसावं लागेल. गप्पा मारत बसावं लागेल. अमित अगदी कटकटला आणि घराकडे वळलेली त्याची पावलं मंदावली. पण घरात न जाऊन चालणार नव्हतं.

मागच्या दारानं घरात जावं, एकदम त्याच्या डोक्यात आलं. पण मागचं दार बंद तर नसेल नं?

बघू या चान्स घेऊन, असं मनात म्हणत तो मागच्या दाराशी गेला. दार बंद होतं पण त्यानं धक्का दिल्यावर ते उघडलं. एक सुस्कारा सोडून त्यानं आत पाऊल टाकलं. दार परत बंद करायला तो वळला आणि त्याच्यामागे दारातच ते कुत्रं...की... लांडगा, त्याच्याकडे रोखून बघत उभं असलेलं त्याला दिसलं.

"ए... हाड्... हाड्..." अमित एकदम ओरडला. "हे... हे काय चाललं आहे? आं... तू काय समजतोस... आं... मी तुला घाबरेन? आं... तुला काय वाटलं..."

त्याचा आवाज चढत गेला आणि घरातून येणारे, बोलण्याचे आवाज बंद झाले.

अमित ओरडला, तरी पुढे होऊन लाथ घालण्याचा प्रयत्न त्यानं केला नाही. कारण खरं म्हणजे तो चांगलाच हादरला होता. हे काहीतरी फार चमत्कारिक चाललं होतं. तो प्राणी नक्कीच त्याचा पाठलाग करत होता आणि तो आता

आणखीच मोठा वाटत होता.

अंगणातल्या दिव्याचा थोडासा उजेड मागच्या दारापर्यंत पोहोचत होता. मागच्या खोलीतला दिवा लावलेला नव्हता. त्यामुळे दारात नीट उजेड नव्हता. त्या अर्धवट उजेडात तो कुत्रा आहे की लांडगा, हे नीट कळत नव्हतं पण लांडगाच असावा, असं वाटतं होतं.

आणि तो लालभडक डोळ्यांनी अमितकडे रोखून बघत होता. अर्धवट उजेडातसुद्धा त्याचे डोळे लालभडक असल्याचं लक्षात येत होतं.

"काय झालं हो? का ओरडलात तुम्ही?" घाईघाईनं मागच्या खोलीत येत अर्चनानं विचारलं. तिच्या मागोमाग सुनंदाबाईही आल्या. आणि त्याबरोबर दारातला तो लांडगा सर्रकन बाजूला सरकून दिसेनासा झाला.

"का ओरडलास रे?" स्वयंपाकघरातून विचारलं.

"अगं हा लांडगा सारखा माझ्यामागे..."

"लांडगा?" सुनंदाबाई आणि अर्चना दोघी एकदमच उद्गारल्या.

"हो लांडगा... की कुत्रा.. कुणास ठाऊक. पण माझा का पिच्छा पुरवतो आहे तो?"

"तुमचा पिच्छा पुरवतो आहे?" अर्चनानं अचंब्यानं विचारलं.

"अरे, काहीतरी भास झाला असेल तुला. परवाही असंच म्हणालास की कुत्रं आलं होतं म्हणून, पण काही कुत्रं-बित्रं नव्हतं."

"म्हणजे मी काय खोटं सांगतो आहे का?"

"खोटं नाही रे.. पण.."

"मग काय तर? मी सांगतो आहे की तो सारखा माझ्या मागे येतो आहे म्हणून तर तुम्ही म्हणता आहात की भास आहे म्हणून..."

अमितचा आवाज रागानं परत चढला.

"अहो, मधूकाका आणि कुसुमकाकू आले आहेत. तुम्ही येण्याचीच वाट बघत होतो आम्ही... तुम्ही भेटलात की निघणार म्हणत होते ते."

अर्चना मध्येच म्हणाली, तशी सुनंदाबाईंनाही पाहुण्यांची आठवण झाली. अमितचा आरडाओरडा त्यांनी ऐकला तर नाही?

"खरंच की, अमित ये रे हॉलमध्ये..." असं म्हणून त्या वळल्या, तर दारातच मधूकाका आणि त्यांच्यामागे काकू उभ्या होत्या. आणि त्यांनी सगळं बोलणं ऐकलं असावं, कारण काकांनी विचारलं,

"काय झालं? कुत्रं-बित्रं शिरलं की काय घरात?"

"नाही, तसा आपला नुसता भास झाला अमितला." सुनंदाबाई म्हणाल्या.

"लांडगा.. लांडगा, असं काहीतरी म्हणत होता नं अमित?" काकूंनी विचारलं.

सुनंदाबाईंनी अर्चनाकडे साभिप्राय पाहिलं. काकूंचा ढालगजपणा आणि जिथे-तिथे नाक खुपसायचा स्वभाव दोघींनाही चांगलाच माहीत होता.

"छे: हो. लांडगा कुठला? लांडगे आहेत तरी का या भागात?... या आपण बाहेरच बसू या." असं म्हणून त्या हॉलमध्ये वळल्या, तरी काकूंनी परत एकदा विचारलंच, "लांडगा आला असं म्हणाला नं पण अमित?"

या तशा परक्या माणसांच्या कानांवर आपलं ओरडणं गेलं, हे अमितच्या लक्षात आलं आणि तो खजिल झाला. "मी येतोच दोन मिनिटांत फ्रेश होऊन" असं म्हणून तो बेडरूमकडे वळला.

बेडरूममध्ये त्यानं हातातली बॅग पलंगावर टाकली आणि टायची गाठ सैल करत बाथरूमकडे वळला. त्यानं बाथरूमचं दार उघडलं आणि वॉशबेसिनजवळच्या कोपऱ्यातून लांडग्यानं त्याच्या अंगावर झेप घेतली.

"ए... ए..." अमितच्या तोंडून जोरात किंकाळी बाहेर पडली. तो धडपडत दोन पावलं मागे जात पलंगाला आपटून धाडकन पलंगावर बसला. लांडगा त्याच्या अंगावरून पलीकडे गेला होता. "तो कुठे गेला? कुठे लपला आहे तो?"

घाबरलेला अमित पलंगावरून उठला आणि भीतभीतच खोलीत सगळीकडे शोधू लागला. बेडरूम तशी मोठी असली तरी तिथे लपायला जागा नव्हती. पलंगाखाली, खुर्चीखाली, ड्रेसिंग टेबलाच्या मागे, कपड्यांच्या कपाटातसुद्धा त्यानं पाहिलं. शेवटी हतबुद्ध होऊन तो पलंगावर बसला आणि दारात उभं राहून त्याच्याकडे आश्चर्यानं बघणारे मधूकाका त्याला दिसले. त्यांच्यामागे काकू, अर्चना आणि सुनंदाबाईही होत्या.

"काय झालं रे?" काकांनी विचारलं. अमितचं ओरडणं ऐकून ते सर्वांत आधी धावले होते, पण त्यानं ओरडावं असं तर कुठेही काही दिसत नव्हतं.

"परत लांडगं-बिंडगं दिसलं की काय?" त्याच्याकडे रोखून बघत काकूंनी विचारलं. काहीतरी चमत्कारिक चाललं असावं, अशी शंका त्यांना आली होती.

"तुमचं आपलं काहीतरीच वहिनी. लांडगं कसं असेल?" सुनंदाबाई म्हणाल्या. पण अमित का ओरडला असावा, असा प्रश्न त्यांच्या मनात उभा राहिला होता. तेवढ्यात अर्चना पुढे झाली आणि खाली वाकून काहीतरी शोधू लागली. ही असं काय करते आहे, असं वाटत असतानाच ती म्हणाली, "मघाशी माझी सेफ्टी पिन पडली खाली आणि सापडलीच नाही कितीही शोधली तरी. तीच बोचली असेल यांना."

एव्हाना अमित सावरला होता. तो एकदम रागानं म्हणाला,

"सारख्या सेफ्टी पिना लागतात कशाला तुम्हा बायकांना? जिथे-तिथे पडलेल्या असतात, नीट जागेवर ठेवता येत नाहीत?" आणि उजवं पाऊल उचलून तो

तळपाय चोळू लागला.

सुनंदाबाईंनी सुस्कारा सोडला. अमितच्या ओरडण्याचं कारण निदान लोकांना सांगण्यापुरतं तरी सापडलं होतं, म्हणजे आता काकूंनी आणखी चौकशा करण्याचं कारण नव्हतं, पण काहीतरी वेगळंच घडतं आहे, हे त्यांच्या लक्षात आलं होतं.

थोड्या वेळानं काका-काकू गेले. अर्चनानं चटाचट पानं मांडली आणि सगळे जेवायला बसले. अर्धअधिक जेवण झाल्यावर सुनंदाबाई म्हणाल्या,

"तुला खरंच लांडगा दिसला का रे अमित?"

"मग, मी काय खोटं सांगत होतो का?" अमितनं घुश्श्यातच विचारलं आणि त्याचा चेहरा ताणला गेला. काका-काकूंशी बोलताना लांडग्याचा विषय विसरल्यासारखा झाला होता. आता आईनं विषय काढल्यावर त्याला परत सगळं आठवलं. त्यानं धास्तावून सगळीकडे नजर टाकली, ही गोष्ट अर्चनाच्या आणि त्याच्या आईच्या नजरेतून सुटली नाही.

"कुठे दिसला तुम्हाला लांडगा?" अर्चनानं विचारलं.

"कुठे म्हणजे? घरी दिसला, बाहेर दिसला, कुठेही दिसतो तो. माझ्या मागेच लागला आहे. माझ्या मागेच येत असणार तो. पण मी असा घाबरणार नाही त्याला. एक अशी लाथ घालीन पेकाटात की..." अमित चेवानं म्हणाला आणि त्या दोघी त्याच्याकडे बघतच राहिल्या. त्या दोघींपैकी कुणालाच लांडगा दिसला नव्हता.

"परवा तू त्यालाच कुत्रा समजला होतास का?"

"हो, आधी मला वाटलं, कुत्रंच आहे..." अमित सांगू लागला आणि मग हळूहळू त्यानं लांडगा दिसण्याच्या सगळ्या घटना सांगितल्या.

दोघी जेवण थांबवून ऐकतच राहिल्या. तो सांगत होता, तसं खरंच घडत होतं का? की हे सगळे त्याच्या मनाचे खेळ होते? त्याला होणारे भास होते?

कारण त्या दोघींना अजून एकदाही तो लांडगा की कुत्रा दिसला नव्हता. तो अगदी बेडरूममध्ये घुसलेला असता तर तो सर्वांनाच दिसायला हवा होता कारण अमित ओरडल्याबरोबर ते सगळेच बेडरूममध्ये धावले होते. अगदी काका-काकूसुद्धा. तेव्हा निदान पळून जाताना तरी दिसायला हवा होता. की तो त्यांच्या-सुनंदाबाईंच्या बेडरूममध्ये जाऊन लपला होता?

हा विचार मनात आला आणि सुनंदाबाईंना काही सुचेना. घरात लांडगा लपून बसला असेल की काय, या विचारानं त्या बेचैन झाल्या. त्यांनी कसंबसं जेवण संपवलं आणि उठता उठता त्या म्हणाल्या,

"कुठेतरी लपून तर बसलेला नाही ना तो लांडगा? नीट शोधायला हवं बाई, नाहीतर आपण निर्धास्तपणे झोपू आणि मग तो बाहेर निघेल..."

अर्चना त्यांच्याकडे पाहतच राहिली. अमितनं सांगितलेलं सगळं त्यांना खरं

वाटत होतं की काय? तिच्या मते, ते सगळे त्याच्या मनाचे खेळ होते. पण तसं म्हटलं तर तो परत रागावेल म्हणून ती गप्प बसली होती एवढंच. आणि तिची सासूही तो नसलेला लांडगा शोधायला निघाली होती! अमितला मात्र बरं वाटलं. त्याची आई आता त्याच्या मदतीला होती. तिला त्याचं म्हणणं खोटं वाटत नव्हतं! पानात घेतलेला मागचा भात तसाच टाकून तो उठला आणि बेसिनकडे जात म्हणाला, "लांडगे फार क्रूर असतात म्हणे. आपल्याला जपूनच शोधायला हवं त्याला आणि तो दिसला तरी कुणीही जवळ जायचं नाही त्याच्या एकदम."

नवरा आणि सासू दोघंही लांडग्याला शोधायला निघाल्यावर अर्चनालाही त्यांच्यात सामील होणं भाग होतं. तिनं पट्कन उठून हात धुतले आणि ती धुणं वाळत घालायची काठी घेऊन आली. अमितनं त्याची क्रिकेटची बॅट घेतली तर सुनंदाबाईंनी खराटा घेतला.

एवढीच हत्यारं त्यांच्याकडे होती!

ही हत्यारं घेऊन दबकत-दबकत हॉलच्या दिशेनं जाताना सुनंदाबाई म्हणाल्या, "नमित हवा होता रे आत्ता, त्याला जंगली प्राण्यांची चांगली माहिती आहे. त्याला बरोबर कळलं असतं, कुठे लपला आहे लांडगा ते आणि त्यानं बरोबर बाहेर काढलं असतं त्याला."

मग अर्चनाकडे बघत त्या पुढे म्हणाल्या, "भीती कशी ती माहीतच नाही बघ त्याला."

"म्हणजे मी भितो आहे असं म्हणायचं आहे का तुला?" अमितनं उसन्या रागानं म्हटलं. आपण भितो आहोत, हे त्याला मनोमन माहीत होतं आणि नमित हवा होता असं त्यालाही तीव्रतेनं वाटू लागलं होतं. नमित त्याचा सख्खा धाकटा भाऊ तर होताच, पण त्यापेक्षाही तो त्याचा चांगला मित्र होता.

"मी तसं म्हटलं का? नमित असता तर बरं झालं असतं, एवढंच म्हटलं मी."

"येणारच आहे ना तुझा लाडका मुलगा आता पुढच्या महिन्यात!"

"शू... बोलू नका. लांडग्याला ऐकू जाईल." मनातल्या मनात हसत अर्चना म्हणाली. ते हॉलच्या दाराशी पोहोचले होते. अमितनं पुढे होऊन टॉर्च काढला आणि आपापली हत्यारं सरसावून ते लांडगा शोधू लागले. दिव्याचा भरपूर प्रकाश हॉलमध्ये पसरलेला होता तरी सोफ्याखाली, दिवाणाखाली, शोभेसाठी मांडलेल्या कुंड्यांच्यामागे, पडद्यामागे असा सगळीकडे अमितनं टॉर्च फिरवून पाहिला. कुठेही, काहीही नव्हतं.

तिन्ही बेडरूम्समध्ये, गेस्टरूममध्ये, सगळीकडे शोधूनही लांडगा काही कुठे दिसला नाही. वरच्या मजल्यावर गच्चीत एक खोली होती. उन्हाळ्यात गच्चीत

झोपताना अंथरूण-पांघरूण ठेवायला तिचा उपयोग होत असे. एरवी ती कुलूपबंद असायची. तिचं कुलूप काढून तीही शोधून झाली. तिथेही लांडग्याचा मागमूस नव्हता.

सुनंदाबाईंनी सुटकेचा नि:श्वास टाकला आणि त्या म्हणाल्या, ''घरात तर नाही लांडगा, गेला असेल पळून.''

मग त्यांनी स्वत: पुढचं-मागचं दार लावून घेतलं आणि त्या मागचं आवरायला लागल्या.

अमितही निर्धास्त झाला. मनावरचं धास्तीचं ओझं एकदम कमी झालं आणि त्याला गरगरून झोप आली. कुणाशी काही न बोलता तो बेडरूममध्ये जाऊन पलंगावर आडवा झाला आणि क्षणार्धात झोपेच्या स्वाधीन झाला.

त्याला जाग आली; ती अंगाभोवती पडलेल्या मिठीच्या जाणिवेनं. अर्चना आपल्याला मिठी घालून झोपली आहे, या विचारानं तो एकदम सुखावला.. अशी वेळ क्वचितच येत असे. तिची झोप चाळवू नये आणि मिठी सुटू नये म्हणून न हलता स्वस्थ पडून राहावं असं तो मनाशी ठरवत असतानाच त्याच्या लक्षात आलं, की मिठी अर्चनाची नाही. दुसऱ्याच कोणाची तरी आहे.

जाडजूड हातांची आहे, केसाळ हातांची आहे.

अंगावरचा हात झटकून टाकून तो ताडकन उठून बसला आणि त्याला दिसलं की त्याच्या शेजारी भलामोठा केसाळ लांडगा अंथरुणात पसरलेला आहे. आणि जीभ बाहेर काढून 'ल्हा ल्हा' करत, लाल डोळ्यांनी त्याच्याकडे रोखून बघत आहे.

अमित आता पुरता भेदारला, ''ए... जा.. जा.. हाड.. हाड..'' असं काहीतरी ओरडत, धडपडत तो अंथरुणाबाहेर पडला आणि तसाच पळू लागला. चार-पाच पावलांवरच भिंत होती. तो भिंतीवर आपटला आणि जरा भानावर आला. भिंतीला लागूनच त्याचं लिहिण्याचं टेबल होतं. खुर्ची होती. लांडग्याकडे बघत त्यानं टेबलावरून हात फिरवला आणि हाताला येईल ती वस्तू तो लांडग्यावर फेकू लागला. गजराचं घड्याळं, पुस्तक, पाण्याचा तांब्या...

आणि मग नुसताच थरथरत उभा राहिला. कारण या सगळ्यांचा लांडग्यावर काहीही परिणाम झाला नव्हता. त्याचे लालभडक डोळे अजूनही अमितवर रोखलेले होते.

फेकलेल्या वस्तूंचा आवाज आणि अमितचं ओरडणं स्वयंपाकघरात अर्चनाच्या कानांवर पडलं आणि ती धावतच बेडरूममध्ये आली. सुनंदाबाई अजून उठल्या नव्हत्या, पण अमितच्या ओरडण्यानं त्यांनाही जाग आली आणि त्याही घाईघाईनं अमितच्या खोलीकडे आल्या. अमित भिंतीला खेटून थरथरत उभा होता आणि त्याची नजर पलंगावर खिळली होती.

“काय झालं रे अमित?” सुनंदाबाईंनी विचारलं.

“तो... तो... लांडगा माझ्या अंथरुणात... असा कसा... दारं नीट...” पलंगावरची नजर न हलवता अमित त्यांना सांगू लागला पण सांगता सांगता तो एकदम ओरडू लागला, “ए... हॅट... हॅट...”

ओरडता-ओरडता तो एकदम खाली बसला आणि हात पुढे करून काहीतरी ढकलू लागला - म्हणजे ढकलल्यासारखं करू लागला. कारण त्याच्यासमोर असं काहीच नव्हतं, की जे तो ढकलू शकेल.

“अरे... अमित, अरे, असं काय करतो आहेस? काय झालं?” सुनंदाबाईंनी त्याच्या जवळ जात विचारलं.

त्या जवळ येताच अमितचे हातवारे एकदम थांबले. अंगातलं त्राण गेल्यासारखा ढेपाळला आणि म्हणाला, “हा माझ्यामागे का लागला आहे? मी त्याचं काय घोडं मारलं आहे?”

“कोण... मागे लागला आहे?”

अर्चनानं असं विचारताच अमित रागानं उठला आणि तिच्या अंगावर ओरडला,

“कोण मागे लागला आहे म्हणून विचारतेस? दिसत नाही तुला? डोळे फुटले का? एवढा मोठा लांडगा दिसत नाही?”

अर्चना काही बोलली नाही. सुनंदाबाईही गप्प राहिल्या, तेव्हा अमित भयंकर अस्वस्थ झाला. त्यांच्या गप्प राहण्याचा अर्थ त्याला कळत होता.

“तुम्हाला दिसला नाही तो एवढा मोठा लांडगा?” त्यानं अविश्वासानं दोघींकडे बघत विचारलं. “तिथे... तिथे माझ्या अंथरुणात तो पसरला होता... त्यानं इथे माझ्या अंगावर उडी मारली... आणि तुम्हाला कोणाला दिसला नाही तो..?”

कोणीच काही बोललं नाही, तसा तो एकदम ओरडला, “मला एकट्यालाच कसा दिसेल तो? तो काय भूत आहे का? की मला वेड लागलं आहे? आं?”

अमितच्या या अवस्थेनं सुनंदाबाई कळवळल्या. त्याच्या पाठीवरून मायेनं हात फिरवत त्या म्हणाल्या, “अरे, डोक्याला फार ताण पडला की होतं कधीकधी असं. म्हणजे काही माणूस वेडं झालेलं नसतं. गेले काही दिवस तू फार कामात आहेस ना, त्यामुळे होत असेल असं थोडंसं.”

“मलाही तसंच वाटतं.” अर्चना म्हणाली. “आता काही दिवस तुम्ही पूर्ण विश्रांती घ्या. ऑफिसकडे फिरकूही नका आठ-दहा दिवस. कॉम्प्युटरवर सारखं काम करून डोक्याला आणि डोळ्यांना केवढा शीण होत असेल.”

अमित जरा शांत झाला, पण आपल्याला भास होत नाहीत. लांडगा खरंच असतो, हे त्याच्या मनातून गेलं नव्हतं. गेले दोन-तीन दिवस तो खूप काम करत होता हे मात्र खरं होतं. कामाची तातडी आता संपल्यासारखी होती. म्हणजे अजून

प्रोजेक्टची रूपरेषा पूर्ण व्हायची होती, पण त्याचा आराखडा तयार झाला होता आणि पुढचं काम त्याचे सहकारी करू शकले असते. आपण खरंच काही दिवस रजा घ्यावी का? तो विचार करत पुढे झाला आणि त्याने सुस्कारा टाकला. आणि तो परत पलंगावर बसला.

वातावरणातला ताण आता जरा कमी झाला होता. तो आणखी कमी करण्यासाठी सुनंदाबाई म्हणाल्या, "उजाडायला लागलंच आहे आता. आता चहा घेऊ या आपण सगळे... का तू झोपणार आहेस अजून थोडा?"

"नाही... झोपत नाही आता... चहाच घेऊ."

अर्चना चहा करण्यासाठी म्हणून आत गेली. अमित थकल्यासारखा आडवा झाला, तशी त्या त्याच्याजवळ बसत म्हणाल्या, "सध्या तुझ्या डोक्याला फार शीण झाला आहे... डॉक्टर गोऱ्यांकडे जाऊन येतोस का एकदा?... काहीतरी टॉनिक वगैरे देतील ते..."

"हं..."

अमितनं अर्धवट अनिच्छेनं असं म्हटलं, पण त्याची काही गरज आहे असं त्याला मनापासून वाटत नव्हतं. त्याच्या तब्येतीला काहीही झालेलं नाही याबद्दल त्याची खात्री होती.

पण असं का होत होतं, त्याला एकट्याला लांडगा परत-परत का दिसत होता हे मात्र शोधून काढायला हवं, असं त्याला वाटत होतं. सुनंदाबाईंनाही असंच वाटत होतं- अमितला असे चमत्कारिक भास का होत आहेत हे शोधायला हवं, नाहीतर... हे भास असेच वाढत गेले तर... तर... तो वेडा तर...

त्यांना तो विचारही सहन होईना.

काहीतरी तातडीनं करायला हवं हे खरं, पण काय करायचं?

अर्चना चहा घेऊन आली, तेव्हा दोघंही विचारात बुडून गप्प बसलेले होते.

अर्चनानं आणि सुनंदाबाईंनी कितीही सांगितलं, तरी अमित ऑफिसला गेलाच. मात्र दुपारीच परत येण्याचं आश्वासन त्यानं दिलं. प्रोजेक्टचं सगळं काम मंदार साठेला समजावून देऊन तो परत येणार होता. आणि मग आठ दिवस सुट्टी घेणार होता.

पण त्याला यायला दुपार झालीच नाही. सावकाश दहा वाजता ऑफिसला गेलेला अमित साडेअकरालाच परत आला. म्हणजे ऑफिसमधल्या दोघांनी त्याला परत आणलं.

हबकलेल्या, गोंधळलेल्या आणि शरमलेल्या अमितला घेऊन मंदार साठे आणि जाधव घरी आले, तेव्हा सुनंदाबाई पूजेला बसल्या होत्या. अमितच्या गाडीचा आवाज ऐकल्यावर त्यांना तो लवकर आला म्हणून बरं वाटलं होतं, पण

अमितच्याऐवजी दुसऱ्याच कुणाच्यातरी बोलण्याचे आवाज बाहेरच्या खोलीतून ऐकू येऊ लागले, तेव्हा पूजा अर्धी टाकून त्या बाहेर आल्या.

अमित कोचावर बसला होता. त्याचे दोघे सहकारी उभेच होते आणि मंदार काहीतरी सांगत होता.

"... तरी मी सांगत होतो की मी आणतो कागद म्हणून, तर तेवढ्यातच हा स्टोअरमध्ये गेलासुद्धा आणि..."

झालं होतं ते असं - कागद संपले म्हणून ते आणायला अमित स्टोअररूममध्ये गेला आणि काही मिनिटांतच त्याच्या ओरडण्याचा, काहीतरी वस्तू पडल्याचा, फेकल्याचा आवाज येऊ लागला. काय झालं, ते बघायला मंदार पळतच तिकडे गेला. तो पोहोचला, तेव्हा अमित खोलीच्या एका कोपऱ्यात थरथरत उभा होता. त्याची भेदरलेली नजर समोरच्या कोपऱ्यावर खिळली होती आणि जवळच्या शेल्फमधल्या वस्तू तो समोर फेकत होता.

"अरे... अरे, अमित... अरे काय झालं...?" असं म्हणत मंदार अमितजवळ गेला, तशी अमितनं त्याच्याकडे बघितलं, पण ओळखलं नाही... म्हणजे मंदारला असं वाटलं. त्यानं अमितचा हात धरून त्याला खोलीबाहेर आणलं. एव्हाना तिथे आणखी दोघं-तिघं जमले होते. त्यांनी सगळ्यांनी मिळून त्याला शांत केलं, कपभर कॉफी पाजली आणि मग ते दोघं अमितला घरी घेऊन आले.

"गाडीत तो सारखा 'लांडगा, लांडगा', असं काहीतरी पुटपुटत होता." मंदार शेवटी म्हणाला.

"अहो, तेच खूळ घेतलंय ह्यांनी डोक्यात." अर्चनानं सांगितलं.

"म्हणजे?"

"काही नाही रे. सध्या जरा बरं नाहीये त्याला आणि तुमच्याकडे खूप काम आहे ना सध्या... खरं तर जरा विश्रांती मिळायला हवी आहे त्याला. पण तुम्ही उभे का दोघं?... बसा की. अर्चना, कॉफी कर गं... सगळ्यांनाच कर." सुनंदाबाईंनी सावरून घेतलं.

अर्चना कॉफी करायला गेल्यावर त्या इकडचं-तिकडचं काहीबाही बोलत राहिल्या आणि त्यांनी लांडग्याचा विषय निघू दिला नाही पण एक गोष्ट मात्र त्यांनी मनोमन ठरवून टाकली, आपणच डॉक्टर गोऱ्यांना जाऊन भेटायचं.

टॅक्सीला बसलेल्या हिसक्यानं नमित दचकून जागा झाला आणि त्यानं खिडकीतून बाहेर नजर टाकली. रस्ता अजून चढाचाच होता, पण दूरवर आता लहान-मोठ्या इमारती दिसू लागल्या होत्या आणि उजाडलंही होतं. लोणावळा आलं असावं.

''ड्रायव्हर, किती वेळ लागेल अजून?'' त्यानं विचारलं.

''तासाचाच रन आहे साहेब आता.''

बापरे, अजून तासभर! साठ-सत्तर किलोमीटर अंतर कापायला एक तास! इतका वेळ का लागतो आपल्याकडे सगळ्या गोष्टींना? जग कुठल्याकुठे पोहोचलं आहे आणि आपण मात्र अजून बैलगाडीच्याच युगात आहोत. धड रस्तेसुद्धा नाहीत आपल्याकडे, नुसत्या खड्ड्यांच्या माळा आहेत! नमित मनातल्या मनात वैतागला. केव्हा एकदा घरी पोहोचतो असं त्याला झालं होतं. चार दिवसांपूर्वी सुनंदाबाईचा त्याला सान फ्रान्सिस्कोला फोन आल्यापासून तो भयंकर अस्वस्थ झाला होता. आणखी साधारण महिनाभरानं दोन महिन्यांच्या रजेवर तो भारतात येणारच होता. असं असताना मध्येच आईचा फोन आला होता आणि तिनं त्याला ताबडतोब निघून यायला सांगितलं होतं, पण या तातडीचं कारण मात्र धड काही सांगितलं नव्हतं. 'अमितला भास होतात. लांडगा दिसतो', असं काहीतरी ती म्हणाली होती. तो जास्त चौकशी करू लागल्यावर ती घायकुतीला आल्यासारखी म्हणाली होती, ''तू येतो आहेस की नाही तेवढं सांग. फोनवर सगळं कसं सांगता येईल मला? अरे नमित, इतकी गरज नसती तर मी तुला इतक्या लांबून बोलावलं असतं का? पण तुझ्याखेरीज दुसऱ्या कोणाला बोलवायचं मी अशा वेळी मदतीला?'' आणि बोलता बोलता आई रडू लागली असावी कारण मुसमुसल्यासारखे आवाज त्याला फोनमध्येही ऐकू येऊ लागले होते.

''आई, ए आई, अगं काय झालं ते नीट... तू अमितला नाहीतर अर्चनाला फोन दे बघू'' नमित म्हणाला.

''ती दोघं डॉक्टरांकडे गेली आहेत. म्हणून तर मी आत्ता फोन केला. तू येतो आहेस की नाही... अरे, भावाभावांनी एकमेकांना मदत नाही करायची तर कोणी...''

''आई, मी नाही येत म्हटलं का? मी येतोच आहे लगेच. पण मला नीट काही सांगशील की नाही काय झालं आहे ते? भास होतात म्हणजे...''

तो बोलत असतानाच त्या मध्येच म्हणाल्या होत्या, ''आले वाटतं'' आणि त्यांनी पट्कन फोन ठेवला होता. चकित झालेला नमित मग लगेच रजा मिळवण्याच्या प्रयत्नाला लागला होता. त्यानं भारतात जाणं किती निकडीचं आहे, ते त्याच्या बॉसला पटवून देण्यात त्याचे दोन दिवस खर्ची पडले होते, पण शेवटी एकदाची त्याला रजा मिळाली होती. आणि तो मिळेल त्या विमानानं भारतात जायचं असं ठरवून सामानासकट विमानतळावर दाखल झाला होता. सुदैवानं त्याला लवकरचं विमान मिळालं होतं आणि अपरात्री दोन वाजता तो मुंबईला येऊन पोहोचला होता.

आईचं किंवा अमितचं किंवा दोघांचंही काहीतरी प्रचंड बिघडलं होतं एवढं नक्की, तसं नसतं तर त्याच्या आईनं त्याला असा फोन केला नसता. आणि ती

फोनवर रडली तर नक्कीच नसती. कुठल्याही बारीकसारीक गोष्टीवरून रडणाऱ्यांपैकी ती नव्हती. अमितला आणि त्याला तिनं एकटीनं समर्थपणे वाढवलं होतं. त्या दोघांचे वडील गेले तेव्हा तो अवघा दहा वर्षांचा होता आणि अमित पंधराचा. त्यानं शाळा - कॉलेजात कितीतरी ट्रेक केले, जंगलात राहण्याची शिबिरं केली, सिंहगड तर तो निदान शंभर-दीडशे वेळा तरी चढून आला होता, पण त्याच्या आईनं कधी त्याला हरकत घेतली नव्हती.

ती नक्कीच चांगली धीट होती. मनानं खंबीर होती. आणि तरी ती फोनवर रडायला लागली होती. म्हणजे नक्कीच काहीतरी गंभीर बाब होती.

काय झालं असेल? अमितला बरं नसेल का? त्याला भास होतात, लांडगा दिसतो, असं काहीतरी आई म्हणत होती. पण लांडगा दिसतो म्हणजे काय?

म्हणजे लांडगा प्रत्यक्षात नसतो, पण तो त्याला दिसतो, असं तिला म्हणायचं होतं का?

म्हणजे काय त्याला लांडग्याचं भूत दिसतं? लांडग्याचं भूत असतं?

मुळात भूत तरी असतं का?

पण समजा भूत असलं... तर... तर ते अमितच्या मानगुटीला बसायची मात्र पूर्ण शक्यता आहे. भूत असलंच तर अमितला पछाडणं त्याला अगदी सोप्पं जाईल. कारण कोणत्याही विचारानं अमित फार लवकर पछाडला जातो. चट्कन दुसऱ्याच्या प्रभावाखाली तो येतो, त्याचं सगळंच त्याला खरं आणि चांगलं वाटू लागतं. तो मनानं फार भावुक आणि थोडा भित्राही आहे. आपल्यासारखा टणकपणा त्याच्यात नाही. माणूस पारखून घेण्याची हुशारी नाही. खरं म्हणजे तो आपल्यापेक्षा हुशार आहे. पण त्याची सगळी हुशारी ही केवळ बौद्धिक हुशारी आहे, व्यावहारिक चाणाक्षपणा त्याच्याजवळ जरा कमीच आहे.

त्याच्या या भोळ्या स्वभावामुळे त्याला कोणी फसवत तर नाहीये? त्याला एखाद्या जाळ्यात तर अडकवत नाहीये?

हे आणि असेच विचार नमितच्या मनात, तो विमानात बसल्यापासून घोळत होते. केव्हा एकदा घरी पोहोचतो असं त्याला झालं होतं आणि म्हणून तर त्यानं सहार विमानतळावर उतरताच स्वतंत्र टॅक्सी केली होती अणि तो तडक पुण्याकडे निघाला होता.

पण त्याला कितीही घाई असली, तरी खड्ड्यांनी भरलेल्या रस्त्यांवरून धावणाऱ्या, चौदा वर्षं जुन्या असलेल्या टॅक्सीनं पुण्याला पोहोचायला त्याला सकाळचे साडेसहा वाजलेच. आपल्याला घरी पोहोचल्यावर बहुतेक सगळ्यांना झोपेतून उठवावं लागणार असं त्याला वाटत होतं. पण टॅक्सी घराशी पोहोचली तेव्हा घरात सगळीकडे दिवे लागलेले दिसत होते.

टॅक्सीचं भाडं चुकतं करून आणि सामान हातात घेऊन तो बागेतून घराकडे चालू लागला, तेव्हा त्याच्या लक्षात आलं, की घरातून बोलण्याचे, रागारागानं बोलण्याचे आवाज येत आहेत. हे काय आता? काय झालं आहे? त्याच्या मनात प्रश्न उभा राहिला. तो केव्हा घरी पोहोचणार आहे हे काही त्यानं घरी कळवलं नव्हतं कारण आईनं त्याला गुपचूप फोन केल्याचं त्याच्या लक्षात आलं होतं आणि म्हणून आपण अचानक आल्याचं तो भासवणार होता.

त्यानं दारावरची बेल वाजवली आणि तो अधीरपणे दार उघडायची वाट बघू लागला.

बेलच्या आवाजानं आतमधले आवाज एकदम बंद झाले. मग अस्पष्टसा पायरव आला आणि दार उघडलं गेलं.

दारात अर्चना उभी होती.

त्यानं तिला क्षणभर ओळखलंच नाही. मग एकदम त्याच्या डोक्यात प्रकाश पडला-ही तर अर्चना, अमितची बायको. सहा महिन्यांपूर्वी अमितच्या लग्नात त्यानं तिला ओळीनं चार दिवस पाहिलं होतं, पण लग्नानंतर लगेच तो अमेरिकेत परत गेल्यामुळे नंतर आजच तो तिला बघत होता.

"हॅलो वहिनी, कशी काय आहेस?" त्यानं हसून तिला विचारलं.

अर्चनाही जरा गोंधळली, पण मग अंदाजानं म्हणाली, "अं... नमित नं?" अमित आणि नमितच्या रूपात बरंच साम्य होतं.

"बरोबर ओळखलंस, मी नमितच. चकित झालीस नं? काही पत्र-बित्र किंवा फोन-बिन न करता आलो म्हणून!"

एव्हाना त्याचा आवाज ऐकून सुनंदाबाईही लगबगीनं बाहेर आल्या होत्या.

"अरे नमित, असा कसा एकदम..." सुनंदाबाई म्हणाल्या, पण त्यांच्या बोलण्यात जोर नव्हता.

"अगं, म्हटलं तुम्हाला सर्वांना चकित करावं एकदम." आपण येत असल्याचं आधी कळवलं नाही ते बरोबर केलं, नमितला वाटलं.

"बरं झालं आलास ते. ये ना, आत तर ये आधी."

नमित आत शिरला. हातातलं सामान त्यानं भिंतीशी ठेवलं आणि मग इकडे-तिकडे बघत विचारलं, "आमचे बंधुराज, दादासाहेब झोपले आहेत वाटतं अजून? मी एवढ्या लांबून आलो तरी तो अजून झोपून आहे? आं? ये सरासर अन्याय है, न्याय नही है. थांब, त्याला उठवतोच मी. डोक्यावर पाणीच ओततो त्याच्या."

हसत-हसत नमित आत जाऊ लागला तशी सुनंदाबाईंनी त्याला थांबवलं.

"अरे तू आधी हात-तोंड धुवून घे. "त्या म्हणाल्या.

"हात-तोंड कुठे पळून जातं आहे? पण पाणी ओतायचा चान्स मात्र जाईल.

“असं म्हणून तो तसाच आत जाऊ लागला तशी अर्चना म्हणाली.

“हे उठलेले आहेत.”

“उठलेले आहेत? मग कुठे आहेत ते? मला भिऊन आत लपले आहेत की काय तुमचे हे? हे हे नाही चालायचं हं, काढा त्यांना बाहेर.”

आपण विनोदी बोलायचा, वातावरण हलकंफुलकं करायचा प्रयत्न करतो आहे पण आई आणि अर्चना मात्र भलत्याच गंभीर आहेत हे त्याच्या लक्षात आलं होतं. काय झालं होतं कुणास ठाऊक?

तेवढ्यात अमित डायनिंग रुमच्या दारात येऊन उभा असलेला त्याला दिसला.

तांबारलेले डोळे, विसकटलेले केस, रागावलेली मुद्रा आणि हातात धुणं वाळत घालायची काठी!

त्याचा हा अवतार बघून नमितला खरं म्हणजे हसूच येणार होतं, पण वातावरणातला ताण लक्षात घेऊन त्यानं ते आवरलं. मग सहजपणे पुढे जात, अमितच्या खांद्यावर थाप मारत तो म्हणाला, “काय बंधुराज? काय म्हणताय? काय उंदीर-बिंदीर मारताय का?”

“तू कसा काय आलास एकदम?” त्याच्याकडे संशयानं बघत अमितनं विचारलं.

“म्हणजे काय? येऊ नये की काय मी? तुम्हाला सरप्राईज करावं म्हणून आधी न कळवता आलो, तर प्रत्येक जण आपला म्हणतो - तू अचानक कसा आलास? ये न्याय नही है हं, ये सरासर अन्याय है.”

“नाही रे, तसं नाही. आम्ही एकदम चकित झालो एवढंच. बरं चल, तू तोंड वगैरे धुवून घे. मी चहा टाकते.”

असं म्हणून सुनंदाबाई स्वयंपाकघराकडे वळल्या आणि अमितही त्याच्याकडे पाठ फिरवून आत गेला, तसा नमित बघतच राहिला. या अमितला झालं आहे तरी काय? नेहमीप्रमाणे यानं आपल्या पाठीत गुद्दा घातला नाही, मिठी मारली नाही की आपल्याला “एलियन व्हिजीटर” म्हणून चिडवलं नाही.

याचं काहीतरी बिनसलं आहे हे नक्की आणि म्हणूनच तर आईनं आपल्याला बोलावून घेतलं आहे. आईला एकटीला गाठून नीट विचारलं पाहिजे, काय झालं आहे ते - नमितनं मनाशी ठरवलं आणि तो तोंड धुवायला गेला.

पण सकाळभर आई त्याला एकटी अशी सापडलीच नाही. अर्चना अवतीभवती काम करत होती. अमितही होताच. तो कामावर जातच नव्हता असं दिसत होतं; पण म्हणून त्याच्या आणि नमितच्या मनमोकळ्या गप्पा होत होत्या, असंही नव्हतं. अमित त्याच्याशी जेवढ्यास तेवढं बोलत होता आणि घुम्यासारखा बसून राहत

होता. दुपारची जेवणं झाल्यावर नमित बैठकीच्या खोलीतल्या सोफ्यावर आडवा झाला. जरा डुलकी काढावी म्हणून त्यानं डोळे मिटले आणि तो क्षणार्धात गुडुप झोपी गेला.

त्याला जाग आली, तेव्हा संध्याकाळ झाली होती. तो उठण्याची वाट बघत सुनंदाबाई तिथेच बाजूला बसल्या होत्या. बाकी घरात सामसूम वाटत होती.

"हे काय, तू एकटीच आहेस का?" त्यानं उठून बसत विचारलं. "हो, अर्चना अमितला घेऊन डॉक्टरांकडे गेली आहे."

"का बरं?... आणि आई, अमितला काय झालं आहे? तो असा काय वागतो आहे? तू फोनवर 'लांडगा दिसतो' असं काहीतरी म्हणत होतीस ते काय?"

"सांगते. सगळं सांगते. तू उठायचीच वाट बघत होते मी. पण कुठून सांगावं तेच कळत नाहीये. नक्की कधी या सगळ्याची सुरुवात झाली ते सांगता येणार नाही मला. पण एक लांडगा सारखा पाठलाग करतो आहे आणि तो आपल्या अंगावर उडीही मारतो असं अमित म्हणायला लागला, त्याला बारा-पंधरा दिवस झाले बघ..."

सुनंदाबाई त्याला सांगू लागल्या आणि अमित चकित होऊन ऐकत राहिला.

"मंदार आणि जाधव त्याला घरी घेऊन आल्यापासून तो रजेवरच आहे, पण त्याची भीती काही कमी झालेली नाही. उलट, वाढलीच आहे असं वाटतंय. आज सकाळीसुद्धा त्याला लांडगा दिसला होता म्हणे. काठी घेऊन तो त्याला शोधायला लागला आणि आम्हाला तो दिसला नाही असं म्हटल्यावर तो रागानं आमच्या दोघींवर ओरडायला लागला. तेवढ्यात तू आलास." सुनंदाबाईंनी शेवट केला आणि एक सुस्कारा सोडून त्या गप्प बसल्या. म्हणजे अमितला लांडग्याचा भास होत होता तर! आपल्याला खरंच लांडगा दिसतो असं त्याला ठामपणे वाटत होतं. म्हणजे तो भ्रमिष्ट झाला होता? त्याला भ्रम व्हायला लागला होता? छे, छे! काहीतरीच काय? नमितनं स्वत:शीच नकारार्थी मान हलवली आणि तो म्हणाला, "आई, डॉक्टर गोऱ्यांना विचारलं का याबाबत?"

"हो रे. आधी त्यांच्याकडेच गेलो त्याला घेऊन. त्यांनी त्याला नीट तपासलं आणि त्याला काहीही झालेलं नाही असं सांगितलं आणि ते म्हणाले - तुम्ही डॉक्टर कामतांकडे घेऊन जा याला... पण त्यांच्याकडे जायला अमित आधी तयारच होईना."

"का बरं?"

"ते मानसोपचारतज्ज्ञ आहेत. त्यांच्याकडे जायचं म्हटल्यावर तो बिथरलाच. मला काय वेड लागलं आहे का, म्हणून आमच्या दोघींवर ओरडू लागला. दोन दिवस मग तसेच गेले. पण त्याला लांडगा दिसण्याचं प्रमाण वाढतच गेलं आणि

शेवटी तो तयार झाला. परवा आम्ही सगळेच त्यांच्याकडे गेलो होतो. डॉक्टरांनी त्याला एकट्यालाच आत बोलावलं आणि पुष्कळ प्रश्न विचारले वाटतं. आत्ताही अर्चना त्याला तिकडेच घेऊन गेली आहे... काय म्हणतात ते कुणास ठाऊक?''

''काही नाही गं, काही म्हणणार नाहीत. ते काहीतरी ट्रांक्विलायजर देतील आणि विश्रांती घ्या म्हणून सांगतील. चार दिवसांत बरा होईल अमित. बघ तू.''

''तसंच होऊ दे बाबा. सत्यनारायण करीन मी तो बरा झाला की.''

''अगं सत्यनारायण कर मग. पण आधी या पामराला चहा तर करून दे.''

''हो रे. करणारच आहे चहा, पण तुला सगळं सांगितल्याशिवाय माझा जीव राहीना. शिवाय अमित परत आल्यावर त्याच्यासमोर हे सगळं सांगता आलं नसतं... म्हणून तू उठण्याची वाटच बघत होते मी. तो परत येण्याआधी...''

बोलता-बोलता त्या थांबल्या. समोरच्या उघड्या दारातून त्यांना कुसुमकाकू फाटकातून आत शिरत असलेल्या दिसल्या. त्यांच्या कपाळाला आठ्या पडल्या.

''या कशाला आल्या आहेत आत्ता?''

आईच्या सुरातला वैताग ऐकून नमितनं वळून बघितलं आणि तोही जरा वैतागलाच, पण हसत-हसत पुढे होत म्हणाला, ''काकू, अगदी वेळेवर आलात तुम्ही. या, या.''

नमितला बघून काकू उद्गारल्या, ''अगं बाई, नमित, तू कधी आलास? आणि तुला कसं कळलं? वहिनींनी बोलावून घेतलं वाटतं!''

''काय कळायचं मला? तुमच्या नंदिनीचं लग्न ठरलं की काय? चांगली बातमी आहे हं. कोणाशी ठरलं आहे? आणि कधी आहे? मी परत जायच्या आत करून टाका म्हणजे मला हजर राहता येईल.''

नमितनं नंदिनीच्या लग्नाचा विषय काढल्यामुळे काकू एकदम विरसल्या. त्यांच्या सुमार बुद्धीच्या आणि बोजड शरीराच्या मुलीचं लग्न जमत नव्हतं. त्यांनी एकदा नमितकडेही खडा टाकून पाहिला होता, पण त्यानं दाद दिली नव्हती. तिचा विषय त्या शक्यतो टाळत असत. आत्ताही त्या जरा खट्टू झाल्या, पण मग परत हुरुपानं म्हणाल्या,

''नाही रे, लग्नाचं काय आपल्या हातात असतं का? मी अमितविषयी म्हटलं.''

''अमितविषयी? अमितविषयी काय बुवा?''

''म्हणजे? तुला वहिंनीनी सांगितलं नाही का? काय हो? तुम्ही बोलला नाहीत का याला काही?''

''काय बोलायचं आईनं?''

''मी चहा ठेवते.'' असं म्हणून सुनंदाबाई आत गेल्या, तशी त्यांच्याकडे बघत

सुस्कारा टाकत काकू म्हणाल्या,

"अमितचा घोर लावून घेतला आहे हो वहिनींनी जिवाला. बरं झालं तू आलास ते."

"कसला घोर? काय म्हणताय तुम्ही काकू? मला तर काही कळत नाहीये. अमित चांगला मजेत आहे. आत्तासुद्धा बाहेर भटकायला गेला आहे बायकोबरोबर. रजेवर आहे ना सध्या. म्हणून तर मीही आलो आहे. मस्तपैकी टूर करून येणार आहोत आम्ही."

"भटकायला गेला आहे? मी तर त्याला- अर्चनाला डॉक्टर कामतांकडे जाताना पाहिलं. ते तर सायकिॲट्रिस्ट आहेत नं? म्हणजे मला आपलं वाटलं, की ते त्याच्यावर औषधपाणी करायलाच तिकडे गेलेत म्हणून... ते... त्याला लांडग्याचे भास होतात नं... म्हणजे मला वाटलं की वहिनींनी तुला सांगितलं असेल सगळं."

या ढालगज बाईला कसं कळलं हे लांडग्याचं, असं नमित मनात म्हणत असतानाच काकू पुढे म्हणाल्या, "अरे, त्या दिवशी संध्याकाळी आम्ही आलो होतो तर हा आपला लांडगा, लांडगा म्हणून ओरडायला लागला... आणि एक दिवस म्हणे त्याला त्याच्या ऑफिसमध्येही लांडगा दिसला आणि मग त्याच्या ऑफिसातल्या दोघांनी त्याला धरून घरी आणला. आमच्या शेजारचा वसंता सांगत होता. तो अमितच्या ऑफिसमध्येच प्यून आहे ना. पण मी म्हणते असं कसं..."

"काकू, उगाच सांगोवांगीच्या गोष्टींवर विश्वास ठेवू नये. लोक काय पराचा कावळा करायला टपलेलेच असतात. काहीही झालेलं नाही अमितला..."

तो बोलत असतानाच अमितची गाडी फाटकात येऊन उभी राहिली. फाटक उघडावं म्हणून नमित जोत्याच्या चार पायऱ्या उतरला, पण तो फाटकाकडे जात असतानाच गाडीचं दार उघडून अमित खाली उतरला. त्यानं धाड्कन दार परत लावलं आणि तो तरातरा चालत नमितच्या अंगावरून घरात निघून गेला. आपण त्याला दिसलोच नाही की काय असं नमितला वाटलं. काकू विस्फारल्या डोळ्यांनी त्याच्याकडे बघत उद्गारल्या, "अग्गो बाई!"

अर्चनानं गाडी फाटकातून आत घेऊन गॅरेजमध्ये लावली. ती गाडीला कुलूप लावत असातानाच नमित तिच्याजवळ गेला आणि त्यानं अधीरेपणानं विचारलं, "काय झालं? काय म्हणाले डॉक्टर?"

"ते म्हणतात की त्यांना आणखी काही वेळ तरी यांच्याशी सविस्तर बोलावं लागेल, आणखी काही सीटिंग्ज करावी लागतील. त्याखेरीज ते नक्की काही सांगू शकणार नाहीत. परवा प्राथमिक चाचणीतही ते असंच म्हणाले होते."

"मग अमित इतका अपसेट का आहे?"

"मी आणि आईंनी त्यांना उगाचंच या सगळ्या चक्रात अडकवलं आहे असं

त्यांना वाटतंय आणि शिवाय लांडगा आम्हाला दिसत नाही असं आम्ही म्हणतो त्याचाही त्यांना राग आहे. आम्ही मुद्दामच 'तसं' म्हणतो असं ह्यांना वाटतं. पण आम्ही असं कशाला करू?'' बोलता बोलता तिचा स्वर रडवेला झाला.

''अगं, तू मनावर घेऊ नकोस त्याचं वागणं. त्याचं काहीतरी फार बिनसलं आहे. अशा वेळी आपण कसं वागतो, काय बोलतो, याचं भान राहत नाही माणसाला. आपण ते मनावर घ्यायचं नाही. हळूहळू सगळं सुधारेल आणि तो एकदम नॉर्मल होईल बघ.''

बोलता-बोलता दोघं घराच्या दिशेनं वळले आणि नमितच्या पाठीमागेच उभ्या असलेल्या काकू त्यांना दिसल्या. त्या त्याच्या मागोमाग गॅरेजकडे आल्या होत्या आणि त्यांनी त्यांचं सगळं बोलणं ऐकलं होतं.

''काय गं, खरंच अमितला लांडगा...'' असं काहीतरी त्या बोलू लागल्या. पण तिकडे दुर्लक्ष करून नमित आणि अर्चना घरात गेले. डॉक्टर काय म्हणाले ते अर्चनानं सुनंदाबाईंना हळूच सांगितलं आणि मग चहापाणी होऊन काकू जाईपर्यंत ते सगळे सटरफटर बोलत राहिले. अमित त्याच्या खोलीत गेला होता, तो चहासाठीसुद्धा बाहेर आला नाही. चहा घेऊन निघताना काकू ढालगजपणे म्हणाल्या, ''हे काहीतरी बाहेरचं आहे हो वहिनी. असं डॉक्टरांच्या औषधानं बरं होणार नाही हे.''

काकू एकदाच्या गेल्या आणि मग अर्चनानं सविस्तर सगळं सांगितलं. अमित मनोरुग्ण नाही, हे ऐकून सुनंदाबाईंना हायसं वाटलं. पण मग त्याला हे भास का होत आहेत, असा प्रश्न त्यांच्या मनात उभा राहिला. नमितच्या मनातही त्याच प्रश्नानं घर केलं होतं.

रात्री जेवायच्या वेळेला नमितनं जाऊन अमितला हाताला धरून खोलीबाहेर काढलं आणि पानावर आणून बसवलं. नाहीतर तो खोलीबाहेर यायलाच तयार नव्हता. जेवणं झाल्यावर तो तडक खोलीत परत गेला. सुनंदाबाईंनी सुस्कारा सोडला आणि त्या मागचं आवरू लागल्या. अर्चना त्यांना मदत करू लागली, तशी त्या म्हणाल्या,

''अर्चना, हे राहू दे. झाकपाक मी करते. तू आपली अमितकडे बघ. त्याला झोप लागेपर्यंत शेजारीच बस, जा.''

अर्चना गेली आणि मागचं आवरून सुनंदाबाई नमितजवळ येऊन बसल्या, तशी त्यानं हातातलं वर्तमानपत्र बाजूला ठेवलं आणि तो म्हणाला,

''आई, तू मला सगळं परत एकदा सांग बघू.''

''या सगळ्यांची सुरुवात...''

असं म्हणून सुनंदाबाई परत सगळी हकिकत सांगू लागल्या आणि नमित

लक्षपूर्वक ऐकू लागला. ऐकता-ऐकता काही गोष्टी त्याच्या लक्षात येत होत्या. एक म्हणजे, लांडगा आधी नुसताच दिसायचा. मग तो त्याच्या अंगावर येऊ लागला होता, म्हणजे असं त्याला वाटू लागलं होतं. दुसरं म्हणजे, हा लांडगा संधिप्रकाशात, पहाटे किंवा संध्याकाळी, तिन्हीसांजेला असा दिसायचा. स्वच्छ सूर्यप्रकाशात तो दिसत नव्हता. त्याच्या ऑफिसची स्टोअररूमही अंधारीच होती. तिसरं म्हणजे लांडग्यानं त्याच्या अंगावर उडी मारली, तरी त्याच्या अंगावर साधा ओरखडासुद्धा उठत नव्हता, हे त्याला जाणवत होतं. आईला किंवा अर्चनाला लांडगा दिसत नाही, हेही त्याला माहीत होतं. लांडग्याचं अस्तित्व फक्त आपल्या मनातच आहे की काय, अशी शंका त्यालाही येत होती आणि म्हणूनच तो त्या दोघींवर चिडत होता. त्या त्याच्या चिडण्यात स्वत:वर चिडणंही सामिल होतं. म्हणजे त्याचं वास्तवाचं भान अजिबात सुटलेलं नव्हतं.

डॉक्टर कामतांना आपण भेटलंच पाहिजे, असं नमितला एकदम तीव्रतेनं वाटलं.

"आई, अमितला हे भास होऊ लागण्यापूर्वी काही विशेष घडलं होतं का?"

"नाही रे. काय विशेष घडणार? रोजच्यासारखंच सगळं चालू होतं." सुनंदाबाई म्हणाल्या. मग जरा विचार करत त्या म्हणाल्या, "मात्र दोन दिवस तो म्हणत होता, की घरात एक घाणेरडं कुत्रं शिरलं आहे म्हणून. त्याला बाहेर हाकलावं म्हणून आम्ही सगळीकडे शोधलंही त्याला. पण काही कुत्रं-बित्रं नव्हतं."

कुत्रं? अमितला कुत्र्याची चांगलीच भीती बसलेली होती आणि हे फक्त नमितला माहीत होतं. नमित चार आणि अमित नऊ वर्षांचा असताना एकदा त्या दोघांनी मिळून आईच्या नकळत एक कुत्र्याचं पिल्लू घरात आणलं होतं. आई तेव्हा मैत्रिणींबरोबर कुठेतरी, नाटकाला की सिनेमाला गेली होती. बाबा ऑफिसात गेले होते. घरी रघू, म्हणजे त्यांच्याकडे वरकामाला असलेला गडी होता. पण त्याचं आपण ऐकलं पाहिजे, असं त्या दोघांनाही कधीच वाटत नव्हतं.

शाळेतून घरी येताना अमितला एक कुत्र्याचं पिल्लू घराजवळच्या चौकात रोज दिसत होतं. पिल्लू तसं मरतुकडंच होतं, पण अमितच्या नजरेला ते सुंदर दिसत होतं. आई बाहेर गेली आहे आणि बराच वेळ येणार नाही, हे लक्षात येताच धावत जाऊन तो ते पिल्लू घेऊन आला होता. घरी येईपर्यंत पिल्लानं सुटण्यासाठी बरीच धडपड केली होती आणि अमितला बरेच ओरखडेही काढले होते. पण अमितनं त्याला सोडलं नव्हतं.

शेवटी पिल्लानं एकदम अमितची पोटरीच पकडली होती. अमित ओरडू लागला, पिल्लाला मारू लागला, नमितही त्याला मारू लागला, धरून ओढू लागला तरी ते काही अमितचा पाय सोडेना. तेवढ्यात अमितचं ओरडणं ऐकून रघू

धावत आला होता आणि त्यानं एका फटक्यात पिल्लाला दूर ढकललं होतं. पिल्लू मग पळून गेलं होतं आणि रघूनं अमितची शाळेची युनिफॉर्मची पँट काढून त्याची जखम पाहिली होती. दात रूतल्याच्या खुणा त्वचेवर दिसत होत्या पण जाड पँटमुळे सुदैवानं रक्त आलं नव्हतं. त्वचा फाटली नव्हती.

आणि त्यामुळे आपण केलेला कारभार आईला सांगण्याची वेळ अमित - नमितवर आली नव्हती. अमितच्या हातांवर ओरखडे उठलेले होते, पण तसं तर नेहमीच त्याला बारीकसारीक काहीतरी लागलेलं आणि खरचटलेलं असायचं. वाढणाऱ्या मुलांच्या शरीरावर अशा लहानसहान जखमा बघण्याची सवय त्यांच्या आयांना असतेच.

तेव्हापासून अमितनं कुत्र्याचा धसका घेतला होता, हे नमितला माहीत होतं. कुत्रं दिसलं तरी तो मनातून त्याला घाबरतो. त्यामुळे घरात कुत्रं शिरलं तर बेचैन होईल, त्याला हाकलून देईल, यात काहीच नवल नव्हतं. पण लांडगा? लांडगा त्याला कसा दिसायला लागला? आधी दोन दिवस कुत्रा दिसत होता आणि मग तोच त्याला लांडग्यासारखा वाटू लागला, असं तर नाही?

पण मुळातच काही नसताना त्याला कुत्रा तरी कसा दिसायला लागला?

कुत्रा दिसू लागला, मग लांडगा दिसू लागला, मग त्याचे लालभडक डोळे, क्रूर चेहरा दिसू लागला, तो अंगावर उडी घेऊ लागला... त्याच्या अंथरुणात घुसू लागला.

त्याला होणाऱ्या भासांची तीव्रता वाढत चालली होती. म्हणजे तो खरंच भ्रमिष्ट होऊ लागला होता? छे, छे, काहीतरीच काय?

"...ते तरी करून बघावं म्हणते मी."

नमित एकदम भानावर आला. आई त्याला काहीतरी सांगत होती आणि स्वतःच्याच विचारात दंग असल्यामुळे त्याला ते ऐकूच आलं नव्हतं.

"काय... काय करायचं म्हणते आहेस?"

"कुसुमकाकू म्हणत होत्या. नाही, म्हणजे करून बघायला काय हरकत आहे? नुकसान तर काही नाही ना त्यात?"

"काय करून बघायचं?"

"त्या म्हणत होत्या, ही बाहेरची बाधा असावी. त्यासाठी..."

"बाहेरची बाधा?" नमित म्हणाला आणि एकदम हसायला लागला." "आई, अगं असं काही नसतं. तूच तर आम्हाला शिकवलं आहेस नं. अशा भाकड गोष्टींवर विश्वास ठेवू नये म्हणून."

"हो रे. पण काहीतरी करायला तर हवं ना? अमितची स्थिती तर तू बघितलीसच. त्याचं हे... हे वाढत गेलं तर..."

बोलता-बोलता त्या रडवेल्या झालेल्या बघून तो म्हणाला,

"काही वाढत जाणार नाहीये. मी आलो आहे ना आता? याचा पुरता छडा लावल्याखेरीज आणि अमित पूर्ण बरा झाल्याखेरीज परत जाणार नाहीये मी. तू काळजीच सोड आता त्याची. तू आता जाऊन झोप कशी स्वस्थ. खूप उशीर झाला आहे नाहीतरी."

"झोपायचं तर आहेच रे, पण... आणि तुला नाही का झोप आली?"

"झोपणारच आहे मी, पण जरा वाचत बसेन म्हणतो थोडा वेळ."

नमितला झोप आलेली नव्हती. तो त्याच दिवशी आलेला असल्यामुळे त्याच्यावर अजून जेट लॅगचा परिणाम होता. आत्ताची वेळ ही त्याची रोजची जागं राहण्याची होती.

सुनंदाबाई निजायला गेल्यावर तो एक पुस्तक उघडून बसला. पण त्यात त्याचं चित्त लागेना. अमितचेच विचार डोक्यात घोळत होते. वाचलेलं डोक्यातच शिरेना. असा थोडा वेळ गेला आणि त्यानं पुस्तक मिटलं. उगाच पुस्तक समोर धरून बसण्यापेक्षा जाऊन अंथरुणावर पडावं, थोड्या वेळानं झोप लागेलही कदाचित, असं त्यानं ठरवलं.

तो आपल्या खोलीत गेला आणि त्यानं दिवा लावला. पलंगावर स्वच्छ चादर घातलेली होती, उशी-पांघरूण ठेवलेलं होतं. जवळच्या टीपॉयवर पाण्याचा तांब्याही होता. कोणीतरी - बहुधा अर्चनानं सगळी तयारी करून ठेवली होती, त्याला एकदम बरं वाटलं. त्यानं दिवा मालवला आणि तो अंथरुणावर पडला.

आपल्याला लगेच झोप लागणार नाही हे त्याला माहीतच होतं, त्यामुळे विचार करत तो पडून राहिला. थोडा वेळ गेला आणि त्याच्या लक्षात आलं, की काहीतरी बारीक आवाज येतो आहे. कोणीतरी अगदी बारीक आवाजात बोलत असावं, काहीतरी जप किंवा पठण करत असावं तसा.

तो कान देऊन ऐकू लागला. आवाज कुठून येतो आहे? घरातून की बाहेरून कुठून?

जरा वेळ ऐकल्यावर त्याच्या लक्षात आलं, की आवाज घरातूनच येतो आहे. आपल्या शेजारच्या खोलीतून-अमितच्या खोलीतून येतो आहे.

नमित ताडकन उठून बसला. अमित आणि अर्चना तर केव्हाच झोपायला गेले. मग आत्ता त्याच्या खोलीतून आवाज कसा येतो आहे? कशाचा येतो आहे? कुणाचा येतो आहे?

तो उठून खिडकीपाशी गेला. हवेसाठी म्हणून खिडकी उघडी होती. त्या उघड्या खिडकीतून आवाज जरा मोठा येत होता.

आवाज नक्कीच बाईचा होता. अर्चनाचा होता का तो आवाज?

त्याला नक्की कळेना. पण तो अर्चनाचाच आवाज असावा, असं वाटत होतं.

इतक्या रात्री सगळी झोपल्यावर ती काय म्हणत होती? एखादं स्तोत्र? की जप करत होती, अमितला बरं वाटावं म्हणून?

की अमितला झोप लागलीच नव्हती आणि त्याला झोप यावी म्हणून बारीक आवाजात ती गाणं गुणगुणत होती?

शब्द ऐकू येत नव्हते, तरी बारीक आवाजातली ती गुणगुण ऐकत नमित तिथेच उभा राहिला. मंद सुरातलं आणि लयबद्ध असं ते गुणगुणणं ऐकता-ऐकता त्यालाही झोप येऊ लागली. तो अंथरुणावर येऊन पडला. डोळे मिटता-मिटता त्याच्या मनात विचार आला, पतीची इतकी सेवा आपल्या भारतीय स्त्रियाच करू जाणोत. आपण जेव्हा लग्न करू, तेव्हा एखाद्या भारतीय मुलीशीच करू, जी आपल्यावर खूप प्रेम तर करेलच, शिवाय आपली सेवाही करेल. स्वतःच्या लग्नाच्या विचारात त्याला केव्हाच झोप लागली.

त्याला जाग आली, ती मात्र एकदम हडबडून. तो धडपडत उठून बसला. आपण असे झटका बसल्यासारखे का जागे झालो, ते त्याला क्षणभर कळेना. पण तेवढ्यात त्याच्या कानांवर आवाज येऊ लागले - काहीतरी फेकल्याचे, पळाल्याचे, ओरडल्याचे. याच आवाजानं आपल्याला जाग आली, हे त्याच्या लक्षात आलं आणि काय झालं, ते बघायला तो गडबडीनं खोलीबाहेर पडला.

आवाज डायनिंग रूम, स्वयंपाकघर, कोठीघर, या दिशेनं येत होते. आणि तिथले दिवेही लागलेले दिसत होते. तो घाईघाईनं डायनिंग रूमकडे निघाला आणि दारातच त्याची आणि अमितची टक्कर झाली.

"अरे... अरे..." असं म्हणत नमित बाजूला झाला, पण अमितनं त्याची दखलही घेतली नाही. तोल सावरून तो बाजूला झाला आणि झपाट्यानं जेवणाच्या टेबलाशी जाऊन हातातल्या काठीनं टेबलाच्या पायावर सपासप वार करू लागला. "घे... घे... तुला काय वाटलं, हां?" असं काहीतरी तो ओरडतही होता. अवाक् होऊन नमित बघत राहिला.

तेवढ्यात अर्चना आतून घाईघाईनं आली आणि अमितला अडवण्याचा प्रयत्न करू लागली. सुनंदाबाईही आल्या आणि हताशपणे बघत उभ्या राहिल्या. सुनंदाबाईंचे डोळे त्यांच्या नकळत पाझरू लागले.

आईकडे बघून नमितला राहवेना. त्यानं पुढे होऊन अमितचा हात धरला. अमित हात हिसकण्याचा प्रयत्न करू लागला, तसा नमित म्हणाला,

"लांडगा पळून गेला आहे. आता उगाच त्या टेबलाला कशाला मारतो आहेस?"

अमित संशयानं त्याच्याकडे बघू लागल्यावर नमित म्हणाला, "अरे, मी

बघितला ना त्याला जाताना.''

''तुला दिसला तो?'' अमितनं अविश्वासानं विचारलं.

''हो, म्हणजे काय? असा इथून पळाला की तो.'' हातवारे करत नमितनं सांगितलं आणि अंगातलं त्राण संपल्यासारखा अमित ढेपाळून खुर्चीत बसला.

सर्व जण जरा वेळ गप्प होते. मग अर्चना म्हणाली, ''काल लोणच्याची बाटली टेबलावरच राहिली वाटतं.''

तिनं बाटली उचलली आणि ती आत निघून गेली. वातावरणातला ताण एकदम कमी झाला आणि मग प्रत्येक जण सकाळचं आन्हिक उरकायच्या मागे लागला. एकटा अमित तेवढा काही न बोलता टेबलाशी बसून होता.

त्याचं ते बसणं नमितला बोचत होतं. पण त्याचा एकंदर नूर बघून नमित काही बोलला नाही. साडेसातच्या सुमाराला वर्तमानपत्रं आली. ती घेऊन नमित टेबलाशी जाऊन बसला आणि म्हणाला, ''आणखी एक चहा हवा बुवा आता. नुसते कोरडे पेपर वाचण्यात काय मजा? नाही का रे अमित?''

अमितनं मान वर करून नुसतंच त्याच्याकडे पाहिलं आणि एक पेपर उचलला.

सुनंदाबाईंनी चहा ठेवला आणि त्याही टेबलाशी येऊन बसल्या. मग नमितनं वर्तमानपत्रातल्या बातम्यांवर बोलायला सुरुवात केली. भ्रष्टाचार, भाववाढ, रहदारी... विषयांना तोटा नव्हता. त्यात सुनंदाबाई आणि अर्चनाही अधूनमधून भाग घेऊ लागल्या. आणि मग न राहवून अमितही त्यात सामील झाला. थोड्याच वेळात घरातलं वातावरण मोकळं, प्रसन्न झालं. मग नमितनं अमितची थोडी टिंगल केली, बायकोवरून त्याला चिडवलं, आईला भज्यांची फर्माईश केली, एकंदर गडबड उडवून दिली. लांडग्याचा विषय मात्र कटाक्षानं टाळला.

जेवायच्या वेळेपर्यंत अमित चांगला मोकळा झाला होता आणि पूर्वीसारखाच मोकळेपणानं नमितशी गप्पा मारू लागला होता.

पाच वाजण्याच्या सुमारास नमित घरातून बाहेर पडला आणि आधी डॉक्टर कामतांकडे गेला. त्यानं त्यांची अपॉईंटमेंट घेतलेली नसल्यामुळे त्याला अर्धा - पाऊण तास थाबावं लागलं, पण नंतर मात्र डॉक्टर त्याच्याशी मोकळेपणानं बोलले. त्यांच्या सगळ्या बोलण्याचा मथितार्थ एवढाच होता, की अमितचं मानसिक संतुलन फार नाही पण थोडंसं बिघडलं आहे. एक लांडगा हा विषय सोडला तर बाकी सगळं अगदी नॉर्मल होतं. आणि लांडगा फक्त आपल्याला दिसतो, म्हणजे तो खरोखरचा अस्तित्वात आहे की नाही अशी शंका त्यालाही होती. त्याचं वास्तवाचं भान सुटलेलं नव्हतं, त्यामुळे त्याच्यात लवकर सुधारणा होण्याची शक्यता खूप होती.

नमितनं सकाळचा अमितचा अवतार बघितलेला होता. त्यामुळे अमितचं मानसिक संतुलन फार नाही, तरी थोडंसं तरी बिघडलेलं आहे, असं त्याला स्वत:लाही वाटत होतं. पण डॉक्टरांनी तसं म्हटल्यावर मात्र त्याच्या पोटात एकदम खड्डा पडला.

आणि त्याबरोबर त्याचं मन ती गोष्ट नाकारू लागलं. डॉक्टरांचा निरोप घेऊन तो बाहेर पडला, तेव्हा त्याच्या मनात सारखं येत होतं. नाही, नाही, असं काही आपल्या अमितला झालेलं नाही. होणार नाही. हे डॉक्टर लोक उगाचच सगळ्यांचा बाऊ करतात.

हे विचार डोक्यात असताना घरी जावंसं त्याला वाटेना. थोडा वेळ तो निरुद्देश भटकत राहिला. मग एकदम त्याला सुधाकरची आठवण झाली. त्याच्याकडे जावं का?

सुधाकर त्याचा शाळेतला वर्गमित्र होता. बारावीपर्यंत ते दोघं, एकाच बाकावर बसत होते. दोघंही इतर मुलांच्या मानानं उंच असल्यामुळे त्यांना मागच्या बाकावर बसावं लागायचं. पण त्या गोष्टीबद्दल त्यांची अजिबात तक्रार नसायची. कारण मागच्या बाकावर बसलं की वर्गात काहीही चाललेलं असलं तरी वर्ग चालू असतानाच त्यांना हव्या त्या विषयावर त्यांच्या गप्पा व्हायच्या.

कॉलेजमध्ये गेल्यावर दोघांची जोडी फुटली होती कारण त्यांनी वेगवेगळ्या शाखा निवडल्या होत्या. नमित इंजिनिअरिंगला गेला होता तर सुधाकर डॉक्टरीकडे वळला होता. पण त्यांची मैत्री मात्र अभंग राहिली होती. भेटी कमी झाल्या होत्या एवढंच. नमितनं अमेरिकेत नोकरी घेतल्यापासून गेल्या दोन वर्षांत तर ते फारच कमी वेळा भेटले होते. आत्ता मात्र नमितला त्याची तीव्रतेनं आठवण झाली. अमित सोडला तर सुधाकर हीच एक अशी व्यक्ती होती ती, की जिच्याशी तो कोणत्याही विषयावर मोकळेपणानं बोलू शकत होता. शिवाय तो डॉक्टर होता.

सुधाकरचा दवाखाना शिवाजीनगर भागात होता. आत्ता संध्याकाळच्या वेळी दवाखान्यात नक्कीच गर्दी असणार होती, त्यामुळे त्याला भेटायला कदाचित रात्रीपर्यंत थांबावं लागणार होतं. नमितनं त्याला आधी फोन करायचं ठरवलं.

त्यानं जवळच्याच एका बूथवरून, सुधाकरच्या दवाखान्याचा नंबर फिरवला. पलीकडून फोन उचलला गेला आणि ''डॉक्टर देवधर'' असे शब्द गंभीर आवाजात ऐकू आले. आवाजातल्या गांभीर्याची नमितला गंमत वाटली. अगदी घायकुतीला आल्यासारखा तो रडक्या सुरात म्हणाला.

''डॉक्टर, डॉक्टर, मला तुम्हाला ताबडतोब भेटायचं आहे...''

''कोण बोलतं आहे?''

''डॉक्टर प्लीज, नाही म्हणू नका, प्लीज...''

"पण कोण बोलता आहात तुम्ही?"

"काय रे सुधाकरा, दवाखान्यात येतानासुद्धा एकच प्याला घेऊन आलास का? माझा आवाज ओळखला नाहीस?" असं म्हणून नमित जोरजोरात हसला.

आता त्याला न ओळखणं शक्यच नव्हतं.

"नम्या, गाढवा, तू होय? केव्हा उगवलास?" सुधाकरनं विचारलं.

"कालच आलो. तुला भेटायचं आहे, पण म्हटलं डॉक्टरसाहेबांना केव्हा वेळ आहे ते आधी विचारून घ्यावं. नाही म्हणजे तुम्ही काय बाबा, बिझी..."

"ए, भंकस करू नकोस, रात्री येतोस घरी?"

"सुध्या, त्याच्या आधी नाही जमणार का? जरा अर्जंट आहे." गंभीर होत नमित म्हणाला. त्याला घाई तर होतीच. सुधाकरच्या घरच्यांच्या समोर अमितविषयी चर्चा करणं त्याला नको होतं.

"असं म्हणतोस?.. मग असं करू या. तू 'वैशाली'वर जाऊन थांब. मी इथलं महत्त्वाचं काय आहे ते बघतो आणि मग व्हिजिटला बाहेर पडतो. काय?"

"ठीक आहे, मी वाट बघतो."

डॉक्टर लोकांच्या व्हिजिट्स अशा असतात तर, असं मनाशी म्हणत नमित वैशालीच्या दिशेनं निघाला.

कॉलेजमध्ये असताना त्या दोघांच्या भेटी बऱ्याच वेळा वैशालीवरच होत असत. वैशाली म्हणजे आमचं दुसरं घर आहे, असं ते गमतीनं इतरांना सांगत असत. आता मात्र वैशालीवर नमितला परकं वाटू लागलं. आसपास बसलेले सगळे बहुतेक विद्यार्थी होते-जसे त्यांच्या वेळेलाही असत, पण आताचे विद्यार्थी त्याला फारच फॅशनेबल आणि लहान वाटत होते. त्यांचं वागणं-बोलणं अगदीच थिल्लर वाटत होतं.

"बच्चू, यालाच म्हणतात जनरेशन गॅप." त्यानं स्वत:ची समजूत काढली आणि तो सुधाकरची वाट बघू लागला. पण त्याला फार वेळ वाट बघावी लागली नाही. थोड्याच वेळात त्याच्या पाठीवर थाप पडली आणि शेजारची खुर्ची ओढून घेत सुधाकर म्हणाला,

"काय परदेशी पंछी, काय म्हणताय? आणि असा मध्येच का आला आहेस तू आम्हाला त्रास द्यायला? आणखी महिनाभरानं येणार होतास ना?"

"तसं आधी ठरलं होतं, पण आईचा फोन आला..."

नमितनं त्याला एकंदर हकिकत सांगितली आणि पुढे तो म्हणाला, "अमितच्या डोक्यावर परिणाम वगैरे झालेला आहे असं मला वाटत नाहीये. त्याच्या या चमत्कारिक वागण्याचं कारण काहीतरी दुसरंच आहे."

नमितची हकिकत ऐकून सुधाकर गंभीर झाला होता. तो म्हणाला, "असं तू

कशावरून म्हणतोस? मानसिक संतुलन ही फार नाजूक गोष्ट असते आणि मनात काय दडून बसलेलं असतं, हे तर ज्याचं त्यालाही पुष्कळदा माहीत नसतं. काहीतरी निमित्तानं ते उफाळून बाहेर येतं आणि मग त्याचा परिणाम तेवढा इतरांना दिसतो. अशी व्यक्ती चमत्कारिक वागते आहे, चक्रमपणा करते आहे असं आपण म्हणतो. पण खरं म्हणजे त्या तशा वागण्यामागे एक कारणपरंपरा असते. ती काय आहे हे शोधून काढून शक्य तर त्यावर उपाय करणं हे मानसोपचारतज्ज्ञाचं काम आहे. आणि डॉक्टर कामत तेच करताहेत असं मला वाटतं... अमितचं मानसिक संतुलन थोडं का होईना, पण ढळलेलं आहे असं त्यांना वाटत असणार... तसं नाही असं तुला का वाटतंय?''

''अरे... का ते नक्की मला नाही सांगता येत. पण एक तर हे सगळं इतक्या झपाट्यानं घडत गेलं आहे आणि वाढत गेलं आहे... मानसिक आजार सावकाश वाढत जातो अशी माझी समजूत होती... म्हणून तर तो लवकर लक्षात येत नाही ना? शिवाय त्याचं बाकी वागणं अगदी नॉर्मल आहे रे...''

''तसं असतंच. पण अमितचं दुखणं फार झपाट्यानं वाढलं आहे हे मात्र खरं आहे, पण असं ते वाढूच शकत नाही असं काही नाही... खरं म्हणजे, मला या विषयातली पुरेशी माहिती नाही. मी आपला साधा गोळ्या-बिळ्या देणारा आणि फार तर एखादं इंजेक्शन टोचणारा डॉक्टर आहे, जनरल प्रॅक्टिशनर... पण डॉक्टर कामत जर म्हणत असले, की मानसिक संतुलन बिघडलेलं असण्याची शक्यता आहे तर ते बरोबर असेल. ते फार नावाजलेले डॉक्टर आहेत.''

''पण... समजा तसं ते नसलं तर... म्हणजे या सगळ्यांचं कारण दुसरंच काही...''

''म्हणजे आत्याबाईला मिशा असत्या तर... आपण तिला काका म्हटलं असतं... असंच चाललं आहे तुझं...''

''अरे, पण नुसता विचार करायला, चर्चा करायला काय हरकत आहे? आपण अशा कितीतरी नसलेल्या गोष्टींची चर्चा करायचो, आठवतं तुला?... एक विषय तर मला अगदी पक्का आठवतो. सूर्यमंडळात नऊच ग्रह आहेत हे कशावरून, पंधरा ग्रह कशावरून नसतील, की ज्यांचा शोध अजून लागलेला नाही? आणि मग त्या नसलेल्या ग्रहांचा शोध कसा लावता येईल याविषयी आपण काय काय कल्पना लढवायचो... आणि पुढे आणखी ग्रह खरोखरच सापडले की!''

''तसंच अमितच्या चमत्कारिक वागण्याचं कारण दुसरंच काही असेल आणि ते उशिरानं आपल्याला कळेल असं तुला वाटतं आहे का?''

नमित जरा गप्प बसला. मग म्हणाला, ''काही माहिती नाही रे. पण तो काही वेडा किंवा वेडसर व्हायला लागलेला नाही असं मात्र मला नक्की वाटतं... आणि

तसं असलं तर त्याच्या वागण्याचं दुसरं कारण काय असू शकेल ते आपण शोधायला हवं.''

''ठीक आहे, तसं करून बघू. नाहीतरी नुसती तोंडाची वाफ दवडायला आणि वाद घालायला आपल्याला आवडतंच... नम्या, अमितला लांडग्याची फार भीती बसलेली आहे का? तुला माहीत असेल नं?

''लांडग्याची नाही, पण कुत्र्याची मात्र त्याला खूप दिवस भीती वाटायची. पण मोठं झाल्यावर अर्थातच ती कमी झाली, म्हणजे कमी झाली असावी. ती कमी झाली आहे की नाही हे कळण्याजोगा प्रसंग गेल्या काही वर्षांत तरी घडल्याचं मला आठवतं नाही.''

''आणि त्याला आधी कुत्राच दिसायला लागला होता, नाही का?''

''हो, आणि मग लांडगा दिसतो असं म्हणायला लागला तो.''

''असं तर नसेल?... त्याच्या मनातल्या कुत्र्याविषयीच्या सुप्त भीतीचा फायदा घेऊन त्याच्या मनात दहशत निर्माण करण्याचा तर प्रयत्न चाललेला नाही हा?''

''पण कशासाठी? आणि कोण करतं आहे हा प्रयत्न?''

''हां. हा खरा महत्त्वाचा प्रश्न आहे, कोण आणि का करतं आहे?... अमित वेडा झाला किंवा वेडा ठरला तर ज्याचा फायदा होईल, तो करत असेल हे सगळं.'' असं म्हणून सुधाकर हसायला लागला आणि हसता-हसता म्हणाला, ''अरे, म्हणजे तूच करतो आहेस की हे सगळं.''

''सुध्या, सुधेपणानं बोल की जरा. उगाच फालतू जोक्स टाकू नकोस.''

''जोक नाही. खरंच सांगतो आहे. अमित वेडा ठरला तर फायदा कोणाचा?''

''कोणाचा? माझा?'' नमित रागावून म्हणाला. ''कसला फायदा आहे रे माझा?''

''अरे, त्याचा वारसदार नाहीस का तू? म्हणजे तू एकटा नाहीस, तर तू, आई आणि अमितची बायको हे सगळे त्याचे वारसदार आहेत आणि तो वेडा ठरला तर त्याची सगळी इस्टेट तुम्हाला मिळेल.''

''कुठली इस्टेट? इस्टेट म्हणण्याजोगं काही आहे तरी का त्याच्याजवळ? येऊन-जाऊन एक तो बंगला तेवढा आहे आणि बंगल्याच्या किमतीपेक्षा जास्त पैसे मी सहा महिन्यांत कमावतो. शिवाय बंगला त्याच्या आणि आईच्या एकत्र मालकीचा आहे. बाबा गेले, तेव्हा बंगला आईच्या नावानं केला होता त्यांनी, पण मग बंगल्यासाठी घेतलेल्या कर्जाचे हप्ते फेडण्यासाठी कंपनी अगदी कमी व्याजानं कर्ज द्यायला तयार झाली म्हणून अमितचंही नाव मालक म्हणून लावलं कागदोपत्री.''

''हं... म्हणजे कांचनासाठी काही ही धडपड चाललेली नाही.''

“कांचनासाठी? म्हणजे?”

“तुला माहीत आहे का नम्या, जगात जे खुनासारखे गंभीर गुन्हे घडतात, त्यांपैकी बहुतांश गुन्हे हे कांचन आणि कांता म्हणजे पैसा आणि बाई यांसाठी घडतात. अमितची काही एखादी मोठी इस्टेट नाही. त्यामुळे कांचन हे कारण होऊ शकत नाही या गुन्ह्यासाठी... गुन्हा घडत असला तर.”

“सुधा, एक महत्त्वाची गोष्ट आपण लक्षात घेतली पाहिजे.” एकदम सुधाकरचा हात पकडत नमित म्हणाला, “अमितला वेडा ठरवण्याचा प्रयत्न नाही चाललेला. त्याला वेडा बनवण्याचा प्रयत्न चाललेला आहे.”

“किती भयंकर वाटतं आहे हे ऐकायला, पण तू म्हणतो आहेस ते बरोबर आहे... पण... खरंच असं काही होतं आहे का? की हे सगळे तुझ्या मनाचे खेळ आहेत?...”

“मनाचे खेळ... मनाचे खेळ... मनाशी खेळ!!... होय, नक्कीच असं काहीतरी चाललं आहे. कोण आणि का करतं आहे, ते मात्र मला माहीत नाही... अमितच्या मनाशी कोणीतरी खेळ करतं आहे...”

“त्याच्या डोक्यावर परिणाम घडवून आणून त्याला वेडा करायचा असा प्रयत्न चालू आहे असं तुला म्हणायचं आहे का?”

“हो, हो... मला तसंच वाटू लागलं आहे. पण ते शक्य आहे का?”

सुधाकर विचारात पडला. जरा वेळानं तो म्हणाला,

“ॲबनॉर्मल सायकॉलॉजी हा सायकॉलॉजीचा एक भाग आहे. मागे काही वर्षांपूर्वी एका पेशंटसाठी मी त्याच्यावरची काही पुस्तकं वाचली होती. त्यांत दिल्याप्रमाणे संमोहनाखाली माणसाला निरनिराळे भास होऊ शकतात. नसलेल्या गोष्टी डोळ्यांसमोर दिसू लागतात. काही गोष्टींची खूप भीती वाटू शकते. पण हे सगळं त्या संमोहनाच्या, हिप्नॉसिसच्या अमलाखाली असताना होतं. त्याचा अंमल संपला, की ती व्यक्ती परत पूर्वीसारखी होते... अमितला तर केव्हाही लांडगा दिसतो असं म्हणतो आहेस तू.”

“हो. पण स्वच्छ प्रकाशात तो दिसत नाही. संधिप्रकाशात दिसतो, म्हणजे पहाटे किंवा संध्याकाळी किंवा तिन्हीसांजेला किंवा एखाद्या अंधारलेल्या जागी, दिवसासुद्धा तो दिसू शकतो.”

“संमोहनावस्थेत त्याला जर अशा सूचना दिलेल्या असल्या... की अंधूक प्रकाशात तुला लांडगा दिसेल... तर.. असं होणं शक्य आहे.” विचार करत सुधाकर म्हणाला.

“आधी त्याला कुत्रा दिसत होता. मग लांडगा दिसू लागला, मग तो अंगावर येऊ लागला... त्याच्या भासांचं स्वरूप अधिकाधिक भीतिदायक होत गेलं आहे...

कोणीतरी मुद्दाम केल्यासारखं नाही वाटत हे?''

''संमोहनाचा प्रयोग मुद्दामच करावा लागतो. पण नेमका हवा तो परिणाम साधणं हे काही सोपं काम नाही. चांगल्या अनुभवी आणि कुशल अशा तज्ज्ञाचं काम आहे ते. शिवाय त्यासाठी अनेक वेळा त्या व्यक्तीला संमोहित करावं लागेल. केवळ एका संमोहन-प्रयोगात हे असं परत परत भास होणं, होणार नाही... हे सगळं अमितच्या बाबतीत घडतंय असं वाटत नाही. तो कुणा संमोहनतज्ज्ञाकडे काही कारणानं जात होता का?''

नमितनं नकारार्थी मान हलवली आणि तो म्हणाला, ''असं कोणी म्हणालं तरी नाही. गेले बारा-पंधरा दिवस तर तो फारसं घराबाहेरही जात नाहीये. आणि जातो तेव्हा अर्चना असतेच त्याच्याबरोबर... पण... हल्ली संमोहन शिकवणारे वर्गही चालतात की पुण्यात. एक आठवड्याचा कोर्स, पाच दिवसांचा कोर्स असं काही तरी, मागच्या वेळी मी आलो होतो, तेव्हा वर्तमानपत्रातल्या जाहिरातीत वाचल्याचं आठवतं मला.''

''अरे, तेवढ्यात हा एवढा मोठा विषय शिकून कसा होईल? विषयाची तोंडओळख फक्त होत असेल. पण तेवढ्यानं दुसऱ्याला संमोहित करण्याइतकी तयारी होत असेल असं मला नाही वाटत.''

''पण समजा जर एखादी व्यक्ती हुशार असली आणि संमोहन-तंत्राच्या जोडीला तिनं काही औषधं वापरली...''

''औषधं? संमोहनासाठी?''

''असा प्रयत्न झाला आहे... किंवा असे प्रयोग झाले आहेत, असं म्हण आणि जर औषधांच्या म्हणजे काही द्रव्यांच्या मदतीनं संमोहन...''

''ए, हे फारच जर-तर चाललं आहे हं नम्या. काहीतरी पक्का आधार पाहिजे तुझ्या या सगळ्या तर्कटाला.''

''आधार आहे. अगदी अमेरिकन आधार आहे. काही वर्षांपूर्वी सी. आय. ए. ने या प्रकारचे बरेच प्रयोग केले होते. 'एमकेअल्ट्रा' या नावाचा एक मोठा कार्यक्रम काही वर्षं अगदी गुप्तपणे, अमेरिकन लोकांना पत्ता न लागू देता राबवला गेला होता. वेगवेगळ्या औषधांचा किंवा द्रव्यांचा वापर करून मनोनियंत्रण करण्याचे हे प्रयोग होते. कोणते पदार्थ किती प्रमाणात वापरले, तर माणसाच्या वागणुकीत आपल्याला हवे ते बदल घडवता येतात याचा अभ्यास करणं, असे नवीन नवीन पदार्थ शोधून त्यांचे प्रयोग करणं, अनेक पदार्थांच्या एकत्रीकरणानं नवी मनोद्रव्य तयार करणं, असं या कार्यक्रमाचं साधारण स्वरूप होतं. असे प्रयोग स्वत:वर करू द्यायला अर्थातच कोणी स्वेच्छेनं तयार होणार नाही, म्हणून हे प्रयोग गुप्तपणे काही रुग्णालयांमधल्या रूग्णांवर केले जात होते.''

"खरं सांगतो आहेस?"

"अगदी खरं."

"भयंकर आहे हे, पण तुला ही सगळी माहिती कशी मिळाली?"

"अरे या गोष्टीवरून काही वर्षांपूर्वी सी. आय. ए. ला अमेरिकन प्रसारमाध्यमांनी धारेवर धरलं होतं. मी तेव्हा अमेरिकेत नव्हतो. पण मी तिथे गेल्यावर एकदा मित्रांबरोबर गप्पांमध्ये मला ही माहिती कळली आणि मग मी त्याविषयीची आणखी माहिती मुद्दाम मिळवून वाचली. अमेरिकेत एक बरं असतं बघ. त्यांची लक्तरं तेच वेशीवर टांगतात. सगळं कसं खुल्लम खुल्ला. या प्रयोगांची गुप्त कागदपत्रं, त्यातल्या स्थळांची आणि व्यक्तींची नावं वगळून लोकांसाठी खुली केली होती.

या प्रयोगांमधे ते अशा प्रकारच्या द्रव्यांच्या शोधात होते, की ज्यांच्यामुळे

- माणसाची तर्कशुद्ध विचार करण्याची शक्ती नष्ट होऊन तो चमत्कारिक वागू लागेल.

- संवेदनशीलता वाढेल.

- काही रोगांची लक्षणं ते रोग झालेले नसतानाही प्रगट होतील आणि ही लक्षणं नंतर नाहीशी करता येतील.

- दुसऱ्याला संमोहित करणं आणि संमोहनाचा प्रभाव वाढवणं सोपं जाईल.

- व्यक्तिमत्त्वात असे बदल घडवता येतील, की ज्या बदलांमुळे मानसिकदृष्ट्या दुसऱ्यावर अवलंबून राहण्याची प्रवृत्ती वाढेल.

आणखीही अनेक प्रकारचं नियंत्रण त्यांना साध्य करायचं होतं. त्यातल्या ज्या गोष्टींचा संबंध अमितच्या वागण्याशी आहे असं मला वाटतं आहे त्या मी तुला सांगितल्या."

"पुढे या प्रयोगाचं काय झालं? तो बंद पडला की अजून चालू आहे?" थक्क झालेल्या सुधाकरनं विचारलं.

"तो बंद पडला. कारण सी. आय. ए. ला हव्या त्या प्रमाणात मनोनियंत्रण साधण्याची खात्री वाटेना आणि या प्रयोगाची बातमी फुटल्यामुळे बोंबाबोंब होऊन त्यांना तो सगळा कार्यक्रम बंद करावा लागला."

"अमितवर असेच प्रयोग कोणीतरी करतं आहे असं तुला म्हणायचं आहे का?"

"नाही, या प्रयोगांमध्ये मिळालेल्या ज्ञानाचा उपयोग करून, कोणीतरी अमितचं मानसिक संतुलन मुद्दाम ढासळवतो आहे, असं मला वाटतं आहे. मनोनियंत्रणाचा हा अमेरिकन प्रयोग मी विसरूनसुद्धा गेलो होतो. आत्ता तुझ्याशी बोलता-बोलता तो आठवला आणि अमितच्या मनाशी कोणीतरी खेळ करतं आहे, याविषयीचा माझा संशय आणखी पक्का झाला आहे."

"समजा... म्हणजे केवळ चर्चेसाठी मी हे म्हणतो आहे हं... की समजा तुझं म्हणणं बरोबर आहे... तर मग प्रश्न असा उभा राहतो की हे कोण करतं आहे, का करतं आहे आणि कसं करतं आहे. सध्या कोण करतं आहे? हा मुद्दा आपण बाजूला ठेवू या. का आणि कसं याचं उत्तर सापडलं की कोण याचाही पत्ता लागेल... कांचनाच्या प्राप्तीसाठी हा खटाटोप चाललेला नाही हे आपण मघाशीच पाहिलं. मग कांतेच्या प्राप्तीसाठी चालला आहे का?... अर्चनाचा कुणी पूर्वीचा प्रियकर..."

"नाही रे, तसं काही नाही. म्हणजे असावंसं वाटत नाही. अर्थात, मला तिची फारशी माहिती नाही. त्यांचं लग्न ठरलं, तेव्हा मी परदेशीच होतो. लग्नासाठी आठ दिवस आलो होतो पण तेवढ्यात तिची काही फारशी ओळख झाली नाही. पण आत्ता तर ती अमितमध्ये खूपच गुंतलेली दिसते आहे. सारखी काळजीग्रस्त दिसते. चेहरा ओढल्यासारखा झाला आहे आणि काहीतरी जप-बिपही करते वाटतं त्याच्यासाठी."

"ती नाही, पण तिचा प्रियकर किंवा मित्र-तो असला तर-हे करत असेल का?"

"कसं शक्य आहे? हे सगळं करणारी व्यक्ती अमितच्या जवळपास वावरणारी, निदान बऱ्याच वेळा त्याच्या सान्निध्यात येणारी हवी. शिवाय हे करताना... म्हणजे त्याच्यावर औषधांचा किंवा संमोहनाचा किंवा दोन्हींचा प्रयोग करताना तिसरं माणूस तिथे नको... हे... तर शक्य नाही. कारण घरात आई आणि अर्चना असतातच. आणि बाहेर तर तो आता जातच नाही."

"नमित, तू काय म्हणतो आहेस हे तुझ्या लक्षात आलं आहे का? अमितच्या सतत संपर्कात असणाऱ्या दोनच व्यक्ती आहेत. एक म्हणजे तुझी आई आणि दुसरी अर्चना."

सुधाकरच्या म्हणण्याचा अर्थ लक्षात येऊन नमित सुन्न झाला.

आई... आणि... अर्चना...

दोघींपैकी एक जण... की दोघी मिळून...??

तो एकदम संतापला आणि म्हणाला,

"सुध्या, वाटेल ते बोलू नकोस."

"रागावू नकोस. आपल्या चर्चेतून एवढाच निष्कर्ष निघतो आहे... जर तुझा संशय खरा असला तर."

"काहीतरीच काय? आई आणि..."

"अर्चना... तिची तुला फारशी माहिती नाही, असं तूच म्हणतो आहेस... आणि बायकोनं नवऱ्याचा घात केल्याच्या हकिकती काही अगदीच नाहीत असं नाही."

"अरे पण, अमितला वेडा बनवण्यात तिचा काय फायदा? अमितकडे काही

मोठी इस्टेट नाही. शिवाय त्यांचं दोघांचं छान जमलेलं आहे. ती सारखी त्याच्याबरोबरच असते. तिचा त्याला आधार वाटतो...'' बोलता-बोलता नमित थांबला. अर्चना सारखी अमितबरोबर असते, ह्याचा दुसरा अर्थ ती त्याच्यावर खूप प्रभाव पाडू शकते. तिचा त्याच्यावर खूप प्रभाव आहे आणि तो तिच्या आहारी गेलेला आहे असाही होतो, हे त्याच्या लक्षात आलं.

सुधाकरही जरा गप्प बसला आणि मग म्हणाला,

''मला वाटतं आपली चर्चा पुष्कळ झाली. आता घरी जाऊन शांतपणे विचार कर. एक-दोन दिवसांत कामतही नक्की काय ते स्पष्टपणे सांगू शकतील.''

नमितला त्याचं म्हणणं पटलं आणि दोघं बिल देऊन बाहेर पडले.

नमित घरी पोहोचला तेव्हा जवळजवळ नऊ वाजले होते. घरच्या वातावरणातला ताण त्याला दारातून जाणवला. दार उघडायला आलेल्या सुनंदाबाईंचा चेहरा अतिशय ताणलेला होता. दार उघडून काही न बोलता त्या दिवाणावर जाऊन बसल्या आणि त्यांनी डोळे मिटून घेतले. त्यांचे डोळे कोणत्याही क्षणी वाहू लागतील असं वाटत होतं.

''आई, काय झालं?'' नमितनं विचारलं.

त्यांनी रडवेल्या सुरात जे सांगितलं, त्याचा मथितार्थ एवढाच होता, की तिन्हीसांजेला अमितच्या अंगावर लांडगा धावून आला होता- असं त्याला वाटलं होतं. मग नेहमीप्रमाणे अमितनं ओरडणं, काठी घेऊन त्याच्या मागे लागणं असं सगळं घडलं होतं. शेवटी अर्चनानं त्याची कशीबशी समजूत घातली होती. आता तो त्याच्या खोलीत होता आणि अर्चना त्याच्या सोबत बसली होती.

सगळी हकिकत ऐकून नमित सुन्न झाला. तातडीनं काहीतरी करायला हवं होतं. अमितसाठी आणि आईचा धीर सुटू नये म्हणूनही.

त्यानं जाऊन अमितच्या खोलीचं दार वाजवलं आणि त्याच्या नावानं हाका मारायला सुरुवात केली. त्याचा आवाज ऐकून अर्चनानं दार उघडलं. नमितनं खोलीत जाऊन अमितजवळ बैठक मारली आणि तो म्हणाला,

''दादासाहेब, निघा की आता बाहेर. हा वाघोबा गुहेत का बसला आहे? जेवायचं-बिवायचं नाही का?''

थोड्याच वेळात त्यानं अमितला बाहेर काढलं. मग रात्री निजानीज होईपर्यंत तो सारखा अमितशी बोलत आणि विनोद करत राहिला.

साडेदहाच्या सुमारास तो अंथरुणावर पडला, पण त्याला झोप लागेना. काय करावं ते नक्की नव्हतं. मानसिक संतुलन, संमोहन, लांडगा, सुधाकर, असे अनेक विषय डोक्यात पाठशिवणीचा खेळ खेळत होते. तेवढ्यात त्याला कालच्यासारखा बारीक आवाजात कोणीतरी बोलण्याचा, आवाज येऊ लागला.

तो लक्ष देऊन ऐकू लागला. आवाजाची खात्री झाल्यावर तो हळूच उठून खिडकीशी गेला. आवाज अर्चनाचा होता, यात शंका नव्हती. ती काहीतरी बोलत असावी. सांगत असावी असं वाटत होतं. त्याला तिचा संशय येऊ लागलेला होता. मनात किल्मिष निर्माण झालेलं होतं. त्यामुळे तो कान देऊन ऐकू लागला, पण शब्द काहीच कळत नव्हते.

अशी पाच-सहा मिनिटं गेली असतील आणि अर्चनाचा आवाज बंद झाला. नमित थोडा वेळ तसाच उभा राहिला, पण आवाज परत येईना. कंटाळून त्यानं खिडकी सोडली आणि तो आडवा होणार तोच आवाज परत येऊ लागला. नमित झट्कन खिडकीशी गेला आणि कान देऊन ऐकू लागला.

आत्ताचं बोलणं हे एखाद्या मंत्राचा किंवा स्तोत्राचा जप करीत असल्यासारखं लयबद्ध होतं. तेच तेच शब्द, तीच तीच वाक्यं परत-परत म्हटल्यासारखं होतं.

अर्चना जप करत होती? की संमोहन करत होती?

तिचं बोलणं अगदी संथ आणि लयीत असल्यासारखं वाटत होतं. तिनं एखादी कॅसेट तर नव्हती ना लावलेली?

आपल्याला ऐकू येतो आहे तो आवाज खरंच तिचा आहे, की आपल्याला उगाचच शंका येते आहे? अमितचं मन शांत व्हावं म्हणून तिनं एखाद्या संतीण बाईची कॅसेट तर नव्हती लावली?

पण अशी कॅसेट इतक्या गुपचूप रात्रीच्या अंधारात लावण्याचं काय कारण? आणि आवाजही इतका बारीक आहे, की आपण जागे आहोत आणि आपली कर्णेंद्रियं तीक्ष्ण आहेत म्हणूनच तो आपल्याला ऐकू येतो आहे.

अमितच्या खोलीत काय चाललं आहे?

अर्चना काय म्हणते आहे? अमित झोपला आहे की जागा आहे?

बघायला हवं. रोज रात्री तिथून कसला आवाज येतो तो कळायला हवं. आणि म्हणून त्याच्या खोलीत डोकावता यायला हवं.

या विचाराबरोबरच असं काही करण्याविषयीचा नकारही नमितच्या मनात उभा राहीला. त्याला पती-पत्नीच्या खोलीत रात्री डोकावण्याच्या असभ्य विचाराची लाज वाटली.

पण मग दुसरं काय करता येण्याजोगं होतं?

सकाळी अर्चनाला विचारता आलं असतं. पण जर अर्चना अमितच्या मनाशी खेळ करत असली, तर ती कुठलीही गोष्ट कबूल नक्कीच करणार नव्हती. उलट, ती सावध मात्र झाली असती.

काय करावं?... काही करून रात्री अमितच्या खोलीत काही मिनिटांसाठी तरी बघता यायला हवं. अमितच्या दुखण्याचं मूळ तिथे सापडण्याची शक्यता होती.

त्यानं असं डोकावून बघणं हे डॉक्टरनं पेशंटच्या खोलीत डोकावण्यासारखं असणार होतं. त्यात असभ्य असं काहीही असणार नव्हतं.

विचार करता-करता नमितच्या मनात एका बेतानं आकार घेतला आणि मग त्याला चट्कन झोप लागली.

दुसऱ्या दिवशी सकाळी अकरा वाजता डॉक्टर कामतांनी अमितला बोलावलं होतं. त्याला घेऊन अर्चना गेली आणि नमित सुनंदाबाईंना म्हणाला,

"आई, जोगेश्वरीच्या देवळात देवीसमोर बसून रोज जप केला तर एका सप्ताहात मनातली इच्छा पुरी होते असं सुधाकरची एक पेशंट सांगत होती म्हणे. तू ऐकलं आहेस का असं काही? माझा तर अशा कुठल्या गोष्टीवर विश्वास नाही, पण तो म्हणत..."

"अरे, रोज मनातल्या मनात मी सारखा जपच करते आहे देवीचा. आपली कुलदेवता आहे ती. तिचा धावा नाही करायचा तर कुणाचा करायचा? पण हे देवळात बसायचं काही मी ऐकलं नव्हतं बाबा, पण तेही करून बघू. कुसुमकाकूनं तर, सात पिठांचा रोठ करून तो अमावस्येला मध्यरात्री पिंपळाच्या झाडाखाली नेऊन ठेवायचा, असा तोडगाही सांगितला आहे... अमावास्येला अजून चार दिवस आहेत तोपर्यंत हे करून पाहू." त्या म्हणाल्या

आणि झटपट पातळ बदलून त्या जोगेश्वरीला गेल्यासुद्धा.

नमितनं मग वेळ दवडला नाही. त्यानं हत्यारांच्या कपाटातून ड्रिल, हातोडा असं साहित्य काढलं. त्याच्या आणि नमितच्या खोलीच्या मधल्या दाराच्या लाकडी चौकटीला उंचावर एक बारीक भोक पाडलं. खाली पडलेल्या लाकडाचा भुसा काळजीपूर्वक भरून घेतला. अमितच्या खोलीत जाऊन तिथून भोक लक्षात येत नाही, याची खात्री करून घेतली. आणि मग तो अमितच्या खोलीची तपासणी करू लागला. विशेषतः तिथे असलेल्या म्युझिक सिस्टीमची आणि कॅसेट्सची.

कॅसेट्स पुष्कळ होत्या, पण बहुतेक सगळ्या हिंदी सिनेसंगीताच्या होत्या. काही शास्त्रीय संगीताच्याही होत्या. दुसऱ्या काही कॅसेट्स तिथे दिसत नव्हत्या. निदान त्या वर तरी ठेवलेल्या नव्हत्या. जास्त उचकपाचक त्याला करायची नव्हती, कारण तिथलं काहीही विस्कटलेलं नको होतं.

मग तो अमित आणि आई परत येण्याची वाट बघत बसला.

दुपारी त्यानं सुधाकरला गाठलं. आपण केलेला उद्योग त्याला सांगितला आणि म्हणाला, "इथे एखादी चांगली डिटेक्टिव्ह एजन्सी नाही का रे? अर्चनाची सगळी माहिती काढू शकेल अशी?"

"डिटेक्टिव्ह एजन्सी आहे. गेल्या काही वर्षांत तीन-चार एजन्सीज इथे स्थिरावल्या आहेत. पण लग्नाच्या वेळी तुम्ही चौकशी केलेली नाहीत का तिची?"

"केलेली आहे रे. पण ती साधी चौकशी होती. म्हणजे तिचं शिक्षण, घराणं, नातेवाईक अशा गोष्टींची होती ती. शिवाय मी तेव्हा इथे नव्हतो. सगळी चौकशी आईनं केली होती. पण खोलात जाऊन चौकशी करायची तर ते काम एखाद्या तज्ज्ञ माणसाला दिलेलं बरं. म्हणजे ते लवकर होईल. आपल्याजवळ फार वेळ नाहीये."

"माझा कधी या गोष्टींशी संबंध आलेला नाही. पण 'ग्लोब डिटेक्टिव्ह एजन्सी' चांगली आहे असं मी ऐकलेलं आहे. त्यांच्याकडे जायला हरकत नाही.'

आणखी थोडा विचार करून ग्लोबचं नाव त्यांनी नक्की केलं आणि ते दोघं तडक ग्लोबच्या ऑफिसवर गेले. ग्लोबचे सर्वेसर्वा असलेल्या दिवाकरांना त्यांनी गाठलं आणि आपलं काम सांगितलं. ते म्हणाले,

"नमित, तुम्हाला असेल तेवढी माहिती आम्हाला द्या. म्हणजे खोलात जाऊन चौकशी करणं सोपं जातं."

"माझ्याकडे माहिती आहे ती अशी-अर्चना जोशी हिचं स्थळ एका विवाहमंडळातून आम्हाला समजलं. तिचे आईवडील काही वर्षांपूर्वी वारल्यामुळे ती तिच्या मावशीकडे राहात होती. मावशीचं आडनावही जोशीच. एक लहान भाऊ होता, तो वडिलांच्या मृत्यूपूर्वी दोन वर्षं एका अपघातात गेला. अर्चनानं मानसशास्त्रात एम. ए केलं आहे आणि लग्नापूर्वी ती मुंबईला एका मानसोपचारतज्ज्ञाकडे कामाला होती."

"ठीक आहे. आम्ही बाकीची माहिती काढतो. तुम्ही तिच्या मावशीचा पत्ता, फोन नंबर वगैरे मला द्या."

"या गोष्टी आत्ता माझ्याजवळ नाहीत, पण मी तुम्हाला फोन करून ही माहिती देतो."

दिवाकरांचा निरोप घेऊन ते दोघं बाहेर पडले, तेव्हा नमितचं मन त्याला थोडं थोडं खाऊ लागलं होतं. तो हा भलताच संशय घेत नव्हता ना? पण त्यानं असं म्हणताच सुधाकर म्हणाला, "अरे तसं असलं तर फारच बरं. मग एकमार्गी डॉक्टरी इलाज तरी करता येतील. मनात उगाच शंका येत राहणार नाहीत."

घरी गेल्यावर नमितनं फोनच्या डायरीतून अर्चनाच्या मावशीचा पत्ता आणि फोन नंबर काढून, आसपास कोणी नसताना दिवाकरांना फोन केला आणि माहिती दिली.

त्या दिवशी रात्री निजानीज झाल्यावर नमित अंथरुणात पडून टक्क डोळ्यांनी कानोसा घेत राहिला. त्याला फार वेळ वाट बघावी लागली नाही. आदल्या दिवशीसारखाच बारीक आवाज येऊ लागला.

तो उठला. दाराच्या चौकटीत केलेल्या भोकाखाली त्यानं आधीच एक स्टूल ठेवलं होतं. आवाज न करता तो त्या स्टुलावर चढला आणि त्यानं भोकाला डोळा लावला.

अमितच्या खोलीत नाईटलॅम्पचा मंद प्रकाश पसरला होता आणि त्या

प्रकाशात खोलीतलं दृश्य एखादी कविता प्रकट व्हावी, तसं दिसत होतं. अमित डोळे मिटून पडला होता आणि शेजारी बसलेली अर्चना ओणवी होऊन त्याच्या डोक्यावरून, कपाळावरून मायेनं हात फिरवत अगदी हळू आवाजात काहीतरी बोलत होती. फिक्या गुलाबी रंगाचा, फुलाफुलांचा गाऊन तिनं घातला होता आणि केस मोकळे सोडले होते. नाईटलॅम्पच्या मंद उजेडात ती एखाद्या देवतेसारखी दिसत होती आणि इतक्या हळूवारपणे ती अमितच्या कपाळावरून हात फिरवत होती, की नमितला स्वत:च्या संशयाची लाज वाटू लागली.

कुठेतरी वाचलेले शब्द त्याला आठवले-स्त्री ही क्षणाची पत्नी असली तरी ती अनंतकाळची माता आहे.

थोडा वेळ तो तसाच बघत राहिला. आपला संशय चुकीचा आहे याची खात्री वाटू लागून तो खाली उतरणार तोच अर्चना बोलायची थांबली. खाली वाकून अमितच्या तोंडाकडे निरखून बघून तो झोपला असल्याची खात्री तिनं करून घेतली आणि ती उठली. तिनं कपड्यांचं कपाट उघडलं आणि आत हात घालून कुठूनतरी एक कॅसेट बाहेर काढली. पलंगाजवळच्या स्टँडवरचा कॅसेट-प्लेअर पलंगावर अमितजवळ ठेवून त्यात तिनं ती कॅसेट घातली, प्लेअर चालू केला आणि स्टँडवरचाच वॉकमन उचलला. त्याचे ईअरफोन कानाला लावून, ती आरामखुर्चीत जाऊन बसली आणि मजेत पाय हलवत गाण्याच्या तालावर डोलू लागली.

आधीच्या दोन रात्रींसारखा संथ आणि लयबद्ध आवाज ऐकू येऊ लागला. शब्द मात्र कळत नव्हते.

नमित थक्क होऊन बघत राहिला!

अर्चना हे काय करत होती? का करत होती? ती कोण होती? अमितच्या मनावर असा वेडावाकडा परिणाम करून तिला काय साध्य करायचं होतं?

तो खाली उतरला आणि अंथरुणात आडवा झाला, पण त्या रात्री त्याला स्वस्थ झोप लागलीच नाही.

चांगली गाढ झोप न लागल्यामुळे तो पहाटेच जागा झाला आणि उगाच लोळत पडण्यापेक्षा चहा करून प्यावा म्हणून स्वयंपाकघरात गेला. अर्चना आधीच उठलेली होती आणि गॅसपाशी उभी राहून चहा करत होती. तिची पाठ दाराकडे असल्यामुळे नमित आल्याचं तिला कळलं नाही. हलक्या पावलांनी तो परत फिरला आणि डायनिंग रूममधूनच तिच्यावर लक्ष ठेवू लागला.

तिनं बिस्किटांचा डबा काढून ओट्यावर ठेवला आणि बिस्किट खात-खात ती गुणगुणू लागली. मग तिनं चहा गाळला आणि चहाचा कप घेऊन ती ओट्यावर अर्धवट चढून बसली. तिनं कप तोंडाला लावला आणि घोट घेत 'वा;' असा समाधानाचा उद्‌गार काढला. मग ती चवीनं चहा पिऊ लागली. ती ओट्यावर

बसल्यामुळे आता तिचा चेहरा नमितला स्पष्ट दिसत होता. ती फार आनंदात असल्यासारखी वाटत होती. नमित चकित होऊन बघत होता.

अर्चनाचा चहा निम्मा अधिक पिऊन झालेला असतानाच एकदम अमितचा आरडाओरडा ऐकू येऊ लागला. ती समाधानानं हसली. तिनं सावकाश चहा संपवला, कप विसळून ठेवला आणि गाऊनला हात पुसत ती दाराकडे वळली, तसा नमित झट्कन डायनिंग रूममधून बाहेर पडला.

अमितनं लांडग्यावर ओरडणं, त्याला भिणं, हातात काठी घेऊन त्याच्यावर धावून जाणं हे सगळं परत एकदा घडलं, तेव्हा ओढलेल्या काळजीग्रस्त चेहऱ्यानं त्याला सावरायचा प्रयत्न अर्चनानं नेहमीप्रमाणे परत एकदा केला.

डॉक्टर कामतांनी त्या दिवशीही बोलवलेलं असल्यामुळे अकराच्या सुमारास अर्चना अमितला घेऊन त्यांच्याकडे गेली. सुनंदाबाई जोगेश्वरीला गेल्या आणि नमित अमितच्या खोलीत घुसला. त्यानं कपड्यांचं कपाट उघडलं आणि थोड्या शोधाशोधीनंतर त्याला कॅसेट सापडली.

तिथल्याच कॅसेट-प्लेअरमध्ये त्यानं ती घातली आणि प्लेअर चालू केला.

अर्चनाचा आवाज ऐकू येऊ लागला. अगदी सौम्य, मऊ; पण आग्रही आवाजात ती बोलत होती. नमित गुंगल्यासारखा ऐकत राहिला. कॅसेटमध्ये अर्चना अगदी हळुवारपणे अमितला, एक लांडगा त्याच्यामागे लागल्याचं आणि तो त्याच्या चिंधड्या उडवणार असल्याचं सांगत होती. तो लांडगा नेहमी कमी उजेडात त्याच्या मागे येतो, असं सांगत होती. लांडगा फार क्रूर आहे आणि म्हणून अमितनं काठीनं, सुऱ्यानं, दगडानं, मिळेल त्या हत्यारानं त्याच्यावर हल्ला करून त्याला मारायला हवं असं सांगत होती. तिला त्याची जिवापाड काळजी वाटत असल्यामुळे आणि दुसऱ्या कोणालाही त्याची इतकी काळजी, इतकं प्रेम वाटणं शक्य नसल्यामुळे त्यानं फक्त तिच्यावर विश्वास ठेवावा, फक्त तिचंच ऐकावं असं सांगत होती.

"अमित, राजा, माझ्यावर तुझा विश्वास आहे नं... तो भयंकर लांडगा... त्याला सुऱ्यानं... दगडानं... तुझा जीव धोक्यात..."

आणि शेवटी होतं, "तू जागा होशील तेव्हा लांडग्याची भयंकर भीती तुला वाटत असेल, हाती सापडेल त्या हत्यारानं तू त्याच्यावर हल्ला करशील, कोणाचं काही ऐकणार नाहीस. ही कॅसेट ऐकल्याचं मात्र तू पूर्णपणे विसरून जाशील."

कॅसेट संपली, हे नमितच्या लक्षात येईपर्यंत काही सेकंद गेले, इतका तो त्या आवाजानं भारला गेला होता. मग त्यानं खट्कन प्लेअर बंद केला आणि विचार करू लागला.

त्यानं काय ऐकलं होतं? ... अर्चना अमितला संमोहित करत होती का?

आणि आता पुढे काय करायचं?

दुपारी नमित सुधाकरकडे गेला. त्याला सगळी हकिकत सांगितली आणि मग ठरल्याप्रमाणे ते दोघं दिवाकरांकडे गेले. एका दिवसात फारशी काही माहिती मिळालेली असेल असं त्यांना वाटत नव्हतं, पण त्यांच्या अपेक्षेपेक्षा अधिक माहिती गोळा झालेली होती.

दिवाकर त्यांची वाटच बघत होते. ते म्हणाले,

"तुम्ही अर्चनाच्या मावशीचा पत्ता व फोन नंबर दिल्यामुळे आमचं काम फारच सोपं झालं... आत्ताच अर्ध्या तासापूर्वी आमच्या मुंबई ऑफिसकडून फॅक्स आला आहे... मी थोडक्यात तुम्हाला सगळी माहिती सांगतो..."

... अर्चना आणि तिचं कुटुंब अंधेरीला राहत होतं. ती, तिची आई वंदना, वडील चंद्रकांत आणि एक मोठा भाऊ प्रसाद असं त्याचं कुटुंब होतं. साधारण चार वर्षांपूर्वी तिचा भाऊ त्याच्या स्कूटरला अपघात होऊन जागच्या जागी गेला. त्या धक्क्यानं आईला हृदयविकाराचा जोरदार झटका आला. त्यातून ती वाचली, मात्र तिच्यावर बायपास शस्त्रक्रिया शक्य तेवढ्या लौकर करायला हवी, असं डॉक्टरांनी सांगितलं होतं. शस्त्रक्रियेसाठी पैशाची जुळवाजुळव करत असतानाच आईला दुसरा जबरदस्त झटका आला आणि त्यानं मात्र तिचे प्राण घेतले. त्यानंतर जवळजवळ चार महिन्यांनी तिच्या वडिलांनी आत्महत्या केली. तेव्हापासून अर्चना मावशीकडेच राहत होती आणि मावशीनंच तिचं लग्न करून दिलं."

भावाचा अपघाती मृत्यू, आईचं अचानक जाणं, वडिलांची आत्महत्या! वैऱ्यावरसुद्धा येऊ नये असा एक एक प्रसंग...! एखाद्याला वेडच लागायचं.

पण असं सगळं असलं, तरी त्यामुळे तिनं अमितशी वाकडं वागण्याचं कारण मिळत नव्हतं.

"तिच्या वडिलांनी आत्महत्या का केली याचं कारण कळलेलं आहे का?" सुधाकरनं विचारलं.

"त्यांनी लिहून ठेवलेल्या पत्रात ते स्पष्ट दिलेलं आहे. त्या पत्राची तेव्हा बरीच चर्चा त्यांच्या गोतावळ्यात झाली होती. ते ज्या कंपनीत काम करत होते ती उभी करण्यात त्यांचा मोठा वाटा होता. ते स्वत: कॉमर्सचे पदवीधर होते आणि एका मोठ्या कंपनीत 'अकाऊंटंट' म्हणून काम करत होते. काळाची पावलं ओळखून त्यांनी चार-सहा मित्रांबरोबर एक कॉम्प्युटर सॉफ्टवेअर कंपनी उभी करण्यात सगळी शिल्लक गुंतवली होती. मुलगा गेला, तेव्हा ती कंपनी उभी राहिली होती आणि झपाट्यानं वाढत होती. कंपनीच्या वाढीबरोबर तिचा फायदा वाढत होता आणि त्याबरोबर मोक्याच्या जागांसाठी स्पर्धा सुरू झाली होती. मुलाचा अपघाती मृत्यू आणि पत्नीचं गंभीर आजारपण यामुळे नेमक्या याच काळात त्यांचं कंपनीच्या कामाकडे दुर्लक्ष झालं आणि त्याचे परिणाम त्यांना भोगावे लागले. डायरेक्टर

म्हणून त्यांची निवड जवळ-जवळ नक्की झालेली असताना ऐन वेळी कंपनीच्या सर्वसाधारण सभेमधे त्यांना डावलून एका तरुण हुशार माणसाला डायरेक्टर करण्यात आलं. या गोष्टीचा त्यांना एवढा धक्का बसला, की सभा चालू असतानाच त्यांना घाम फुटला आणि ते घाईघाईनं बाहेर पडत असताना चक्कर येऊन दारातच कोसळले.

... रीतसर डॉक्टरांना बोलावून त्यांच्यावर उपचार वगैरे करण्यात आले...

ते घरी गेले, तेव्हा अर्चना आणि तिची आई त्यांची वाटच पाहत होत्या. ते डायरेक्टर होऊन घरी येणार अशी त्या दोघींची खात्री होती. त्या दोघींना तोंड दाखवायची त्यांना लाज वाटू लागली. पण काही विशेष झालंच नाही, डायरेक्टर्सची निवड पुढच्या सभेत करण्याचा निर्णय झाला असं सांगून त्यांनी वेळ मारून नेली. आणि पुढे काय करायचं याचा ते विचार करू लागले...

... आपण डायरेक्टर झालोच आहोत अशा थाटात ते आधीचे काही महिने ऑफिसमध्ये वावरत असल्यामुळे ऑफिसमधली माणसं आपल्या पाठीमागे आपल्याला हसतात, आपली रेवडी उडवतात असं त्यांना वाटू लागलं. ऑफिसमधे आपली हेटाळणी होते आहे, असं त्यांना वाटू लागलं. आणि अपमानाच्या कल्पनेनं ते मनातल्या मनात भडकू लागले. काहीतरी करून डायरेक्टरचं पद मिळवलं पाहिजे. असा ध्यास त्यांना लागला...

... ते पद त्यांना मिळणं आणखी एका कारणासाठी फार महत्त्वाचं होतं. वंदनाबाईंच्या शस्त्रक्रियेसाठी त्यांना रक्कम उभी करायची होती. जवळची सगळी पुंजी त्यांनी कंपनीत घातली होती. त्यामुळे आता त्यांच्याजवळ फारशी शिल्लक नव्हती. ते डायरेक्टर झाले असते तर कमाई तर वाढलीच असती, शिवाय त्यांना काही खास सवलती मिळाल्या असत्या. त्यांच्या कुटुंबाचा सगळा वैद्यकीय खर्च, मग तो कितीही असला तरी, कंपनीनं केला असता. हे सगळं होणारच आहे असं त्यांनी गृहीत धरलेलं असल्यामुळे दुसऱ्या काही मार्गानं पैसे उभे करण्याचा त्यांनी विचारही केला नव्हता...

...दोन दिवस विचारात घालवल्यावर ते मॅनेजिंग डायरेक्टरला जाऊन भेटले. त्यानं त्यांचं म्हणणं सहानुभूतिपूर्वक ऐकून घेतलं, पण काही करण्याबाबत मात्र असमर्थता प्रकट केली. शेवटी त्यानं एक मार्ग सुचवला. सभेमधे निवडल्या गेलेल्या तरुण डायरेक्टरनं जर त्या पदाचा राजीनामा दिला तर रिकाम्या झालेल्या जागेवर त्यांची निवड करण्याची जबाबदारी तो घ्यायला तयार होता. मात्र राजीनामा त्यांनी मिळवायचा होता...

... म्हणजे त्यांनी नाक मुठीत धरून त्या तरुण सहकाऱ्याकडे याचना करायची होती. जो खरं म्हणजे त्यांचाच हक्क होता, त्याची भीक मागायची होती!...

...त्यांनी आणखी दोन दिवस तसेच संतापलेल्या अवस्थेत काढले आणि मग नाइलाजानं ते त्या सहकाऱ्याकडे गेले. आपली कथा त्याला सांगितली आणि आपल्या व्यथेवरचा उपाय त्याच्या हातात आहे, हेही सांगितलं. त्यानं त्यांचं म्हणणं ऐकून घेतलं, पण राजीनामा द्यायला साफ नकार दिला. हवं तर त्यांना आर्थिक मदत करण्याची मात्र त्याची तयारी होती... पण त्याची दया त्यांना नको होती. त्यांचा हक्क त्यानं हिरावला होता, तो त्यांना हवा होता...

... त्यांनी मग मित्रांकडून आणि नातेवाइकांकडून रक्कम गोळा करायला सुरुवात केली. हव्या त्या वेगानं ते काम होईना, तेव्हा तोही त्यांना स्वत:चा वैयक्तिक अपमान आणि उणेपणा वाटू लागला. या सगळ्या धडपडीत एके दिवशी वंदनाबाईंना दुसरा झटका आला आणि त्यांचे प्राण घेऊन गेला...

... त्या गेल्या आणि चंद्रकांत पार कोसळले. आपल्या पत्नीवर आपण नीट उपचारही करू शकलो नाही, ती योग्य ते इलाज न झाल्यामुळे गेली या भावनेनं त्यांना घेरलं. स्वत:च्या नालायकपणाची त्यांना घृणा आली आणि त्याचबरोबर त्या तरुण डायरेक्टरविषयीच्या संतापानं त्यांचं मन भरून गेलं. ही सगळी वाताहात व्हायला सर्वस्वी तो जबाबदार होता. त्यानं त्यांचं पद हिरावून घेतलं होतं आणि वंदनाबाईंवर उपचार होऊ शकला नव्हता. आयुष्यभराची त्यांची मेहनत, त्यांची हुशारी, निरर्थक ठरली होती. मनातला संताप, उणेपणाची भावना, चारही बाजूंनी घेरून टाकणाऱ्या बायकोच्या आणि मुलाच्या आठवणी, हे सर्व त्यांना असह्य झालं आणि आपलं अपयशी, दु:खी आयुष्य संपवायचं त्यांनी ठरवलं. अर्चनाचा विचारही त्यांना अडवू शकला नाही. ही सगळी हकिकत सविस्तर लिहून ठेवून त्या पत्रात त्यांनी शेवटी लिहिलं होतं... जीवनाची वाताहात ज्याच्यामुळे झाली, त्यालाही कधी सुख लागणार नाही असा माझा शाप आहे...''

दिवाकरांची हकिकत संपली तरी नमित आणि सुधाकर सुन्नपणे बसून राहिले. दिवाकर पुढे म्हणाले,

''अर्चनाच्या वडिलांची कंपनी म्हणजे...''

''स्पीडी सॉफ्टवेअर सोल्युशन्स... आणि तो तरुण डायरेक्टर म्हणजे अमित.'' बधिरलेल्या स्वरात नमित म्हणाला.

''आणि अर्चना सूड घेते आहे!'' सुधाकरनं जरासं अविश्वासानं विचारलं.

''हो. मला तसं वाटतं.'' दिवाकर म्हणाले. ''आणि त्यात फार अविश्वसनीय असं काही नाही. सूड घेण्यासाठी अनेक गुन्हे घडतात असा जगभरच्या पोलीस खात्यांचा अनुभव आहे. शिवाय, आजकाल नव्वद टक्के सिनेमांमधून हेच शिकवलं जातं. आईवडिलांच्या मृत्यूचा, बहिणीवरच्या बलात्काराचा, दुसऱ्यानं संपत्ती हडप केल्याचा सूड घेणं हे जीवनातलं सर्वोच्च ध्येय आणि परमपवित्र कर्तव्य आहे आणि

वाटेल त्या मार्गानं ते पूर्ण केलं पाहिजे, असंच आज बहुतेक सिनेमे दाखवतात. सूड घेणारी व्यक्तीच हिरो असू शकते असा पाठच जवळजवळ सर्व सिनेमांमधून दिलेला असतो. याचा परिणाम मुलांच्या आणि मोठ्यांच्याही मनावर होतच असतो... आपल्यासारख्या सामान्यांच्या आयुष्यात असं काही घडत नाही असं म्हणण्याजोगी परिस्थिती आता राहिलेली नाही.''

''पण असं करून तिला काही फायदा...''

''अमितला वेड लागणं, त्याच्या आयुष्याची वाताहात होणं हाच तिच्या दृष्टीनं फायदा.'' नमित म्हणाला.

''पण अमितनं काही जाणूनबुजून तिच्या वडिलांच्या आयुष्याची वाताहात केली नाही. किंबहुना दुर्दैवामुळे आणि त्यांच्या स्वत:च्या स्वभावामुळेच ते इतके खचले, दुसरी एखादी व्यक्ती असती तर तिनं स्वत:चे मान-अपमान बाजूला ठेवून प्राप्त परिस्थितीतून मार्ग काढला असता.''

''हे आता इतक्या दिवसांनी आपल्यासारख्या तिऱ्हाइतांना वाटणं स्वाभाविक आहे. पण अर्चनावर तेव्हा आभाळच कोसळलं होतं. तिचे सर्व जिवलग एकामागून एक नाहीसे झाले. वडिलांनी आत्महत्या केल्यामुळे बदनामी आणि चर्चाही झालीच असणार. दु:खाच्या आणि रागाच्या भरात या सगळ्या गोष्टींना तिनं अमितला जबाबदार धरलं तर त्यात आश्चर्य वाटण्याजोगं काही नाही.''

''अरे नमित, तू तर तिचीच बाजू घेतो आहेस!''

''बाजू नाही घेत. पण तिची मन:स्थिती मला समजू शकते. अर्थात् म्हणून तिनं असा भयंकर सूड घेण्याचा प्रयत्न करणं मात्र फारच भयंकर आहे... आणि आता पुढे काय करायचं? अमितला याच्यातून कसं सोडवायचं? हा मोठ्ठा प्रश्न आहे.''

''तिच्या आवाजातल्या कॅसेट्स जर तू उचलून आणल्यास तर तो तिच्याविरुद्ध सबळ पुरावा होईल. ती एक मोठा गंभीर गुन्हा करते आहे, हे सिद्ध करणं सोपं जाईल. तिच्यावर केसही करता येईल.''दिवाकर म्हणाले.

''इतकं सोपं नाही ते.'' नमित म्हणाला. ''अमित पूर्णपणे तिच्या प्रभावाखाली आहे. तिचं आपल्यावर फार प्रेम आहे असं त्याला नक्कीच वाटत असणार. त्यामुळे ती काय करत होती हे त्याला कळलं तर त्याच्यावर काय परिणाम होईल कुणास ठाऊक? शिवाय गेले कित्येक दिवस ती त्याच्यावर संमोहन-प्रयोग करते आहे. त्या संमोहनातून त्याला बाहेर काढावं लागेल. ते कोण आणि कसं करणार? आणि बाहेर आल्यावर त्याची अवस्था काय होईल याचाही विचार केला पाहिजे.''

नमितच्या या बोलण्यावर दिवाकर आणि सुधाकर विचार करत थोडा वेळ गप्प राहिले. मग सुधाकर म्हणाला,

"मला वाटतं कोणातरी संमोहनतज्ज्ञाचा सल्ला आपल्याला घ्यावा लागेल. नाही का?"

"हो. मलाही तसंच वाटतं." दिवाकर म्हणाले.

बराच वेळ तिघांनी मिळून विचार केल्यावर प्रसिद्ध संमोहनतज्ज्ञ डॉक्टर राममूर्ती यांचा सल्ला घ्यायचा, असं त्यांनी ठरवलं. दिवाकरांचा निरोप घेऊन सुधाकर आणि नमित बाहेर पडले तेव्हा अर्चनाविषयीचा राग नमितच्या मनात धुमसू लागला होता. ती त्याच्या भावाला आयुष्यातून उठवायला निघाली होती!

आणि नमित घरी पोहोचला तेव्हा परत एकदा घरात लांडगानाट्य सुरू होतं.

नमितनं मोठ्या कष्टानं स्वतःचा राग आवरला आणि अमितची समजूत घालण्यात तोही सामील झाला. अर्चनाचं कारस्थान आपल्याला कळलं आहे, हे त्याला तिला कळू द्यायचं नव्हतं.

रात्री जेव्हा अमितच्या खोलीतून अर्चनाच्या बोलण्याचा आवाज येऊ लागला तेव्हा तर त्याला वाटलं, त्यांच्या दारावर धडका माराव्यात आणि अमितला तिथून बाहेर काढावं, पण अर्थातच तसं काही त्यानं केलं नाही. मात्र मनगटावरच्या घड्याळात त्यानं पहाटे पाचचा गजर लावला.

तो पहाटे गजरानं जागा झाला, तेव्हा अजून कोणी उठलेलं नव्हतं. पण थोड्याच वेळात अमितच्या खोलीतून हालचालीचा आवाज येऊ लागला. आणि मग खोलीचं दार उघडून अर्चना बाहेर पडल्याचं त्याच्या लक्षात आलं. ती स्वयंपाकघरात गेल्याचे आवाज येऊ लागल्यावर तो उठला आणि शेजारच्या खोलीत गेला. उजाडायला अजून अवकाश होता. त्यामुळे खोलीत नाईटलॅम्पचा मंद उजेड पसरला होता. थोड्याच वेळात अमित जागा होऊन, त्या मंद उजेडात "लांडगा... लांडगा" म्हणून ओरडला असता. तो जागा होईल तेव्हा त्याच्याजवळ कोणी असू नये म्हणूनच अर्चना अगदी पहाटे उठून खोलीबाहेर जाते, हे त्याच्या लक्षात आलं होतं. नाहीतर तिच्यासारखी तरुण मुलगी विनाकारण इतक्या लवकर कशाला उठेल?

त्यानं अमितच्या खोलीतला दिवा लावला. खोलीत स्वच्छ उजेड पडला. आता अमित जागा झाला असता तरी तो घाबरला नसता.

डॉक्टर कामतांनी अमितला अकरा वाजता बोलवलं असल्यामुळे अर्चनानं त्या बेतानं सकाळचं खाणं-पिणं उरकलं आणि ती अमितबरोबर जायला तयार झाली . अमितही तयार झालाच होता. ते दोघं अगदी निघण्याच्या तयारीत असताना फोन वाजला. नमित फोनजवळच होता. त्यानं फोन उचलला आणि दोन-चार वाक्यं बोलून ठेवून दिला. मग तो म्हणाला,

"कामतांच्या असिस्टंटचा फोन होता. त्यांना काही अर्जंट कामासाठी बाहेर

जावं लागणार आहे आणि यायला किती वेळ लागेल ते सांगता येत नसल्यामुळे अमितला त्यांनी उद्याच बोलावलं आहे.''

पायात चपला घालता-घालता अर्चना थबकली. उभा असलेला अमित कोचावर बसला आणि म्हणाला,

''जरा लवकर नाही का कळवायचं त्यांनी? उगाच एवढी तयारी केली.''

त्यावर नमित त्याला म्हणाला, ''चल, आपण सुधाकरकडे जाऊन येऊ या का? तू तयारच आहेस नाहीतरी. तो परवापासून मला म्हणतो आहे की अमित हल्ली अजिबात येत नाही म्हणून. मी जाणारच आहे आत्ता. तूही चल. नाहीतरी तयारच आहेस... काय? येताय का दादासाहेब.?''

''जा की रे, अमित. बरेच दिवस झाले, तो आलेला नाही, आपणही गेलेलो नाही.'' सुनंदाबाई म्हणाल्या.

अमितला सकाळी लांडगा न दिसल्यामुळे त्याचा मूड चांगला होता. त्यामुळे तो जायला तयार झाला आणि पाच-दहा मिनिटांत ते दोघं बाहेरही पडले. जाताना नमितनं सुनंदाबाईंना जोगेश्वरीला जाण्याची आठवण करून दिली. त्या विसरलेल्या नव्हत्याच. खरं म्हणजे त्या तयारच होत्या आणि अमित जाण्याची वाट बघत होत्या. देवीच्या देवळात जप करण्याचा उपयोग होतो आहे, असं त्यांना आज सकाळपासून वाटू लागलं होतं.

सुनंदाबाई बाहेर पडल्या, तशी दार लावून घेऊन अर्चनानं वर्तमानपत्र उचललं. मुख्य बातम्यांवरून ती नजर फिरवत असतानाच बेल वाजली. आत्ता कोण आलं असेल, असा विचार करत तिनं दार उघडलं. दारात सुधाकर आणि दिवाकर उभे होते. ती आश्चर्यानं बघत असतानाच सुधाकर म्हणाला,

''नम्या आहे की नाही घरात? की गेला उंडारायला?''

''तुमच्याकडेच गेलेत ते आणि हेही आहेत बरोबर.''

''अरे, आम्ही इकडे आलो आणि तो तिकडे गेला. आता काय करावं? मला वाटतं, आम्ही जरा वेळ वाट बघतो त्या दोघांची. मी घरी नाही असं बघून ते परतच येतील. जरा वेळ थांबतो आम्ही, नाहीतर परत उलटी चुकामूक व्हायची.''

ते दोघं आत येऊन बसले. अर्चनानं पाणी आणून ठेवलं आणि ती आत जाऊ लागली, तशी सुधाकर म्हणाला,

''वहिनी, यांची ओळख करून देतो. हे सी. आय. डी. इन्स्पेक्टर दिवाकर.'' तिनं हात जोडून नमस्कार केला, पण तिच्या चेहऱ्यावर काही कुठलाही ताण दिसला नाही.

अर्चना आत जाताच सुधाकर उठला आणि तडक अमितच्या खोलीत गेला. सगळं त्याच्या परिचयाचंच होतं. त्यानं कपड्यांचं कपाट उघडलं आणि तो

शोधाशोध करू लागला.

अर्चना प्लेटमध्ये द्राक्षं घेऊन बाहेर आली, तेव्हा तिला दिवाकर एकटेच वर्तमानपत्र चाळत बसलेले दिसले, तेव्हा ती म्हणाली,

"हे काय? सुधाकर कुठे गेले?"

दिवाकरांनी करंगळी उचलून दाखवली आणि ते हसले. ती मग पुढे काही न बोलता आत जाऊ लागली, पण तेवढ्यात तिला काहीतरी चाहूल लागली. आपल्या बेडरूममधून काहीतरी आवाज येतो आहे, हे तिच्या लक्षात आलं आणि ती झपाट्यानं तिकडे गेली. तिच्या पाठोपाठ दिवाकरही आत गेले.

सुधाकरची शोधाशोध चालू होती. त्यानं एक ड्रॉवर उघडून त्यातल्या वस्तू बाहेर काढल्या होत्या. त्यात कॅसेट नव्हती. आता तो कपड्यांच्या खणामध्ये हात घालून कपड्यांखाली काही आहे का ते बघत होता.

"हे काय चाललं आहे? तुम्ही खुशाल..."

अर्चना असं म्हणत असतानाच सुधाकरच्या हाताला कॅसेट लागली आणि ती त्यानं बाहेर काढली. आपलं सगळं कारस्थान बिनबोभाट चालू आहे अशी समजूत असल्यामुळे कॅसेट लपवण्याचे किंवा कपाटाला कुलूप लावण्याचे कष्ट अर्चनानं घेतले नव्हते.

कॅसेट बघून अर्चना बोलता-बोलता थांबली, पण मग परत उसळून ती ओरडली,

"सुधाकर हे तुम्ही काय चालवलं आहेत? खुशाल बेडरूममधे शिरून... चालते व्हा आताच्या आत्ता इथून. मित्राच्या घरात शिरून दिवसाढवळ्या चोरी करायला बघताय?"

हातातली कॅसेट तिला दाखवत तो म्हणाला, "तुमचा सगळा खेळ आता संपला आहे, वहिनी. हा पुरावा माझ्या हातात आहे."

"कसला पुरावा? काय बोलताय तुम्ही?"

कसला पुरावा ते सुधाकरनं सांगण्यापूर्वीच बाहेर गाडी वेगात येऊन थांबल्याचा आवाज आला. सुधाकर म्हणाला, "नमित आलेला दिसतो आहे."

गाडीचं दार जोरात आपटल्याचा आवाज आला आणि काही क्षणांत नमित बेडरूमच्या दारात येऊन उभा राहिला.

काहीतरी प्रचंड घोटाळा झाला आहे आणि आपण काय करतो ते या सर्वांना समजलं आहे, हे अर्चनाच्या लक्षात आलं आणि ती घाईनं खोलीबाहेर जाऊ लागली, पण नमितनं तिला दारातच अडवलं.

दार अडवून नमित उभा आहेसं बघून तिनं आवाज एकदम चढवला आणि ती ओरडली, "हे काय चाललं आहे? हे घरात नाहीत असं बघून तुम्ही तिघं मिळून

माझ्या एकटीचा फायदा घेऊ पाहताय? पण मी तुमचा दुष्ट हेतू साध्य होऊ देणार नाही. मी ओरडेन, सगळ्यांना गोळा करीन... आई आत्ता येतीलच...''

''आई थोडया वेळानं येईलच आणि आपण हवं तर तिला हे सगळं सांगूही, पण त्याआधी एक काम करायचं आहे...'' नमित म्हणाला आणि त्यानं तिला धरून पलंगावर बसवलं. दिवाकरांनी त्यांच्या ब्रीफकेसमधून एक कागद आणि पेन काढून अर्चनासमोर ठेवलं आणि ते म्हणाले, ''याच्यावर कबुलीजबाब लिहून द्या. त्याचबरोबर तुम्ही परत कधी अमितच्या वाटेला जाणार नाही हेही लिहा...''

''काय वाटेल ते काय बोलताय? कसला कबुलीजबाब? मी काय केलं आहे?''

''तुम्ही काय केलं आहे आणि काय करता आहात हे नमितनं स्वत: डोळ्यांनी बघितलं आहे. रोज रात्री तुम्ही अमितवर संमोहन करता याचा तो साक्षीदार आहे. आणि तुमच्या आवाजातली कॅसेट आमच्या ताब्यात आहे. तेव्हा...''

आपलं सगळं बिंग फुटलं आहे, हे अर्चनाच्या लक्षात आलं. पण तरी ती उसन्या अवसानानं म्हणाली, ''कसलं संमोहन? मी काय करते असं तुम्हाला म्हणायचं आहे?''

''ठीक आहे.'' सुधाकर म्हणाले. ''तुमचा विचार करूनच मी कबुलीजबाबाचा हा सोपा मार्ग सुचवत होतो, पण तो तुम्हाला मान्य नसेल तर आम्ही सरळ फौजदारी केस घालू तुमच्यावर. निदान दहा-बारा वर्षे तरी खडी फोडावी लागेल तुम्हाला असा माझा अंदाज आहे.''

बोलता-बोलता त्यांनी तिच्यासमोरचा कागद उचलला, पेन उचललं आणि पेनला टोपण लावत ते म्हणाले, ''सुधाकर त्या कॅसेटवर तुमची सही करा, तारीख घाला आणि माझ्याजवळ द्या. मी इथून चौकीतच जातो आणि पुढची कारवाई सुरू करतो.''

आता आपली सुटका नाही, हे अर्चनाच्या लक्षात आलं आणि इतक्या वर्षांच्या आपल्या मेहनतीवर पाणी पडणार, वडिलांच्या मृत्यूला कारण असलेल्या माणसाला शिक्षा करण्याचा आपला बेत धुळीस मिळणार, या विचारानं तिचा स्वत:वरचा ताबा सुटला.

तिनं दिवाकरांच्या हातातलं कागद-पेन हिसकावून घेतलं. कागद फाडून टाकला. पेन खाली फेकून देऊन त्याच्यावर पाय आपटून ते मोडून टाकलं आणि ती किंचाळली,

''तुम्ही काय समजता काय स्वत:ला? हं? चालते व्हा इथून. तुम्हाला काय वाटतं...''

बोलता बोलता तिचा आवेश ओसरत गेला आणि मग ती चक्क रडू लागली.

तिला थोडा वेळ रडू देऊन दिवाकरांनी ब्रीफकेसमधून दुसरे कागद आणि दुसरं पेन काढलं आणि ते म्हणाले,

"अगदी सुरुवातीपासून म्हणजे तुम्हाला ही कल्पना सुचल्यापासून लिहा."

त्यांनी पुढे केलेले कागद नाइलाजानं हातात घेऊन अर्चना काही वेळ तशीच उभी राहिली. नमित, सुधाकर आणि दिवाकर तिच्याकडे टक लावून बघत उभे होते. त्यामुळे अस्वस्थ होऊन थोड्याच वेळात ती पलंगावर बसली. नमितनं जवळच्याच स्टुलावर असलेलं पुस्तक उचलून तिच्या हातात दिलं आणि तो म्हणाला,

"जितक्या लौकर तू हे लिहिशील तितकं तुलाच हलकं वाटेल."

अर्चनानं रागानं त्याच्याकडे बघितलं, पण पेन उघडून ती लिहू लागली. तिच्याकडून सगळी हकिकत काढून घेण्यासाठी दिवाकर अधूनमधून तिला प्रश्न विचारत राहिले आणि ती नाइलाजानं सांगत आणि लिहित राहिली. वडिलांच्या मृत्यूचा सूड घेण्यासाठी तिनं आखलेला पद्धतशीर बेत आणि तिचा दीर्घद्वेष या गोष्टी बघून ते तिघंही थक्क झाले.

तिच्या वडिलांनी वाताहातीचं सगळं खापर अमितवर फोडलं होतं. आणि त्यांच्या मृत्युपत्राच्या वाचनापासून ती त्याचा द्वेष करू लागली होती. भावाच्या आणि आईच्या मृत्यूच्या दुःखातून बाहेर पडण्याआधीच वडीलही गेले होते आणि तिच्यावर आभाळ कोसळलं होतं. ती अनाथ तर झाली होतीच. त्याच्या जोडीला बदनामी आणि गरिबी या गोष्टीही तिच्या वाट्याला आल्या होत्या. फ्लॅटचे हप्ते फेडणं शक्य नसल्यामुळे तिला तो विकावा लागला होता आणि क्वचित् कधीतरी कार्यप्रसंगानं भेटणाऱ्या लांबच्या मावशीकडे जाऊन राहावं लागलं होतं. तिथे तिचं फारसं कुणाशी जमलं नव्हतं. काहीतरी कमाई व्हावी म्हणून तिनं मिळेल ती नोकरी स्वीकारली होती. पण त्यात तिला फारशी कमाई होत नव्हती.

या सगळ्या काळात तिच्या मनातला राग आणि द्वेष वाढतच होता. तिच्यावर ओढवलेली परिस्थिती, तिची मावशी, तिची मावसभावंडं, कमी पगाराची नोकरी ह्या सर्वच गोष्टींबद्दल तिच्या मनात राग खदखदत होता. आणि अमितच्या तर उल्लेखानंसुद्धा तिचा तिळपाड होत होता. तो काळा की गोरा हेसुद्धा तिला माहीत नव्हतं, तरी त्याला चांगली अद्दल घडायला हवी, कोणीतरी घडवायला हवी हा विचार तिच्या मनात प्रबळ होऊ लागला होता.

एका रविवारी ती मैत्रिणीकडे राहणार आहे, असं सांगून घरातून बाहेर पडली आणि तिनं थेट पुणं गाठलं. अमितचा पत्ता शोधत ती त्याच्या घराशी पोहोचली तेव्हा तो आणि सुनंदाबाई कुठेतरी जाण्यासाठी बाहेर पडत होते. एकमेकांशी काहीतरी बोलत, मजेत हसत ते दोघं गाडीत बसले आणि निघून गेले. फाटकाबाहेर उभ्या असलेल्या तिच्याकडे त्यांचं लक्षसुद्धा गेलं नाही.

त्या दोघांचे नवे, भारी कपडे, नवीकोरी गाडी, स्वत:च्या आनंदात मशगूल असणं या सगळ्या गोष्टींनी आगीत तेल पडलं होतं आणि काहीही करून अमितचा सूड घ्यायचा हा विचार तिच्या मनात पक्का झाला होता. तो कसा घ्यायचा या विचारातच तिचे पुढचे काही आठवडे गेले आणि हळूहळू तिचा बेत पक्का झाला.

सूड, बदला, या गोष्टी तिनं अनेक सिनेमांमधे पाहिलेल्या होत्या, पण तसा फिल्मी सूड तिला घ्यायचा नव्हता. अमितला ठार मारून फाशीवर जाण्याची तिला इच्छा नव्हती. तिला त्याचं सगळं आयुष्य उद्ध्वस्त करायचं होतं. आणि त्याचा आनंद लुटण्यासाठी स्वत: नामानिराळं राहायचं होतं.

मानसशास्त्र हा तिचा अभ्यासाचा विषय होता आणि संमोहनशास्त्र या विषयाशी तिची तोंडओळख होती. एखाद्या व्यक्तीला आपल्या संमोहनाखाली आणून त्या व्यक्तीच्या हातून खून घडवून आणणं शक्य आहे किंवा नाही, याविषयी तिनं आणि तिच्या मैत्रिणींनी अनेकदा वादंगही घातले होते. खून करणं शक्य असो किंवा नसो पण एखाद्या व्यक्तीचं मानसिक संतुलन घालवणं मात्र शक्य आहे असं तिला वाटू लागलं आणि मग ती त्या विषयाचं आणखी ज्ञान मिळवायच्या मागे लागली.

एका संमोहनतज्ज्ञाकडे तिनं नाव नोंदवून अभ्यासाला सुरुवात केली आणि मग त्याच्या जोडीला एका मानसतज्ज्ञाकडे तिनं 'सहायक' म्हणून नोकरी मिळवली. अमितचं मानसिक संतुलन घालवून त्याला वेडं बनवणं हे आता तिच्या आयुष्याचं ध्येय बनलं.

हळूहळू तिच्या लक्षात आलं, की आपलं ध्येय साध्य करायचं असलं तर आपल्याला त्याच्या मनावर, त्याच्या विचारांवर पकड बसवायला हवी आणि त्यासाठी सतत त्याच्या सहवासात राहायला हवं. तिनं मग स्वत:च मावशीच्या नावानं आपलं स्थळ अमितसाठी सुचवणारं पत्र टाकलं. त्या सुमारास सुनंदाबाई अमितसाठी स्थळं बघतच होत्या. त्याच्या करिअरमुळे लग्नाला तसा उशीरच झाला होता आणि अर्चनाला कोणीही पसंत करावं, असंच तिचं रूप होतं. त्यामुळे पहिल्या भेटीतच त्यांचं लग्न पक्कं झालं. लग्न ठरवल्यावरच तिनं मावशीला त्याविषयी सांगितलं. तिनं प्रेमविवाह जमवला आहे, अशी मावशीची समजूत झाली आणि तिनं फारशी चौकशी केली नाही. नाहीतरी अर्चनानं तिच्या घरी राहणं मावशीला फारसं आवडलेलं नव्हतंच. अर्चनाच्या वडिलांनी स्वत:च्या दुर्दशेला ज्याला जबाबदार धरलं तो म्हणजे अमितच, हे कोणाला कळलंच नाही.

लग्नानंतर पहिले चार-पाच महिने अर्चनानं स्वत:विषयी चांगलं मत तयार करण्यात घालवले. आणि सुनंदाबाईंच्या मनात आपल्याविषयी पूर्ण विश्वास निर्माण झाला आहे, अशी खात्री झाल्यावर तिनं तिच्या खऱ्या कामाला सुरुवात केली.

अर्चनाचं लिहिणं आणि दिवाकरांच्या प्रश्नांना उत्तरं देणं चालू असताना नमित भयंकर अस्वस्थ झाला. शेवटी न राहवून त्यानं विचारलं,

"हे सगळं नाटक वठवताना तुला कधी आपलं चुकतं आहे असं वाटलं नाही? तुझ्यावर आईसारखी माया करणाऱ्या सासूचा आणि जिवापाड प्रेम करणाऱ्या नवऱ्याचा असा सूड घेताना तुझ्या मनानं तुला कधी जाब विचारला नाही? सतत सहवासात असणाऱ्या नवऱ्याविषयीसुद्धा तुला प्रेम निर्माण झालं नाही?"

अर्चनाचा लिहिणारा हात थांबला आणि ती ढसाढसा रडू लागली. काही वेळ फक्त तिच्या रडण्याचाच आवाज येत राहिला. मग दिवाकर म्हणाले,

"नमित, तुला कामतांकडे जायचं असेल नं, अमितला परत घेऊन यायला?"

"हो, निघायला पाहिजे मला." मनगटावरच्या घड्याळात बघत नमित म्हणाला, "मला यायला कदाचित् उशीर होईल, तोपर्यंत अमितला तिथेच बसवून घ्या असं मी सांगून आलो आहे, पण तरी आता मला जायला हवं."

रडणाऱ्या अर्चनानं वर मान करून त्याच्याकडे प्रश्नार्थक नजरेनं पाहिलं, तसा तो म्हणाला, "कामतांनी आजची भेट रद्द केली नव्हती. मघाशी फोन आला तो सुधाकरचा होता. अमितला तुझ्या ताब्यातून काढून डॉक्टरांकडे नेता यावं आणि तुझा कबुलीजबाब घेता यावा म्हणून केलेला बनाव होता तो... कारस्थान तुलाच फक्त करता येतं असं नाही."

कडवटपणे एवढं बोलून नमित गेला आणि दिवाकर म्हणाले, "बहुतेक सगळं या जबाबात आलं आहे, आता एक शेवटची महत्त्वाची गोष्ट तेवढी सांगून टाका... संमोहनाचा हवा तसा आणि हवा तोच परिणाम व्हावा म्हणून तुम्ही कोणतं औषध वापरत होता? आणि ते कुठे ठेवलेलं आहे?"

"औषध? कुठलं औषध? तुम्ही काय म्हणताय?"

"अर्चनाबाई, तुमचं सगळं बिंग आम्हाला कळलेलं आहे. आता लपवाछपवी करून काही उपयोग नाही. तुम्ही जितक्या लवकर सगळं कबूल कराल तेवढी तुमचीच सुटका लवकर होईल."

"नाही हो, तुम्ही म्हणताय तसं काहीही माझ्याजवळ नाही... अशी काही द्रव्यं आहेत आणि त्यांचा उपयोग काही लोक संमोहनासाठी करतात असं मीही ऐकलं आहे, पण ती कुठे मिळतात किंवा कुणाजवळ मिळतात याची माहिती मला प्रयत्न करूनसुद्धा मिळाली नाही." ती अजिजीने म्हणाली, मग जरा थांबून ती पुटपुटली, "असं काही मिळालं असतं तर माझं काम केव्हाच झालं असतं."

केलेल्या कृत्याचा तिला पश्चात्ताप वगैरे वाटतच नव्हता तर!

तिच्याविषयी, सुधाकरच्या आणि दिवाकरांच्याही मनात, नाही म्हटलं तरी थोडी सहानुभूती निर्माण झालेली होती. तिच्या पुटपुटण्यामुळे ती नष्ट झाली.

कबुलीजबाबावर तिनं सही केल्यावर त्यांनी आणखी एक कागद तिच्यासमोर धरला आणि ते म्हणाले,

"आता मी सांगतो तशी चिठ्ठी लिहा."

तिनं गोंधळून आणि असहाय नजरेनं त्यांच्याकडे पाहिलं आणि नाइलाजानं ते सांगतील तसं ती लिहू लागली. तिची कॅसेट आणि कबुलीजबाब त्यांच्याजवळ होता.

तिच्या हातातून सगळंच निसटलं होतं.

अमितला घेऊन नमित घरी आला, तेव्हा सुधाकर त्यांची वाट पहात घरी थांबला होता.

"हे काय? अर्चना कुठे आहे? आणि तू कसा इथे?" अमितनं आश्चर्यानं विचारलं.

"ती घाईगडबडीनं मुंबईला गेली आहे. तिच्या काकूला हृदयविकाराचा झटका आला आहे म्हणे. तिला तसा फोन आला होता मुंबईहून. तुम्ही दोघं माझ्याकडे येणार होतात ना... तिथे तुम्हाला गाठावं म्हणून तिनं माझ्याकडे फोन केला होता, पण तुम्ही काही नव्हता, म्हटल्यावर तिनं मला सांगितलं. ती म्हणाली... मी चिठ्ठी लिहून ठेवतेच आहे, पण तुम्हीही सांगा यांना मला अशा कारणासाठी जावं लागलं म्हणून... घरी दुसरं कोणीच नाही हे माझ्या लक्षात आलं आणि म्हणून मी घाईनं इकडे आलो, काही मदत लागल्यास जवळ कोणीतरी असावं म्हणून."

बोलता-बोलता अर्चनानं लिहिलेली चिठ्ठी सुधाकरनं काढून दिली. ती वाचून अमित म्हणाला, "कोण काकू? तिला काका नाहीये. वडिलांच्या बाजूनं फक्त एक आत्या आहे आणि ती कायम इंग्लडमध्ये असते. आमच्या लग्नालासुद्धा ती आली नव्हती."

"दुसरी एखादी लांबची काकू असेल किंवा मावशीऐवजी चुकून तिनं काकू लिहिलं असेल." नमित म्हणाला.

"बोलताना एखादे वेळी चूक होईल अशी... पण लिहिताना मावशीऐवजी काकू कसं लिहील ती?"

अमितचं म्हणणं सयुक्तिक होतं. मग सुधाकर म्हणाला. "पोहोचल्यावर ती फोन करणार आहे. तिचा फोन आला की कळेल नक्की काय ते. पण ते जाऊ दे. कामत काय म्हणताहेत अमितच्या प्रॉब्लेमविषयी?"

"ते म्हणताहेत की आपण एखाद्या संमोहनतज्ज्ञाचा सल्ला घ्यावा. संमोहनाच्या प्रयोगात भाग घेतलेला असला आणि त्यातून नीट बाहेर पडलेलं नसलं तर काही वेळा..."

"पण मी कधीच कुठल्या अशा प्रकारच्या प्रयोगात भाग घेतलेला नाही आणि तुला केव्हा सांगितलं रे त्यांनी हे?" अमितनं जरा चिडूनच म्हटलं.

"दादासाहेब, रागावू नका. आपण त्यांच्या ऑफिसमधून बाहेर पडल्यावर मी घाईनं परत गेलो नव्हतो का, फी द्यायची विसरलो म्हणून, तेव्हा त्यांनी मला हे सांगितलं."

"अरे पण, काहीतरीच काय, संमोहन वगैरे..."

"अमित, संमोहनाचा एखादे वेळी फार चांगला उपयोग होतो बरं का, विशेषत: वेदना कमी करण्यासाठी वगैरे... अर्थात, तुला तशी गरज नाहीये, पण मी म्हणतो, करून बघायला काय हरकत आहे? हां, मात्र चांगल्या तज्ज्ञ माणसांकडून करायला हवा हा उपचार" सुधाकर म्हणाला.

त्यांची या विषयावर आणखी थोडा वेळ चर्चा सुरू राहिली. संमोहन करून घेण्यासाठी अमितची मानसिक तयारी आवश्यक होती. त्याचा विरोध असता तर संमोहनाचा उपयोग होणं कठीण होतं. ही चर्चा चालू असतानाच सुनंदाबाई जोगेश्वरीच्या मंदिरातून परत आल्या. जप करून आणि अमितचा विचार करून त्या अगदी थकून गेल्या होत्या. संमोहनतज्ज्ञाचा सल्ला घेण्याची चर्चा थोडा वेळ एकून त्यांनीही, हा उपाय करून बघावा असं आपलं मत नोंदवलं. शेवटी मग नाइलाजानं अमितही तयार झाला.

नमितनं सुटकेचा श्वास घेतला. अमितच्या दुखण्यावरचा इलाज आता खरा सुरू होणार होता.

फाटकाचा आवाज ऐकून सुनंदाबाईंची स्वयंपाकघराच्या खिडकीतून बाहेर नजर टाकली आणि त्यांच्या छातीत धस्स् झालं. फाटकातून कुसुमकाकू आत येत होत्या आणि बागेत आंब्याच्या झाडाखाली खुर्च्या टाकून अमित आणि नमित चहा पीत गप्पा मारत बसले होते. कितीतरी दिवसांनी अमित असा आपणहून बाहेर बसला होता आणि त्यानं नमितलाही हाका मारून बाहेर बोलावून घेतलं होतं.

डॉ. राममूर्तींकडे जायला लागल्यापासून अमितची मन:स्थिती सुधारत गेली होती आणि गेले चार-पाच दिवस तर तो अगदी नॉर्मल होता. त्याला एकदाही लांडगा दिसला नव्हता, ना रात्री, ना तिन्हीसांजेला. त्याचा घुमेपणा आणि सारखं बारीक-सारीक गोष्टींवरून रागावणंही खूप कमी झालं होतं. नमितच्या आणि त्याच्या गप्पा, एकमेकांची टिंगल करणं, एखाद्या गोष्टीवरून वितंडवाद घालणं, हे सगळं परत सुरू झालं होतं. आणि नेमक्या ढालगज कुसुमकाकू आल्या होत्या. त्यांनी अमितबरोबर लांडग्याचा विषय काढला तर...!

सुनंदाबाईंची धास्तावलेली नजर अमितच्या चेहऱ्यावर खिळली. तो आता

काय करणार होता? काय म्हणणार होता?

पण त्यांना घाबरायचं कारण नव्हतं. अमित हसत हसत म्हणाला, "हांऽऽ, ते म्हणताय होय? अहो काकू, तेव्हा काम करून माझं डोकं इतकं पिकलं होतं, की वेड लागायचीच पाळी आली होती. जरा आराम केल्यावर आता एकदम फ्रेश झालो आहे मी."

"काकू, अमितला वेड-बिड लागलं आहे असं वाटलं की काय तुम्हाला? तसा तो हाफ मॅड आहेच, पण ते जन्मापासूनच आहे. त्यात नवीन काही नाही." नमित म्हणाला आणि मोठ्यानं हसला. अमितही हसण्यात सामील झाला आणि मग सुनंदाबाईंनाही हसू फुटलं कारण काकूंचा चेहरा बघण्यासारखा झाला होता.

"या हो वहिनी, आतच या. म्हणजे एकीकडे माझं कामही होईल आणि आपल्या गप्पाही होतील." असं म्हणून त्या काकूंना आत घेऊन गेल्या. पण काकू फार वेळ थांबल्या नाहीत. सगळं आलबेल आहे, छान चाललं आहे, हे बघितल्यावर तिथे अधिक वेळ थांबण्यात त्यांना रस नव्हता!

त्या दिवशी अमित कितीतरी दिवसांनी ऑफिसला गेला. याचं ऑफिसात कसं होईल, परत काही वेडंवाकडं तर होणार नाही ना, या चिंतेनं सुनंदाबाईंचा जीव खाली-वर होऊ लागला. त्यांची अस्वस्थता नमितला जाणवली आणि तो म्हणाला,

"सगळं ठीक होईल आई, तू मुळीच काळजी करू नकोस. आता त्याला हळू हळू रोजच कामावर जायला हवं आहे."

"हो रे, पण तिथे काही..."

"काही होणार नाही आहे तिथे, त्याला होणाऱ्या भासांचं मूळ कारणंच आता नाहीसं झालं आहे. आता तो परत पूर्वीचा अमित झाला आहे."

"पण अर्चना परत येत नाही आणि तिचा काही पत्ताही कळत नाही असं पाहिल्यावर तो परत चलबिचल होईल रे, त्याचं मन परत अस्वस्थ होईल आणि मग..."

अर्चनाची आणि ती उगवत असलेल्या सुडाची सगळी हकिकत नमितनं त्यांना सांगितली होती, पण अमितला मात्र त्याची काही कल्पना नव्हती. त्याची मानसिक स्थिती पूर्ववत होऊन काही काळ तो त्या संतुलित अवस्थेत वावरल्यावर मग त्याला अर्चनाचं खरं स्वरूप सांगायचं, असं त्यानं आणि सुधाकरनं ठरवलं होतं. आईची काळजी बघून तो म्हणाला,

"आणखी आठ-दहा दिवसांत अर्चनाचं एक पत्र अमितला येईल अशी व्यवस्था दिवाकरांनी केली आहे. काकूची प्रकृती आता ठीक असल्यानं काळजी करू नये, एवढंच त्या पत्रात असेल. पत्रावर अर्थातच पत्ता असणार नाही. त्यानंतर आणखी दीड-दोन महिन्यांनी तिचं आणखी एक पत्र येईल. त्यात तिनं अमितसारख्या

बावळट माणसाशी संसार करण्यात आपल्याला रस नसल्यामुळे आपण आता परत येणार नाही आहोत, असं लिहिलेलं असेल. ही सगळी पत्रं आधीच तिच्याकडून लिहून घेतली आहेत.''

''हे सगळं... पण अमितचा विश्वास बसेल का याच्यावर....?''

सुनंदाबाई विचारात पडत म्हणाल्या.

''कदाचित् आधी विश्वास बसणार नाही. पण जसजसे दिवस जातील आणि ती येणार नाही, तिच्याकडून काही पत्र, चिठ्ठीचपाटी येणार नाही, तेव्हा त्याला स्वीकारावंच लागेल.''

बोलता-बोलता नमित गंभीर झाला आणि मग म्हणाला, ''हे सोपं नाही आहे याची मला कल्पना आहे... पण दुसरा काही मार्ग आम्हाला तरी तेव्हा सुचला नाही. आणि तिचं शेवटचं पत्र येईपर्यंत अमितचं मानसिक संतुलन पूर्णपणे परत आलेलं असेल, अर्चनाचा विश्वासघात तो सहन करून शकेल अशी आपण आशा करू या.''

''आणि त्यानंतर कधीतरी...''

''कधीतरी? कधीतरी काय?''

''अर्चनाचं खरं स्वरूप आणि त्याच्याशी तिनं लग्न करण्यामागचा हेतू आपल्याला त्याला सांगावा लागेल...''

''हे सगळं काय झालं रे नमित! त्यानं काही गुन्हा केलेला नसताना त्याच्या नशिबी हे काय आलं रे!'' सुनंदाबाई कळवळून म्हणाल्या.

''त्यानं काहीही गुन्हा केला नाही. पण नकळतच त्याच्यामुळे एका कुटुंबाची वाताहात झाली. आई... काट्यावर चुकून पाय पडला तरी तो बोचतोच आणि निखाऱ्यावर पाऊल मुद्दाम टाकलं आहे की चुकून पडलं आहे याच्याशी निखाऱ्याचा संबंध नसतो. तो पाय जाळतोच... सुदैवानं काय चाललं आहे हे वेळेवर आपल्या लक्षात आलं. नाहीतर त्याला वेडा ठरवून मनोरुग्णालयात दाखल केलं असतं अर्चनानं.''

''नशिबानं तसं काही झालं नाही म्हणून बरं... नकळताचि पद अग्निवरी पडे, न करी तो दाह ऐसे कधी न घडे... या म्हणीचा आपल्याला प्रत्यय यायचा होता एवढं मात्र खरं.'' सुनंदाबाई सुस्कारत म्हणाल्या आणि अर्चना परत येणार नाही हे कळल्यावर, अमित सैरभैर झाल्यावर आपण काय करायचं, याचा विचार करू लागल्या.

पुढची वाटचाल काही सोपी नव्हती. अमितचा तोल जाऊ लागला तर त्याला सावरण्यासाठी त्यांना घट्ट राहायला हवं होतं.

■

चित्र

उंबरठ्यावरचं माप ओलांडून घरात पहिलं पाऊल टाकताना समिताच्या मनावर एक प्रकारचं दडपणच आलेलं होतं. लग्न होऊन नव्या घरात, नव्या माणसांमध्ये, नव्या वातावरणात ती कायमची राहायला येत होती हे तर दडपणाचं कारण होतंच; पण त्याहीपेक्षा तिचा जीव दडपला होता; तो वाड्याच्या प्रथम दर्शनानं. संजीवचं घर म्हणजे जुन्या पद्धतीचा मोठ्ठा वाडा आहे, हे तिला माहीत होतं. संजीवच्या घराण्यात इनामदारी पिढीजात चालत आलेली आहे आणि संजीव हा गावचा इनामदार आहे, हेही तिला माहीत होतं. त्याचे वडील काही वर्षांपूर्वीच दिवंगत झाल्यामुळे आणि संजीव हा त्यांचा एकुलता एक मुलगा असल्यामुळे ओघानंच इनामदारी त्याच्याकडे आली होती. नवीन युगात, नवीन काळात त्या इनामदारीला काही खास अर्थ राहिला नव्हता हे खरं असलं तरी पूर्वीचं वैभव अजून काही प्रमाणात तरी टिकून होतं. गावात त्यांच्या नावाला अजून मान होता आणि इनामदार मंडळी अजून त्यांच्या जुन्या वाड्यातच राहत होती. या सगळ्या गोष्टी तिला संजीवकडून कळलेल्या होत्या.

पण ऐकीव माहिती निराळी आणि प्रत्यक्ष दर्शन निराळं. वाड्याचा भव्यपणा, त्याच्या भक्कम दगडी भिंती, चकचकीत, पितळी टोकदार खिळे मारलेलं मोठ्ठं दार, दारात काढलेली मोठ्ठी रांगोळी आणि तिच्या स्वागतासाठी जमलेल्या गावातल्या आयाबाया या सगळ्या गोष्टींनी तिची छातीच दडपली. आणि या इनामदार घराण्यात आपला निभाव लागेल ना, अशी शंका प्रथमच तिच्या मनात उभी राहिली. ही शंका मनात घेऊनच तिनं वाड्यात प्रवेश केला.

लग्नानिमित्त जमलेले बाहेरगावचे पाहुणे-रावळे आपापल्या घरी गेले आणि मग समिता हळूहळू घरात रुळायला लागली. वाडा खूप मोठा होता. पण वाड्यात राहणारी माणसं मात्र थोडी होती. संजीव, त्याची आई- रमाबाई, चुलत आत्या- नर्मदा, हरकाम्या गडी- सोपान, त्याची बायको- जनाबाई, त्यांची चार वर्षांची- मुलगी नंदा आणि स्वयंपाक करणाऱ्या, घरातली ठेवरेव बघणाऱ्या सीताबाई. वाड्याच्या मागच्या बाजूच्या दोन खोल्या सोपानकडे होत्या तर स्वयंपाकघराशेजारच्या खोलीत सीताबाई राहत होत्या. मोजून सात माणसं. खरं तर साडेसहाच म्हणायला हवीत. समिता आल्यामुळे त्यात एका माणसाची भर पडली. शिवाय धुणी-भांडी करायला येणारी सुनंदा आणि बागकामासाठी येणारा माळी कुशाबा हेही होते. पण ते दोघं येऊन - जाऊन असल्यामुळे दिवसभर काही वाड्यावर नसत.

लग्नासाठी संजीवनं घेतलेली रजा संपली. तो कामाला जाऊ लागला आणि मग रुटीन सुरू झालं. रोज सकाळी न्याहरी करून साडेनऊच्या सुमारास संजीव कामावर जाईपर्यंत घरात थोडीतरी गडबड असायची. तो काहीतरी बोलायचा, विनोद करायचा, समिताला चिडवायचा, असं काही ना काही चालू असायचं. एकदा तो गेला, की मग मात्र सारं कसं शांत-शांत व्हायचं. समिता नवीन असल्यामुळे फारसं बोलायची नाही, रमाबाईंचा स्वभाव तसा जात्याच अबोल होता आणि नमूआत्या जी काय बोलायची ती बहुतेक वेळा रमाबाईंना किंवा सीताबाईंना, तर कधीकधी सोपानला रागावण्यासाठी बोलायची. एकदा तिचं रागावणं सुरू झालं की बराच वेळ काहीतरी बडबड चालायची. त्याच्यामुळे घरातल्या शांततेला थोडं खिंडार पडायचं खरं, पण त्याचबरोबर समिताला चोरट्यासारखं व्हायचं. तिला मात्र आत्या अजून तरी थेट रागावत नव्हती.

घरातली बहुतेक कामं नोकर-माणसं करत असल्यामुळे कामात वेळ जावा अशी परिस्थिती नव्हती. त्यामुळे थोड्याच दिवसांत समिता कंटाळून गेली. गावात तिच्या अजून कुणाशी फारशा ओळखी झालेल्या नव्हत्या. तिची एक लांबची मावशी तेवढी गावात होती. बाकी सगळी संजीवकडचीच माणसं होती. शिवाय त्यांचा वाडा गावापासून दूर होता. त्यामुळे, फारसं कुठे कुणाकडे जाणंही होत नव्हतं. असे थोडे दिवस गेले आणि मग तिनं तिच्या सामानातलं पेंटिंगचं साहित्य बाहेर काढलं. रंग, ब्रश, ईझेल, रंगांच्या नव्या आणि वापरलेल्या बशा असा सगळा सरंजाम तिनं बाहेर काढला आणि मग ती रमाबाईंना म्हणाली,

"आई, मी एखादं पेंटिंग करायला घेईन म्हणते. चालेल नं?"

रमाबाई जरा गप्पच राहिल्या, पण मग म्हणाल्या, "अगं कर की पेंटिंग. त्यात एवढं विचारायचं काय? तेवढाच तुझा वेळ जाईल."

मग दुसऱ्या दिवशी सकाळी तिनं मागच्या पूर्वेकडच्या चौकात पेंटिंगसाठीची

तिची लाकडी घोडी- ईझेल उभी केली. बरोबर आणलेला ड्रॉईंग-पेपर तिच्यावर नीट बसवून चारही बाजूंना पिना मारून घेतल्या आणि काय पेंट करावं, याचा विचार ती करू लागली. तिच्या मनात तेव्हा कुठलाच विषय ठरलेला नव्हता. कंटाळा जाण्यासाठी म्हणून केवळ तिनं पेंटिंग करायचं ठरवलं होतं. त्यामुळे प्राथमिक तयारी झाल्यावर काय काढावं, याचा विचार करत ती उभी राहिली.

तिनं फाईन आर्ट्‌समध्ये पदवी घेतली होती. तिनं चित्रकलेच्या अनेक पद्धती हाताळल्या होत्या. तिच्या काही चित्रांनी तिच्या शिक्षकांची वाहवा मिळवली होती. तिचं कॉलेज संपलं, तेव्हासुद्धा तिच्या मनात चित्रांचे आणखी काही विषय घोळत होते. पण मध्यंतरी संजीवची भेट, मग बरोबर फिरणं, मग लग्न करायचं ठरवणं, दोघांच्या घरच्यांची संमती मिळवणं आणि मग प्रत्यक्ष लग्न, या सगळ्या गडबडीत आपण उत्तम चित्र काढतो हे, सुद्धा तिला विसरल्यासारखं झालं होतं.

चित्राच्या विषयाचा विचार करत घोडीसमोर असं थोडा वेळ उभं राहिल्यावर तिला वाटू लागलं, या आपल्या वाड्याचं, डोळ्यांसमोर दिसणाऱ्या वाड्याच्या या भागाचंच चित्र का काढू नये. पूर्वेकडच्या चौकात तिनं तिचं सगळं साहित्य आणलं होतं, कारण सकाळच्या वेळी तिथे ऊन असायचं आणि भरपूर उजेड असायचा आणि नंतर दिवसभर, अगदी संध्याकाळपर्यंतसुद्धा तिथे उजेडच असायचा. त्याच्या जोडीला चौकाच्या कडेनं असलेल्या खोल्यांच्या, थोड्या पुढे आलेल्या कौलारामुळे आणि पूर्वेकडच्या मागच्या दारामुळे तिथे सावलीही होती. दुपारनंतर तिथे सावली गडद व्हायची. पण तरी काम करायला भरपूर वेळ मिळणार होता. आणि छायाप्रकाशाचा खेळही रंगांमध्ये पकडता आला असता. वाड्याच्या त्या भागाचं चित्र रंगवायचं या विचारानं मग ती तो भाग नीट न्याहाळू लागली.

पूर्वेकडे तोंड करून आणि वाड्याच्या राहत्या भागाकडे पाठ करून उभं राहिलं की समोर मागचं मोठ्ठं दार दिसत होतं. त्यात उजव्या बाजूला एक छोटी देवडी होती. दाराच्या दोन्ही बाजूंना तीन फूट जाडीची भक्कम भिंत होती. उजव्या बाजूला घरापासून त्या भिंतीपर्यंतच्या भागात ओळीनं दोन मोठ्या कुलूप बंद खोल्या होत्या आणि शेवटी टोकाला सोपानाच्या दोन खोल्या होत्या. या सगळ्या खोल्यांच्या समोर अरुंद पडवी आणि तिचे ओळीनं असलेले खांब होते. पडवीवरचं कौलार थोडं पुढे असल्यामुळे सकाळी उन्हाच्या वेळीसुद्धा पडवीमध्ये सावली होती. त्या सावलीतच एका बंद खोलीपुढे समितानं आपली घोडी उभी केली होती.

चौकाच्या डाव्या बाजूला आधी प्रशस्त न्हाणीघर होतं, त्याच्या पलीकडे एक अडगळीची खोली, धुणं वाळत घालायची खोली, नंतर धुणं धुवायची मोरी, हौद आणि पलीकडे बंब आणि त्याच्यासाठीचं सरपण ठेवण्याची जागा होती. या डाव्या बाजूच्या खोल्यांच्या पुढेही अरुंद पडवी होती आणि तिच्यावरचं थोडं पुढे आलेलं

कौलार पेलणारे खांबही रांगेनं पडवीच्या कडेनं उभे होते. बंब आणि त्याचं सरपण घराच्या जोत्याच्या खाली पडवीच्या बाहेर होतं.

मागचं भव्य दार, त्याला लटकणारी मोठी कुलपं, भिंतीवरचा गिलावा जागोजागी पडून त्या ठिकाणी उगवलेल्या गवताचे मधून-मधून डोकावणारे पुंजके, दाराच्या बाहेरच्या बाजूला जवळच असलेल्या आणि दारावरूनही ज्याचा भव्यपणा जाणवत होता, अशा पिंपळाच्या झाडाची सळसळणारी पानं-फांद्या, त्या पलीकडे असलेल्या इतर काही वृक्षांचे भिंतीवरून दिसणारे माथे, दोन्ही बाजूंच्या पडव्यांच्या खांबांच्या रांगा, उजवीकडच्या पडवीत पडलेली सावली, घराचा राहता भाग आणि मागचं दार यांमधलं ठिकठिकाणी उखडलेलं अंगण, सोपानाच्या खोलीसमोर पडवीत खेळत असलेली त्याची मुलगी नंदा... सगळं दृश्य कसं निवांत आणि प्रेक्षणीय दिसत होतं.

परसातल्या त्या प्रेक्षणीय दृश्याचा एक तुकडा चित्रित करायचा, असं समितानं ठरवलं. पेन्सिल घेऊन ती प्राथमिक रेघा काढू लागली. त्या दिवशी दिवसभर मग ती चित्र रेखटण्यातच रंगली. चहा-जेवण यापुरता त्यात काय खंड पडला तेवढाच. संध्याकाळी संजीव येण्याच्या वेळी मात्र तिनं सगळं सामान आवरून पडवीतच एका बाजूला ठेवून दिलं.

तिचं काम चालू असताना एकदा रमाबाई डोकावून गेल्या आणि एकदा नमूआत्या येऊन थोडा वेळ बघत उभी राहिली, पण काही बोलली मात्र नाही. संजीव आल्यावर नेहमीप्रमाणे खाण-पिणं, फिरायला जाणं, मग जेवण, झोप, यात तिच्या पेंटिंगचा विषय निघालाच नाही.

दुसऱ्या दिवशी संजीव कामावर गेल्यावर तिनं परत सगळं साहित्य बाहेर काढलं आणि ती चित्र काढण्यात रमून गेली.

चित्र मनासारखा आकार घेत आहे असं वाटल्यावर, जरा दुरून आपलं चित्र कसं दिसतं आहे हे बघावं म्हणून हातातला ब्रश ठेवून ती दोन पावलं मागे झाली. तिनं ठरवल्याप्रमाणे परसाचा एक तुकडा चित्रात आकार घेत होता, पण मागचं दार... ते मात्र अर्धवट उघडलेलं असं दिसत होतं. असं कसं झालं? मिटलेलं मागचं दार काढता काढता आपण ते उघडलं कसं काय बुवा? तिचं तिलाच थोडंसं हसू आलं. पण मग तिला वाटलं, बंद दारापेक्षा या किलकिल्या दारानं चित्राला चांगला उठाव येतो आहे. आणि त्या अर्धवट उघड्या दारातून बाहेरचं दृश्यही थोडंसं चितारता येईल. तिथे डोकावून पाहिल्यासारखं वाटेल, चित्राला अधिक खोली येईल. तेव्हा दार थोडं उघडं असायला हरकत नाही. चित्रातलं अर्ध-उघडं दार तसंच ठेवून ती पुढे काम करू लागली.

पण थोड्याच वेळात तिचा हात थांबला. घराबाहेरचं दृश्य थोडंसं जरी

रेखाटायचं असलं तरी ते दार उघडून बाहेरचं बघायला हवं. हातातली पेन्सिल ठेवून ती पडवीतून खाली उतरली आणि मागच्या दाराशी गेली. ते मागचं दार होतं तरी चांगलं मोठं आणि भक्कम होतं. आठ फूट उंच आणि सहा फूट रुंद होतं. त्याला असलेल्या जाडजूड लोखंडी कडीत दोन मोठमोठी कुलपं लटकत होती. शिवाय जाड, लाकडी अडणीही होती. खालच्या देवडीलाही एक कुलूप होतं. ती अडणी, कुलपं, कड्या आणि दारावरही खूप धूळ बसलेली दिसत होती. लग्नाच्या निमित्तानं सगळ्या घराला, पडवीला रंग दिलेला होता, पण ते रंगकाम या मागच्या दारापर्यंत किंवा मागच्या भिंतीपर्यंतही पोहोचलेलं दिसत नव्हतं.

समितानं अडणी सरकवण्याचा प्रयत्न केला, पण ती हललीसुद्धा नाही. एक तर ती चांगली जाडजूड होती आणि धुळीच्या पुटांनी ती जाम झाली होती. सोपान बंबापाशी काहीतरी खुडबूड करत होता. त्याला तिनं हाक मारली, "सोपान, अरे, एवढी ही अडणी काढून दे रे."

हातातलं काम टाकून सोपान दाराशी आला आणि म्हणाला,

"ती लई जाम झालीये ताई, निगायची नाही बघा."

"अरे, जरा जोर लावून काढ ना."

"नाही पन, कशाला काढायची आहे ती?"

"हे मागचं दार उघडायचं आहे मला."

"ते तर कधीच उघडत नाही आमी."

"कधीच उघडत नाही? ते कां?"

सोपाना त्यावर काहीच बोलला नाही. तशी समिताच पुढे म्हणाली,

"मला उघडायचं आहे हे दार. मागचा भाग बघायचा आहे सगळा. किल्ल्या कुठे असतात या दाराच्या?"

सोपान गप्पच राहिलेला बघून समिता म्हणाली, "आईंना माहीत असेल. सोपान, अरे जरा जाऊन तेवढ्या किल्ल्या घेऊन ये ना आईंकडून."

तरीही सोपान न बोलता तसाच उभा असलेला बघून समिताच वैतागानं जोत्याच्या चार पायऱ्या चढून घरात गेली. रमाबाई नेहमीप्रमाणे स्वयंपाकघरात होत्या. सीताबाईंशी काहीबाही बोलत स्वयंपाकावर लक्ष ठेवत होत्या. समिताला बघून त्या म्हणाल्या,

"आज धपाटे करायला सांगितले आहेत सीताबाईंना. आवडतात ना गं तुला?"

"हो, आवडतात की. पण, मी विचारायला आले की मागच्या दाराच्या किल्ल्या कुठे आहेत?"

"मागच्या दाराच्या किल्ल्या? अगं, उघडंच आहे की दार. त्याच दारातून

आत आलीस नं तू!'' किंचित् हसत रमाबाई म्हणाल्या.

''त्या दाराच्या नाही, परसाच्या मागच्या दाराच्या किल्ल्या कुठे आहेत असं विचारत होते मी.''

रमाबाई जरा गप्प राहिल्या आणि मग म्हणाल्या, ''काय की बाई. ठेवल्या असतील कुठेतरी. किती वर्षांमध्ये उघडलेलंच नाही ते दार... पण तुला कशाला हव्या आहेत त्या किल्ल्या?''

''ते दार उघडून मागचा भाग बघायचा आहे मला सगळा. मी चित्र काढते आहे ना, त्यात बॅक्-ग्राउंडला तो बाहेरचा सगळा परिसर आला की... सगळा म्हणजे दारातून दिसेल तितका... म्हणजे...''

''त्या काही सापडायच्या नाहीत किल्ल्या. कुठे ठेवल्या आहेत कुणास ठाऊक... सीताबाई, दही घातलंत नं भिजवताना? नाही तर...''

रमाबाईंनी विषय संपवला, तशी नाइलाजानं समिता परत पडवीत गेली आणि तिनं पेन्सिल उचलली. अजून चित्राला नीट आकार यायचा होता. मग ते रंगवायचं होतं. खूप काम होतं अजून. तिचं आवडतं काम होतं; पण समिताचं मन त्यात रमेना. काहीतरी कमी आहे, असं तिला वाटत राहिलं. मागचं दार उघडून बाहेर डोकावलंच पाहिजे, ही भावना मनात अधिकाधिक पक्की होऊ लागली. आणि मग तिनं स्वतःच किल्ल्या शोधायच्या ठरवलं. नीट शोधलं तर कुठेतरी सापडतीलच की. शिवाय साधारणपणे घरातल्या किल्ल्या ठेवायच्या जागा घरोघरी ठरलेल्याच असतात. तेवढ्या ठिकाणी शोधून सापडल्या तर उत्तमच. नाहीतर जिथे म्हणून किल्ल्या ठेवण्याची शक्यता आहे असं वाटेल तिथे सगळीकडे शोधायचं.

पण तिला वाटलं होतं, तितकं ते काम सोपं नव्हतं. घरात वेगवेगळ्या खोल्यांना असलेली कुलपं, बाहेरच्या फाटकाचं कुलूप, अडगळीच्या खोलीला लावलेलं कुलूप, अशा सगळ्या कुलपांच्या किल्ल्यांचा जो जुडगा होता तो रमाबाईंनी तिच्या हातात दिला. तेव्हा मोठ्या उत्साहाने ती तो घेऊन मागच्या दाराशी गेली. पण त्या जुडग्यातली एकही किल्ली त्याला लागली नव्हती.

आणि ''जास्तीच्या किल्ल्या कुठे ठेवल्या आहेत कुणास ठाऊक!'' असं रमाबाईंनी परत एकदा सांगितलं. त्यामुळे तो विषय तिथेच खुंटला.

समितानं तिचं चित्राचं काम सुरू ठेवलं, पण तिच्या डोक्यातून मागच्या दाराचा विषय काही केल्या जाईना. उलट, आपण ते दार उघडलंच पाहिजे या विचारानं तिला घेरून टाकलं.

काय असेल बरं त्या दाराबाहेर? झाडं आहेत हे तर दिसतंच आहे. पण बाकीचा परिसर कसा आहे? गवत वाढलेलं आहे की नुसता माळ आहे? शेतं, मळे आहेत? घरं, झोपड्या वगैरे आहेत?

पुढच्या बाजूनं अंगणातून वाड्याबाहेर पडून आणि घराला वळसा घालून पाठीमागे जावं म्हटलं तर ते शक्य नव्हतं. वाड्याच्या एका अंगाला लागून लहान लहान तीन-चार घरं होती. त्यांत कोण राहत होतं कुणास ठाऊक. कारण त्यांतल्या दोन घरांच्या दारांना तर कुलपं लागलेली दिसत होती आणि पलीकडच्या घरांमधली माणसं बघण्याचा प्रसंग कधी तिला आला नव्हता. वाड्याच्या दुसऱ्या अंगाला डाळिंबाची की सीताफळाची असल्या कुठल्यातरी फळाची बाग होती. नक्की कसली होती हे तिला, मुंबईतल्या मुलीला, कळत नव्हतं. फळं आल्यावर कदाचित कळलं असतं. पण बागेला कुंपण होतं आणि त्यामुळे ती तिकडे फिरकली नाही.

खरंच कसा असेल मागचा परिसर? तिचं कुतूहल वाढत चाललं. आणि त्याचबरोबर आपल्या चित्रात तो परिसर यायलाच हवा ही भावनाही वाढत चालली. चित्रात तिनं अर्धवट उघडा असा मागचा दरवाजा तर रेखाटला होता. कल्पनेनंच मग तिनं त्याच्याबाहेरचा परिसर रेखाटायला सुरुवात केली. दाराबाहेर पडताच एक साधा लाल मातीचा मळलेला रस्ता, रस्त्याच्या दोन्ही बाजूंनी रखवालदारांसारखी उभी असलेली झाडं, खाली उगवलेलं गवत, त्यात अधूनमधून डोकावणारी रानफुलं, लांबवर दिसणारं टेकाड, टेकाडाच्या पायथ्याशी छोटंसं तळं... एक दिवस असा त्यात घालवल्यावर तिनं ते अर्धवट रेखाटलेलं चित्र फाडूनच टाकलं. समिताच्या मनाप्रमाणे काही ते आकार घेत नव्हतं. चित्रात तिनं काढलेल्या अर्धवट उघड्या दारातून दिसणारा मागचा परिसर काढायला तिला पुरेशी जागाच मिळत नव्हती. दार फार लहान झालं होतं!

तिनं परत चित्र रेखाटायला सुरुवात केली. आता तिच्या चित्रात जवळ-जवळ पूर्ण उघडं दार आणि त्यातून दिसणारा परिसर एवढंच होतं. परसातला बाकी काही भाग त्यात नव्हता. मग मात्र चित्राला गती आली. तिला दुसरं काही सुचेनासंच झालं. पुरातन वाटावं असं मोठ्ठं दार आणि त्यातून दिसणारा मागचा काल्पनिक परिसर यांनी तिच्या विचारांचा ताबा घेतला. सकाळी संजीव कधी एकदा जातो आणि आपण चित्र काढायला लागतो असं तिला होऊन जायचं. रात्री झोपतानासुद्धा डोक्यात तोच विचार असायचा.

पेन्सिलनं रेखाकृती काढण्याचं काम जवळजवळ पूर्ण झालं, तिनं त्यात रंग भरायला सुरुवात केली आणि चित्राला खरा आकार यायला लागला.

चित्राला आकार येऊ लागल्यावर हळूहळू घरातलं प्रत्येक जण येऊन थोडा वेळ बघून जाऊ लागलं. अगदी सोपानची बायको जनाबाईसुद्धा जातायेता तिच्या चित्रावर नजर टाकू लागली. एक दिवस तर नमूआत्या बराच वेळ तिच्या मागे येऊन उभी राहिली आणि मग तिला म्हणाली,

"कुठे बघितलं होतंस हे चित्र?"

"कुठे बघितलं? नाही. कुठेच नाही बघितलं. असंच आपलं कल्पनेनं काढते आहे."

"पण मग हा मागचा रस्ता कसा कळला तुला? आणि तळ्याकाठी फिरायला गेला होतात का कधी? नाही, तसं बरंच दूर आहे ते आणि सहसा तिकडे कोणी जात नाही म्हणून म्हणते."

हातातला ब्रश थांबवून समिता नमूआत्याकडे बघतच राहिली. म्हणजे तिनं काढला होता, तसा रस्ता आणि तळं खरंच मागच्या बाजूला होतं तर! कमाल आहे.

"नाही हो. मला तर माहीतही नाही तिकडे तळं आहे म्हणून. पण मला आपलं वाटलं, तिकडे तळं असेल, असावं बहुतेक. इतक्या छान रम्य परिसरात पाणी असतंच ना बहुतेक वेळा..."

त्यावर नमूआत्या काही बोलली नाही, पण आणखी थोडा वेळ बघत उभी राहिली आणि मग स्वत:शीच काहीतरी पुटपुटत आत गेली.

ती आत गेली आणि पाचच मिनिटांत रमाबाई बाहेर आल्या. त्याही जरा वेळ बघत उभ्या राहिल्या आणि मग म्हणाल्या, "अगं समिता, कुलकर्ण्यांकडे जाऊन येऊ या का? कधीचं बोलावताहेत त्या. लग्न झाल्यापासून राहूनच गेलंय त्यांच्याकडे जायचं."

"केव्हा जायचं?" हात थांबवत समितानं विचारलं.

"आत्ताच जाऊ या. जेवायच्या वेळेपर्यंत परत येऊ. तुला कपडे वगैरे बदलायचे असले तर बदलून घे."

एवढं बोलून त्या आत वळल्या आणि समिताच्या कपाळावर आठ्या पडल्या. हे काय मधेच काढलं आईंनी? चांगला मूड लागला होता तिचा तर... तिनं नाइलाजानं ब्रश धुवून ठेवला, पण सगळं सामान मात्र आवरून ठेवलं नाही. जेवण होताच परत कामाला लागायचं, असं तिनं ठरवलं.

पण त्या दिवशी तर ते शक्यच झालं नाही. जेवणं झाल्यावर रमाबाईंनी निवडणाचं मोठ्ठं काम काढलं आणि तिला नाइलाजानं त्यात सामील व्हावं लागलं. संध्याकाळी संजीव आल्यावर तर दुसरं काही करणं शक्यच नव्हतं. नाराजीनंच ती तिचं सगळं साहित्य आवरून ठेवत असताना संजीव तिथे आला आणि त्यानं प्रथमच तिचं अर्धवट चित्र बघितलं.

"अरे, समा, हे तर आपल्या वाड्याचं मागचं दार दिसतं आहे. आणि हा रस्ता... हा ही मागचाच आहे. तू केव्हा बघितलास तो?" तो उद्गारला.

तिनं तो रस्ता आणि सगळा परिसर कल्पनेनं काढला आहे हे कळल्यावर तो

आश्चर्यानं म्हणाला, "कमाल आहे. ऐसा भी होता है!"

खरंच कमाल आहे, समिताच्याही मनात आलं.

त्या दिवशी रात्री सगळे जेवायला बसले असताना संजीवनं समिताच्या चित्राचा विषय काढला. तिनं घराच्या पाठीमागचा भाग बघितलेला नसतानासुद्धा चित्रात तो रेखाटला आहे हे नवल सांगून तो परत एकदा म्हणाला, "कमाल आहे की नाही? अगदी, ऐसा भी होता है..." पण त्याच्या आईनं किंवा आत्यानं त्यावर काहीच प्रतिक्रिया दिली नाही. उलट, विषय बदलून टाकला. त्या दोघींनाही ही गोष्ट आवडलेली नाही हे समिताच्या लक्षात आलं. असं का असावं याचा विचार करतच त्या दिवशी ती झोपी गेली.

रात्री केव्हातरी ती दचकून जागी झाली. काहीतरी आवाज होत होता. ती कान देऊन ऐकू लागली.

मागच्या दारावर थापा पडत होत्या. कोणीतरी मागचं परसाचं दार वाजवत होतं. कधीही उघडत नसलेल्या त्या दारावर इतक्या अपरात्री कोण थाप मारत असेल? जरा वेळ कान देऊन ऐकल्यावर तिनं संजीवला हलवून जागं केलं.

"संजू, ऊठ. कोणीतरी मागचं दार वाजवतं आहे."

संजीव कसाबसा जागा झाला आणि म्हणाला, "काय वाजतं आहे?"

"अरे, मागच्या दारावर कोणीतरी थापा मारतं आहे."

"मागचं दार तर मीच बंद केलं झोपताना."

"अरे, घराचं मागचं दार नाही. परसाचं मागचं दार. कोणीतरी वाजवतं आहे ते. ऐक नं. तुला नाही का ऐकू येत?"

संजीवन कान देऊन जरा ऐकल्यासारखं केलं आणि तो म्हणाला, "कुठे काय वाजत आहे? काहातरी भास झाला तुला. तुझ्या चित्राचा विषय तुझ्या डोक्यात असेल आणि त्यामुळे तुला दारावर थापा ऐकू येऊ लागल्या असतील. झोप आता. कोणी नाही आहे पाठीमागे." आणि कूस बदलून तो परत झोपून गेला.

"नाही रे, भास नाही. खरंच..." समिता म्हणाली. पण तिचं ऐकायला तो जागा नव्हता. त्याला क्षणार्धात झोप लागली होती. तिला मात्र लवकर झोप लागली नाही. नंतर बराच वेळ ती जागी होती. पण दारावर थाप मारलेली मात्र तिला परत ऐकू आली नाही. आपल्याला खरंच भासच झाला का? हा विचार मनात घोळवतच तिला झोप लागली.

दुसऱ्या दिवशी दुपारी ती चित्राचं काम करत असताना जना तिच्याजवळ आली आणि म्हणाली, "ताई, तुमचं चित्र अगदी त्या चित्रासारखंच दिसतंय. फकस्त हा दरवाजा तेवढा त्यात नाहीये. पन बाकी सगळं..."

"त्या चित्रासारखं? म्हणजे? कुठल्या त्या चित्रासारखं?"

''या सामानाच्या खोलीत हाये की असलं एक चित्र.''

मागच्या बंद खोलीकडे हात करत जना म्हणाली.

''म्हणजे? या खोलीत चित्र आहे?'' समितानं आश्चर्यानं विचारलं.

''पुष्कळ चित्रं हायेत. काई मोठी हायेत तर काई छोटी हायेत. असं बी एक चित्र हाये त्यात.''

त्या खोलीत पुष्कळ चित्रं होती! आणि तिला ही गोष्ट माहीतच नव्हती. ती चांगलं पेंटिंग करते, हे माहीत असूनसुद्धा तिला कोणी ते सांगितलं नव्हतं. एवढंच नव्हे तर ती हे पेंटिंग करायला लागल्यावरसुद्धा तिला कोणी चित्रांसंबंधी काही बोललं नव्हतं.

म्हणजे घरातल्या कोणालाही, अगदी संजीवलासुद्धा तिच्या कलेची काही चाड नव्हती तर! त्यांच्या लेखी तिच्या कलेला काही किंमत नव्हती! समिताला रागच आला. जनाबाईला काही उत्तर न देता ती काम करत राहिली. त्यामुळे जना निघून गेली, पण तिच्या मनातल्या रागाचा पारा हळूहळू चढू लागला.

आणि आपण ती चित्रं बघायचीच, असं तिनं ठरवलं. हे आता तिचंही घर होतं आणि त्यातल्या वस्तू बघण्याचा तिलाही हक्क होता!

तिनं हातातला ब्रश खाली ठेवला आणि मधल्या खोलीत जाऊन कपाटातला किल्ल्यांचा जुडगा ती घेऊन आली. तो कुठे ठेवलेला असतो, हे तिला आता माहीत झालेलं होतं. किल्ल्या आणल्यावर तिनं जनाला हाक मारली आणि पहिल्या बंद खोलीचं कुलूप उघडता उघडता तिला म्हणाली,

''कुठे ठेवलेली आहेत ती चित्रं? दाखव बरं मला. मला बघायची आहेत ती.''

''एका बाजूला कोपऱ्यात, नीट बासनात गुंडाळून ठेवलेली हायेत.''

असं म्हणत जना आणि तिच्यामागोमाग समिता खोलीत गेली. दारं-खिडक्या बंद असल्यामुळे खोली अंधारलेली होती. जनानं दिवा लावला.

समिता दारं-खिडक्या उघडू लागली तशी जना घाईघाईनं म्हणाली, ''खिडक्या नका उघडू, ताई. वहिनींना नाही आवडत हितल्या खिडक्या उघडलेल्या.''

खिडक्या उघडलेल्या आवडत नाहीत? का बरं? समिताच्या मनात प्रश्न उभा राहिला. खोली चांगली प्रशस्त होती. लाकडी कोरीव कामाचे दोन पलंग, जुन्या पद्धतीचा हॅट-स्टँड, एक मोठं लाकडी कपाट, दोन-तीन नक्षीकामाची स्टूल्स, दोन खुर्च्या, असं बरंच काही जुनं फर्निचर खोलीत होतं. दोन-तीन घडवंच्यांवर काही-काही सामान रचून ठेवलेलं होतं, काही भिंतीला टेकून उभं केलेलं होतं तर काही वस्तू कपड्यात गुंडाळून शिक्यांवरही टांगलेल्या दिसत होत्या. जनानं पुढे होऊन कोपऱ्यातल्या लाकडी घडवंचीवर रचून ठेवलेली दोन मोठी, चौकोनी गाठोडी खाली काढली आणि म्हणाली, ''ह्यात काई चित्रं हायेत. आन् तिकडं समोरच्या

भिंतीला उभी केलेली काई चित्रं हायेत.''

दोघी मिळून गाठोडी सोडू लागल्या. सोडता सोडता समितानं विचारलं, ''तुला कसं माहिती आहे या चित्रांचं? बाकी कोणी तर काही बोललं नाही मला.''

''मीच साफसफाई करते नव्हं का, वर्ष-सहा महिन्याला या बंद खोल्यांची. सफाई करते आन् परत सगळं बंद करून ठिवते.''

गाठोड्याच्या गाठी सोडून त्यांनी पदर उलगडले. एकावर एक रचलेली अनेक चित्रं होती त्यात. सगळी फ्रेममध्ये बसवलेली होती. तिनं एकामागून एक सगळी चित्रं काढून बघितली. कोणातरी चांगल्या तयारीच्या चित्रकारानं काढलेली चित्रं होती ती. चार जलरंगांमधली होती तर दोन तैलचित्रं होती. बहुतेक सगळी निसर्गचित्रं होती. दोन मात्र व्यक्तिचित्रं होती. ती तैलचित्रं होती सगळीच चित्रं बघत राहावीत अशी होती. पण जना म्हणत होती ते चित्र मात्र त्यात नव्हतं.

''ते चित्र मोठं होतं हेच्यापेक्षा पण. तिकडं भिंतीला उभी करून ठिवलेल्या चित्रांत असेल ते. थांबा, ती चित्रं बघू या आधी.''

असं म्हणून जनानं समोरच्या भिंतीशी उभ्या असलेल्या चित्रांवरचं कापडाचं आवरण काढलं आणि त्यातलं एक एक चित्र ती काढू लागली. दुसरं चित्र तिला हवं होतं, ते होतं. ते हातात घेऊन जना म्हणाली, ''बघा, हाये की नाई तुमच्या चित्रासारखं?''

समिता चित्राकडे बघतच राहिली. ती चित्रात घरामागचा जो भाग रंगवत होती तोच त्या चित्रात होता, परसाच्या बंद दारामागचा न दिसणारा भाग! तिनं कल्पनेनं काढलेला भाग! फरक इतकाच होता, की या चित्रात मागचं दार नव्हतं, फक्त मागचा परिसर होता आणि चित्र तैलरंगात होतं. त्यामुळेही असेल, पण चित्राला खूप खोली आलेली होती आणि चित्र अगदी जिवंत वाटत होतं.

चित्र हातात घेऊन समिता खोलीबाहेर आली. उजेडात तर ते फारच सुंदर दिसत होतं. तिच्या चित्रात दाराची चौकट होती तर या चित्रात ती नव्हती, एवढाच फरक होता. बाकी परसाच्या दाराबाहेरचा तिनं कल्पनेनं काढलेला भाग आणि चित्रातला तो भाग अगदी हुबेहूब सारखे होते. अगदी झाडांच्या फांद्यांचा आणि पानांचा आकारसुद्धा! तिचं चित्र अजून पूर्ण रंगवून झालं नव्हतं, पण तिनं निवडलेले रंगही असेच होते. हे कसं झालं होतं?

मात्र हे चित्र फारच सुंदर दिसत होतं. जिवंत वाटत होतं. चित्रातला लाल मातीचा पायरस्ता की गाडीरस्ता, रस्त्याच्या दोन्ही बाजूंना रखवालदारांसारखी उभी असलेली झाडं, झाडांच्या पानांमधून पडलेले उन्हाचे कवडसे, दूर दिसणारं आणि उन्हात चमकणारं तळं. चित्रावरून नजर काढावीशी वाटत नव्हती. मात्र चित्र अर्धं सोडल्यासारखं वाटत होतं. डाव्या कोपऱ्यात काढलेल्या पिंपळाचं रंगकाम पूर्ण

झालेलं नव्हतं. तळ्याचाही काही भाग रंगवायचा राहिलेला दिसत होता.

समितानं तिचं चित्र घोडीवरून खाली उतरवलं, तैलरंगातलं ते चित्र घोडीवर ठेवलं आणि ती लक्ष देऊन चित्र बघू लागली.

रंगांचा इतका सुंदर मेळ आणि खेळ त्यात जमलेला होता, की बघतच राहावं. पिंपळपानांचा हिरवा रंग, रस्त्याच्या कडेनं रखवाली करणाऱ्या सुरूच्या पानांचा हिरवा रंग, खालच्या गवताचा हिरवा रंग, दूरवर दिसणाऱ्या टेकडीवरच्या झुडपांचा हिरवा रंग... हिरव्या रंगाच्या किती छटा. आणि तसंच रस्त्याच्या मातीचा लालसर तपकिरी रंग, उन्हाच्या कवडशांमुळे ठिकठिकाणी त्याच्यावर आलेली उजळ झाक, झाडांच्या खोडांचा लाकडी तपकिरी तर फांद्यांचा पिवळसर तपकिरी रंग... रस्त्यावरून पुढे-पुढे गेलं, की झाडं जवळजवळ होती आणि उन्हाच्या कवडशांची नक्षी त्यामुळे विरळ झाली होती. पण त्यामुळे हवेत एक छान गारवा मात्र आलेला होता. समितानं साडीचा पदर अंगाभोवती गुंडाळून घेतला. तळं मात्र वाटलं होतं, त्यापेक्षा बरंच दूर होतं. पण झाडांच्या त्या अ‍ॅव्हेन्यूमधून, उन्हाचे कवडसे ओलांडत, मध्येच कानांवर पडणारे पक्ष्यांचे आवाज ऐकत चालण्याचे काही श्रम वाटत नव्हते. दुरून तळं इतकं छान चमकताना दिसत होतं, की केव्हा एकदा तिथपर्यंत पोहोचू असं...

समिता दचकून एकदम भानावर आली. कोणीतरी तिला धरून हलवत होतं. आणि "समिता, समिता" अशा हाकाही मारत होतं. तिनं चित्रावरची नजर काढली तेव्हा तिला रमाबाई दिसल्या. रागावलेल्या मुद्रेनं त्या तिचा दंड धरून हलवत होत्या. आणि दबकलेली जना शेजारी उभी होती.

"हे काय चाललं आहे?" त्यांनी रागानंच विचारलं.

"अं, काय... नाही, चित्र बघते आहे."

"चित्र बघते आहे? मी इतक्या हाका मारल्या, त्या कानातसुद्धा शिरल्या नाहीत तुझ्या. आणि... हे चित्र कशाला काढलंस बाहेर? काय गं जना, मी जरा आडवी झाले होते तेवढ्यात हा कारभार कोणी करायला सांगितला तुला?"

रमाबाई जनाला बोलत असल्या तरी ते बोलणं आपल्याला उद्देशून आहे, हे समिताला कळत होतं. पण एक चित्र बघायला बाहेर काढलं तर त्यासाठी त्यांनी इतकं रागवावं का? ते मात्र तिला कळलं नाही.

"कोणी काढलेलं आहे हे चित्र? फारच सुंदर आहे. अगदी जिवंत वाटतं आहे, पण चित्रकाराचं नाव मात्र नाहीये खाली." तिनं विचारलं.

"काढलं असेल कोणीतरी पूर्वी केव्हातरी, त्याचं काय एवढं कौतुक? इनामदारांच्या वाड्यात अशा अनेक जुन्या गोष्टी आहेत अडगळीत पडलेल्या. जना, ठेवून दे गं ते जागच्या जागी. आणि कुलूप लावून घे खोलीला." एवढं बोलून

रमाबाईंनी पाठ फिरवली आणि त्या आत निघून गेल्या. समिता बघतच राहिली. त्यांना त्या सुंदर चित्राचं कौतुक नव्हतं तर नव्हतं, पण म्हणे त्या तिलाही ते चित्र बघू देणार नव्हत्या! त्याचा आनंद घेऊ देणार नव्हत्या! हा जुलूम झाला म्हणायचा.

पण ती असा जुलूम सहन करणार नव्हती. जना घोडीवरून चित्र काढू लागली तशी समितानं तिचा हात अडवला आणि म्हणाली, "थांब. मला नीट बघायचं आहे ते."

"नाही, पण... वहिनींनी सांगितलं आहे."

समिता म्हणाली, "मी सांगीन वहिनींना." आणि जनाकडे दुर्लक्ष करून ती परत एकदा चित्रात गुंतून गेली.

चित्रातल्या त्या रस्त्यावरून चालताना... तसं खरं म्हणजे ते तळं बरंच लांब होतं... पण त्याच्यावर चमकणारं ऊन, मागच्या टेकडीवरची हिरवीगार झुडपं... इतकं रम्य ठिकाण...

समिताचा एकंदर नूर बघून जना आत गेली. रमाबाई चहा करण्यात गुंतल्या होत्या. सीताबाई कपबशा वगैरे काढत होत्या आणि नमूआत्या तिथेच टेबलाशी चहाची वाट बघत बसली होती. समिता चित्र ठेवू देत नाही असं जनानं सांगताच ती उद्‌गारली, "अगं बाई, हे काय आणि? कुठलं चित्र बघतेय ती? ते मागच्या रस्त्याचं आणि तळ्याचं की काय?"

जनानं मान डोलावली तशी ती पुढे म्हणाली, "तरी मी सांगत होते, चित्रकला शिकलेली आणि मुंबईची मुलगी आपल्याला नको म्हणून. पण माझं कोणी ऐकेल तर नां!"

"अहो वन्सं, संजूनं स्वतःच ठरवलंन तिच्याशी. आपण कुठे ठरवायला गेलो होतो? आणि त्याला आवडल्यावर आपण कसा मोडता घालू शकणार होतो? आणि घातला असता समजा मोडता, तर त्यानं ऐकलं असतं कां? आणि तशी काय वाईट आहे ती? रूपानं चांगली आहे, मिळून-मिसळून राहणारी आहे..."

"पण चित्रकलेचं वेड आहे ना तिला! नेमकं आणि ते चित्र कसं मिळालं तिला?"

"ह्या जनानं दाखवलं असणार तिला... जने, हा अगोचरपणा कोणी सांगितला होता तुला?"

"ताई तसलंच चित्र काढताहेत म्हनून मला वाटलं..."

"वहिनी, हे जे काय चाललं आहे ना, ते मला तर काही बरोबर वाटत नाही बघ. न बघताच तिनं तो सगळा भाग चित्रात कसा गं काढला?"

चहा गाळायचा थांबवून रमाबाई नणंदेकडे बघत राहिल्या. त्यांनाही ते कसं घडलं ते कळत नव्हतं. आणि आज तिनं खोलीतलं चित्र काढून त्यात इतकं रमून

जाणं... काहीतरी चुकतं आहे, असं त्यांनाही वाटत होतं. पण नेमकं कुठे चुकतं आहे आणि समिताची त्यात काय चूक आहे हे मात्र त्यांना कळत नव्हतं.

"जा गं, चहा घ्यायला बोलाव समिताला." चहा गाळून कपात ओतत त्यांनी जनाला सांगितलं.

पण समिताला बोलवायला गेलेली जना एकटीच परत आली. तिचा निरोप समिताच्या कानांत शिरलाच नव्हता आणि चित्रावर लागलेली तिची नजर हलली नव्हती, असं तिनं सांगितल्यावर चहाचे भरलेले कप तसेच टाकून रमाबाई आणि त्यांच्यामागोमाग नमूआत्या बाहेर गेल्या. पाठोपाठ जना आणि सीताबाईही गेल्या.

समिता एकटक चित्राकडे बघत उभी होती. त्या सगळ्या जणी तिच्याभोवती येऊन उभ्या राहिल्याचं तिला कळलंही नाही. नमूआत्यानं पुढे होऊन लाकडी घोडीवरचं चित्र काढलं तशी ती एकदम दचकून भानावर आली.

"आत्याबाई, असं काय... मी... बघते आहे ते."

"पुरे झालं तुझं चित्र बघणं. जना, ठेवून दे ते खोलीत आणि कुलूप घाल खोलीला." चित्र जनाच्या हातात देत नमूआत्या म्हणाली. पण जनानं काही करण्यापूर्वी समितानं तिच्या हातातलं चित्र ओढून घेतलं आणि ती म्हणाली, "नाही, मला बघायचं आहे ते."

"कसलं बघायचं आहे? नसते चाळे सगळे. बघितलंस ना इतका वेळ! आता बास चित्र बघणं."

"नाही, मला हवं आहे ते." समिता हट्टानं म्हणाली, तशी नमूआत्यानं तिच्या हातातलं चित्र ओढायला सुरुवात केली. पण समिता काही ते सोडेना. शेवटी रमाबाई म्हणाल्या,

"अगं, सोड समिता. फाटेल की ते चित्र."

"मला हवं आहे ते. मी नाही सोडणार."

"फाटू दे फाटलं तर. असं अपशकुनी चित्र फाटल्यानं काय बिघडणार आहे? मुळात आपण ते ठेवायलाच नको होतं इतकी वर्षं." नमूआत्या म्हणाली.

"असं कसं फाटेल? मी मुळीच फाटू देणार नाही ते." असं म्हणून समितानं चित्राला एक जोराचा हिसका दिला आणि ते हातात येताच ते घेऊन ती पळत तिच्या खोलीत निघून गेली. चकित झालेली नमूआत्या नुसतीच बघत राहिली.

"समिता, ए समिता... अगं..." असं म्हणत रमाबाई तिच्यामागे जाऊ लागल्या पण तिनं खोलीचं दार लावून कडी घातल्याचा आवाज ऐकून त्या वाटेतच थांबल्या. "आत्ता गं बया!" तोंडावर हात धरत जना म्हणाली.

चार पावलं पुढे गेलेल्या रमाबाई परत आल्या आणि नमूआत्याकडे नुसतंच बघत उभ्या राहिल्या. एक सुस्कारा सोडून आत्या म्हणाली, "चला, चहा तरी घेऊ

या. एव्हाना थंड झालाच असेल. गरम करा परत, सीताबाई.''

काही न बोलता त्या चौघी परत आत गेल्या.

संध्याकाळी संजीव कामावरून परतला तरी समिता काही खोलीतून बाहेर आलेली नव्हती. त्यानं तिला हाक मारल्यावर दार उघडून ती बाहेर आली. तिचा ताणलेला चेहरा आणि आपण आलो तरी खोलीत बसून राहणं हे बघून संजीवनं विचारलं,

''समा, बरं नाही का तुला? डोकं-बिकं दुखतंय की काय?''

''बरंय.'' ती तुटकपणे म्हणाली. तिचा एकंदर मूड बघून संजीवही फारसं काही बोलला नाही. चहा-पाणी झाल्यावर फिरायला म्हणून दोघं बाहेर पडल्यावर मात्र ती म्हणाली,

''आज आपण मागच्या तळ्याकडे जाऊ या का फिरायला?''

''मागच्या तळ्याकडे? तशी जायला हरकत काही नाही. पण खूप चालावं लागेल. कारण आपल्या बागेला वळसा घालून जायचं म्हणजे बराच फेरा पडतो आणि त्या रानात काही रस्ते नाहीत, त्यामुळे स्कूटर, कार असं काही नेता येत नाही.''

''आपल्या बागेतून? म्हणजे शेजारची डाळिंबाची बाग आपली आहे?''

संजीव हसायला लागला. म्हणाला, ''डाळिंबाची नाही, चिकूची आहे ती बाग. आणि आपलीच आहे.''

''मग, बागेतूनच जाऊ या की.''

''बागेतून नाही जाता येत मागे. पक्कं कुंपण घातलेलं आहे मागच्या बाजूला बागेला. चांगली आठ फूट उंचीची, काटेरी तार आहे कुंपणाला.''

''मग चालत जाऊ या तर.''

''त्यासाठी बरंच लवकर निघायला हवं. एखाद्या सुटीच्या दिवशी जाऊ हवं तर.''

त्यानं असं म्हटल्यावर बोलणंच खुंटलं. पण समिताच्या मनात आलं, वाड्याच्या मागच्या बाजूला जाता येऊ नये यासाठी पक्का बंदोबस्त केलेला दिसतो आहे! पण कां? कशासाठी? तिथे असं काय आहे?

आणि तिथे कोणी का जायचं नाही?

पण ती तिथे जाणार! समितानं ठरवलं. तिथे गेल्याशिवाय, मागचा सगळा परिसर नीट पाहिल्याशिवाय तिचं चित्र पूर्ण होऊच शकणार नव्हतं. आणि बंद खोलीतून काढलेल्या त्या चित्रातला सुंदर परिसर, ते रम्य तळं, ती झाडी... ते सगळं तिला बघायलाच हवं होतं.

रात्री निजेपर्यंत तिनं तो विषय परत काढला नाही, पण तिच्या मनात मात्र तोच

विषय होता. आणि तळ्यापर्यंत कसं पोहोचायचं याचाच विचार ती करत होती.

"मी जाऊन येते" पायात चपला अडकवत समिता म्हणाली आणि नमू आत्याचं काही उत्तर येण्यापूर्वीच दारातून बाहेर पडली. आतल्या खोलीतून बाहेर येणाऱ्या आत्याला तिची फक्त पाठच दिसली.

"एवढं काय अडीत होतं कां, आत्ता बाहेर जाऊन ब्रश आणायचं?" आत्या स्वत:शीच बडबडली. संजीव बाहेर पडताच ब्रश आणण्याच्या निमित्तानं समितानंही बाहेर जावं हे तिला मुळीच आवडलेलं नव्हतं. ब्रश संध्याकाळी आणला असता तर चाललं नसतं का? पण ब्रशचं आपलं केवळ निमित्त.

पण आज निदान एक बरं होतं. संजीवची पाठ वळताच समितानं चित्र काढायला घेतलं नव्हतं!

एक सुस्कारा सोडून नमूआत्या आत वळली. सीताबाई दोन दिवसांची रजा घेऊन मुलीकडे राहायला गेल्या होत्या. त्यामुळे रमावहिनी स्वयंपाक करत होती, तिला मदत करायला हवी, आणि हो, लक्षही ठेवायला हवं तिच्यावर. "इतकी वर्षं स्वयंपाक करते आहे, पण काहीतरी बिघडवतेच नेहमी. मी आहे म्हणून बरं. नाही तर काय खायला लागलं असतं कुणास ठाऊक घरातल्यांना!" नमूआत्या स्वत:शीच पुटपुटली.

"अगं, लसूण घातलीस का फोडणीत?" आत जाता-जाता ती म्हणाली आणि मग लसूण-फोडणीच्या विचारात समिताचा विचार हरवून गेला. रमाबाईंचा स्वयंपाक, नमूआत्यानं मधूनमधून त्यात सुचवलेल्या सुधारणा, त्यामुळे रमाबाईंची थोडीशी आदळआपट, सोपानला रागावणं या सगळ्यांत दोन-अडीच तास कसे निघून गेले ते त्या दोघींना कळलंही नाही. पोळ्यांच्या डब्याला झाकण लावता लावता रमाबाईंना एकदम जाणवलं, की समिता अजून परतलेली नाही!

रोज ती चित्र काढण्यात गुंतलेली असायची, घरात तिचा वावर तसा नसायचाच. त्यामुळे ती घरात नाहीये हे त्या विसरूनच गेल्या होत्या.

"ही कशी आली नाही अजून?" त्या उद्‌गारल्या.

"मीही तेच म्हणतेय. आणि आत्ताच ब्रश आणायचं काही नडलं होतं का? काहीतरी कारण हवं होतं तिला बाहेर भटकायला. पण तू उगाच जाऊ दिलंस तिला." नमूआत्या म्हणाली.

"मी म्हटलं, तरुण मुलगी आहे, कंटाळत असेल घरात बसून. जरा बाहेर पडली तर तेवढंच बरं वाटेल आणि... ते चित्राचंही विसरेल जरा ती... पण बराच वेळ झाला आता. केव्हाच यायला पाहिजे होती. आणखी कुठे गेली की काय कुणास ठाऊक."

"आणखी कुठे जाणार? गावात एवढ्या ओळखी तरी कुठे आहेत तिच्या? एक ती मावशी तेवढी आहे तिची."

"तिच्याकडेच गेली की काय कुणास ठाऊक."

"पण सांगून जायला नको कां? तरी बरं, आज चित्राचं नाही डोक्यात घेतलं तिनं. पण ते खोलीतून बाहेर काढलेलं चित्र कुठे ठेवलं आहे गं वहिनी? परत खोलीत ठेवलं आहे का तिनं? की..."

"कोण जाणे कुठे ठेवलंन आहे ते. काल संध्याकाळी ती दोघं फिरायला गेली होती तेव्हा मी शोधलं त्यांच्या खोलीत, पण ते काही मला कुठे दिसलं नाही. कुठे ट्रंके-बिंकेत ठेवलं आहे की कपाटात कुलपात ठेवलं आहे कुणास ठाऊक! नाहीतर उचलून परत खोलीत ठेवणार होते मी ते. तिनं कुठे लपवलं आहेन् कुणास ठाऊक."

"वहिनी, हे चित्राचं जे काही चाललेलं आहे ना, ते काही बरं चाललेलं नाही बघ. न बघताच तिनं मागच्या भागाचं चित्र काढणं... अगदी त्या जुन्या चित्रासारखं... चित्रासाठी हट्ट करणं, ते लपवून ठेवणं..."

"पण आपण तरी काय करणार वन्सं? चित्र काढूच नकोस असं कसं सांगणार तिला? आणि सांगितलं तरी ऐकेल का ती? चित्रकला शिकलेली आहे ती."

"अगं पण, नेमकं ते, तसंच चित्र..."

विचारात पडून रमाबाई गप्प राहिल्या. हे असं कसं घडलं, ते त्यांनाही कळत नव्हतं. काहीतरी घडू नये असं घडतं आहे, अनिष्ट असं काहीतरी सामोरं येतं आहे असंही वाटत होतं पण... पण नेमकं काय सामोरं येतं आहे आणि आपण काय करायला हवं हे मात्र त्यांना कळत नव्हतं.

शेवटी साडेबारा वाजण्याच्या सुमारास समिता परत आली. तोपर्यंत वाट बघून नमूआत्याच्या रागाचा पारा वर चढला होता तर रमाबाईंना तिची काळजी वाटू लागली होती. कुठे गेली असेल समिता? गाव तसं तिला नवीन होतं. कुठे वाट-बीट तर चुकली नाही ना?

समिता आली आणि त्यांचा जीव भांड्यात पडला. ती आली आणि वाट बघत बाहेरच्या खोलीत बसलेल्या त्या दोघींकडे हरवलेल्या नजरेनं बघून तशीच आत जाऊ लागली. तशी रमाबाईंना राहावलं नाही. "बरं झालं बाई आलीस ते. आम्ही केव्हाची वाट बघतोय. इतका वेळ का लागला गं तुला? आणि ब्रश मिळाला की नाही?" त्यांनी विचारलं.

"अं, हो. मिळाला ब्रश." पर्समधून एक ब्रश काढून त्यांच्यापुढे धरत ती म्हणाली.

"अगं पण, इतका उशीर का झाला तुला? आणखी कुठे गेली होतीस का? मैत्रिणीकडे वगैरे?" नमूआत्यानं जरा रागानंच विचारलं.

"नाही... कुणाकडे गेले नव्हते."

"मग इतका वेळ का लागला तुला?"

"नाही... मी तळ्याकडे गेले होते."

"तळ्याकडे?" नमूआत्या आणि रमाबाई एकदमच उद्‍गारल्या.

त्यांनी आणखी काही म्हणण्यापूर्वी समिता झट्कन आत निघून गेली.

रमाबाईंनी आधीच पानं घेऊन ठेवलेली होती. त्यांनी हाक मारल्यावर समिता येऊन पानावर बसली आणि मुकाट्यानं जेवू लागली. तेव्हा न राहवून नमूआत्यानं विचारलं,

"कशाला गेली होतीस तळ्याकडे? आणि गेलीस तरी कशी? बागेला वळसा घालून? तिकडे तर सगळं रान माजलं आहे. काटेरी झुडपं, गवत, बाभळी - बोरी... ते सगळं तुडवत गेलीस की काय?"

काही न बोलता समितानं नुसतीच मान हलवली.

"अगं बाई! आणि केलंस तरी काय तिथे जाऊन? चित्र-बित्र काढलंस की काय? नाही, इतका वेळ लागला म्हणून विचारते."

"बसले होते तिथे जरा वेळ."

"इतका वेळ?"

त्यावर काही न बोलता समिता घास घेत राहिली. आणि पानातलं पहिलं वाढलेलं संपताच उठून हात धुवायला निघून गेली.

नमूआत्या आणि रमाबाई बघतच राहिल्या.

दुपारभर समिता खोलीतून बाहेरच आली नाही. खोलीचं दार तिनं बंद करून घेतल्यामुळे ती आत काय करते आहे, हे कळायला मार्ग नव्हता. त्यातल्या त्यात एक बरं होतं. ती चित्र काढत नव्हती. निदान बाहेरच्या पडवीत उभं राहून तरी ती चित्र काढत नव्हती.

संध्याकाळी संजीव आला तरी खोलीचं दार बंदच होतं. त्यानं टकटक केल्यावर तिनं दाराची कडी काढली, पण एक अवाक्षरही न बोलता परत आत वळली. आणि कपड्यांच्या कपाटासमोर जाऊन उभी राहिली. संजीवही तिच्या मागोमाग गेला.

कपाटाचं दार उघडं होतं आणि त्या उघड्या दाराच्या आतल्या बाजूला असलेल्या छोट्या खुंटीला तिनं खोलीतून काढलेलं चित्र टांगलं होतं. आणि एकटक त्याच्याकडे बघत ती उभी होती.

संजीव ते चित्र प्रथमच बघत होता. तो म्हणाला, "अरे, एवढ्यात तुझं चित्र

झालंही रंगवून... नाही, पण अजून काही भाग रंगवायचा राहिला आहे, हो ना?''

"मला रंगच सापडत नाहीयेत... कळतच नाहीये इथे कोणते रंग हवेत, म्हणजे हा अपुरेपणा पुरा होईल, चित्राला पूर्णता येईल.'' स्वत:शीच बोलावं तसं समिता पुटपुटली.

"रंग सापडत नाहीयेत? का बरं? हा बाकीचा भाग जसा...'' बोलता बोलता संजीव थांबला आणि चित्र निरखून पाहत म्हणाला,

"हे... हे तुझं चित्र आहे समा? नाही ना? वेगळंच वाटतंय... कुठलं चित्र आहे हे? आणि कोणी काढलं आहे?... आणि तुझं चित्र कुठे आहे?''

"अं... नाही. माझं नाहीये.'' चित्रावरची नजर ढळू न देता समिता म्हणाली. मग एकदम त्याच्याकडे वळून म्हणाली, "संजू, आपण तळ्यावर जाऊ या? तिथे जाताना हा सगळा भाग दुरून नीट बघता येतो. तळ्याच्या पाण्याचा रंग आणि तळ्याजवळून इथल्या झाडांचे रंग, आकार नीट बघता येतात, सगळ्या चित्राला तोल नीट...''

"तळ्यावर?... आणि तिथून काय दिसतं हे तुला काय माहीत?'' तो आश्चर्यानं म्हणाला.

"मी गेले होते आज सकाळी तिकडे. तिथून आपला वाडा...''

"सकाळी गेली होतीस? एकटीच? आणि रस्ता माहीत होता का तुला?''

"रस्ता सापडला मला. बागेला वळसा घालून गेले मी... पण हे इथले, ह्या तळ्याच्या या कोपऱ्यातले रंग... माझ्या नीट लक्षातच येत नाहीये...''

"अगं पण, हे चित्र... हे तर तुझं नाहीये. हे... हे कशाला रंगवायचं आहे तुला? किती जुनं आहे ते. कोणी असं अर्धवट सोडलंय कुणास ठाऊक... ते कशाला...''

"म्हणजे चित्र पुरं होऊच नये असं म्हणायचं आहे का तुला?'' समिता एकदम रागावून म्हणाली.

"पुरं होऊ नये... नाही. मी कशाला... पण हे इतकं जुनं चित्र पुरं कशाला करायचं आहे तुला? तू स्वतंत्रपणे काढते आहेसच ना या भागाचं चित्र?''

त्यावर समितानं काही न बोलता पलंगावर पडलेला टॉवेल उचलला आणि चित्राच्या खुंटीला टांगला. कपाटाचं दार धाडकन बंद केलं, त्याची किल्ली फिरवून कुलूप घातलं आणि किल्ली स्वत:च्या पर्समध्ये टाकली. मग पर्स नेहमीच्या जागी खुंटीला अडकवून ती तरातरा खोलीबाहेर निघून गेली.

संजीव बघतच राहिला. तिला इतका राग येण्याजोगं आपण काय बोललो ते त्याला कळेना. पण मग त्यानं तो विषय डोक्यातून काढून टाकला आणि स्वत:चा टॉवेल घेऊन तो न्हाणीघरात गेला.

फ्रेश होऊन तो जेवणाच्या टेबलापाशी आला, तेव्हा चहाचे कप मांडून रमाबाई त्याची वाट बघत होत्या. त्याची चाहूल लागताच नमूआत्या माजघरातून आणि समिता मागच्या दारातून आत आली. चहा-खाणं चालू असतानासुद्धा समिता गप्प - गप्पच होती. तिचा एकदंर नूर बघून कोणीच फारसं बोललं नाही आणि चहापान लवकरच उरकलं. मग तिला खुश करावं म्हणून संजीव म्हणाला, ‘‘चल, फिरायला जाऊया नं? तळ्याकाठी जाऊ या आज.’’

समितानं चमकून त्याच्याकडे पाहिलं. आणि एकदम हुरुपानं म्हणाली, ‘‘आलेच मी.’’ ती भर्रकन् आत गेली आणि पर्स खांद्याला अडकवून आली.

‘‘अरे इतक्या उशिरा कशाला तिकडे जाताय?’’ अंधार पडेल आत्ता.’’ नमूआत्या म्हणाली. त्यावर संजीव म्हणाला, ‘‘अगं, लगेच परत येतो आम्ही. उशीर नाही करत.’’ आणि तिनं पुढे काही म्हणण्यापूर्वीच ती दोघं बाहेर पडली.

पण लगेच परत येतो असं सांगून गेलेला संजीव समिताबरोबर परतला, तेव्हा आठ वाजून गेले होते. अंधार केव्हाच पडला होता. वाडा गावाबाहेर असल्यामुळे आणि रस्त्यापासून आत असल्यामुळे वाड्याबाहेर तसा अंधारच होता. वाड्याच्या भिंतींवर बाहेरच्या बाजूनं उजेडासाठी दिवे बसवलेले होते, पण त्यांचा उजेड अंधार थोडा पातळ करण्यापुरताच पडायचा. वाड्यापासून रस्त्यापर्यंत जाण्यासाठी मातीची तरी वाट होती; पण चिकूच्या बागेच्या बाजूला तर नुसती उंचसखल जमीन होती आणि वाड्याच्या मागच्या बाजूला तर सगळं ओसाड रान होतं. अंधारात ते वेडं - वाकडं वाढलेलं रान तुडवत यायचं, तेही तळ्याच्या बाजूनं म्हणजे...

रमाबाई वाट बघत पायरीवर बसून राहिल्या तर नमूआत्या वाड्याबाहेर चिकूच्या बागेच्या दिशेनं येरझाऱ्या घालू लागली. त्या दोघींची ही अस्वस्थता बघून सोपान आणि जनाही आत-बाहेर करू लागले. शेवटी रमाबाईंनी सोपानला टॉर्च घेऊन मागच्या रानात तळ्याकडे जायला सांगितलं.

पण सोपान काही पट्‌कन जाईना. ते बघून रमाबाई स्वत:च जायला निघाल्या तेव्हा नाइलाजानं सोपाननं टॉर्च घेतला आणि तो हळूहळू वाड्याबाहेर पडला. पण त्याला पुढे जावंच लागलं नाही. वाड्याच्या दिशेनं येणाऱ्या दोन आकृत्या दुरूनच त्याला दिसल्या. ‘‘आलेच की मालक’’ तो उद्‌गारला. तशी येरझाऱ्या घालणारी नमूआत्या थांबली आणि रमाबाईही दारात आल्या. दुरून येताना दिसणाऱ्या आकृत्या जवळ आल्या आणि दारातली तिघंही बघतच राहिली.

संजीवनं समिताच्या हाताला दंडापाशी घट्ट धरलं होतं आणि जवळजवळ ओढतच तो तिला घेऊन येत होता. दारात उभ्या असलेल्या तिघांना बघून त्यानं समिताचा हात सोडला. ‘‘अरे, किती उशीर हा संजू. केव्हाचा अंधार पडला आहे.’’ रमाबाई म्हणाल्या. त्यावर काही न बोलता तो वाड्यात शिरला आणि त्याच्या

पाठोपाठ समिताही आत आली.

संजीवचे केस विस्कटलेले होते, पँटमध्ये खोचलेला शर्ट ठिकठिकाणी बाहेर आला होता आणि बराच मळलेलाही दिसत होता. पँटवरही मातीचे डाग पडलेले दिसत होते. समिताचेही केस विस्कटले होते, पंजाबी ड्रेसवर मातीचे डाग दिसत होते आणि ओढणीचा पत्ता नव्हता.

"काय झालं रे संजू? सगळे कपडे इतके मळले कसे? आणि..."

"झालं काही नाही. व्हायचं काय?" संजीव वैतागलेल्या सुरात म्हणाला. "हिला तिथून परतायचंच नव्हतं. 'मी इथेच राहणार आहे, तू जा', म्हणायला लागली. ऐकेचना काही केल्या. हाताला धरून घेऊन यायला लागलो तर इतकी झटापट केली की त्या गोंधळात केस, कपडे, सगळ्याचा चुथडा झाला नुसता. शेवटी तशीच हाताला धरून ओढत घेऊन आलो... माझंच चुकलं. तिला न्यायलाच नको होतं तिकडे." वैतागलेल्या संजीवचं सांगणं होईपर्यंत समिता तिथे थांबलीच नव्हती. ती तडक आपल्या खोलीत निघून गेली होती.

"परत कधी जाऊ नको बाबा तिकडे. चांगली नाही ती जागा. आणि समितला म्हणावं डोक्यातलं ते चित्राचं खूळही काढून टाक. चांगला सोन्यासारखा नवरा आहे, संसार आहे, वैभव आहे, काही कमी आहे का कशाला? नसती वेडं कशाला घ्यायची डोक्यात?" नमूआत्या कळवळून म्हणाली.

"अगं पण आत्या, चित्राचं खूळ म्हणजे काय? तिनं चित्र काढलं म्हणून कुठे बिघडलं? आणि चित्राचा आणि त्या तळ्याचा काय संबंध?"

जरा वेळ कोणीच काही बोललं नाही. मग रमाबाई म्हणाल्या, "तिकडे जाऊ नये असं म्हणतात खरं सगळे. ते असू दे. तुम्ही कपडे बदला आणि जेवायला चला. मी पानं घेते."

आपल्या आईनं विषय टाळला हे संजीवच्या लक्षात आलं, पण तो मग काही न बोलता कपडे बदलायला गेला.

तो खोलीत गेला आणि पाहातो तर काय! कपाटाचं दार उघडून समिता दारासमोर उभी होती आणि एकटक चित्राकडे पाहात होती. तो रागानं काहीतरी बोलणार होता, पण तेवढ्यात त्याच्या मनात आलं, हिला ह्या चित्राची इतकी मोहिनी पडावी असं आहे तरी काय या चित्रात?

तिच्या मागे उभं राहून तो चित्र निरखू लागला.

चित्राच्या डाव्या कोपऱ्यात अर्धवट रंगवलेलं पिंपळाचं झाड होतं. त्याच्या पुढे एक लाल मातीची पायवाट किंवा गाडीवाट असावी. वाटेच्या दोन्ही बाजूंना उंच झाडं पहारेकऱ्यांसारखी उभी होती. त्या झाडांच्या पानांमधून उन्हाचे कवडसे त्या लाल वाटेवर पडलेले दिसत होते. लांबवर उन्हात चमकणारं तळं होतं.

तळ्यापाठीमागच्या आणि भोवतालच्या टेकड्यांवरची झाडं-झुडपं, आणि सगळीकडे पसरलेलं गवत कसं हिरवंगार दिसत होतं. गवतात काही रानफुलंसुद्धा दिसत होती वेगवेगळ्या रंगांची. आणि त्या फुलांवर... फुलपाखरं उडत होती कां? की ते चतुर होते?... आणि हे कोणत्या पक्ष्यांचे आवाज ऐकू येत होते?... हिरव्या पानांचा छान वास येत होता... तळं मात्र बरंच दूर होतं आणि...

"अरे, येताय ना जेवायला?" रमाबाईंनी जरा जोरातच हाक मारली आणि संजीव एकदम भानावर आला. आपणही या चित्रात इतके गुरफटून गेलो!

समिताच्या कानात तर हाक शिरलेलीच नव्हती. संजीवनं तिला गदागदा हलवून तिच्या समाधीतून जागं केलं. कपाटात समोर दिसला तो गाऊन त्यानं ओढून काढला. तो तिच्या हातात देऊन कपाटाचं दार लावून टाकलं, किल्ली फिरवली आणि जरबेनं तिला म्हणाला,

"पाच मिनिटांत टेबलापाशी हवीस तू.... मला काहीही ऐकायचं नाहीये."

समिता रागानं तणतणू लागली. पण तिच्याकडे लक्ष न देता त्यानं भराभरा स्वत:चे कपडे बदलले आणि तो जेवणघरात गेला.

जेवणं तशी मुक्या-मुक्यानंच सुरू झाली. कोणीच फारसं काही बोलण्याच्या मन:स्थितीत नव्हतं. समिता तर अवाक्षरही बोलली नाही. पानातलं पहिलं वाढलेलं संपताच हात धुवून तडक ती खोलीत निघून गेली. मात्र ती जाताच बोलण्याला तोंड फुटलं.

"परत कधी तळ्याकाठी जाऊ नको बाबा, तिला घेऊन." नमूआत्या परत म्हणाली.

"अगं पण आत्या, का जाऊ नको तळ्याकाठी? तिथे गेल्यानं समिता असा वेडा हट्ट करायला लागली असं म्हणायचं आहे का तुला? काहीतरीच काय? आणि तिचं सोड, पण आपणसुद्धा कधी तिथे जात नाही. खरं म्हणजे इतकं रम्य ठिकाण आहे ते. अगदी एखादा पिकनिक स्पॉट असावा तसं. पण आपण कधी कोणी तिकडे जात नाही. शाळेत असताना मित्रांबरोबर एक-दोनदा तिकडे गेलो होतो तर बाबांनी मला सज्जड दम भरला होता आणि आईनं धपाटे घातले होते. कॉलेजात असताना सुट्टीत इकडे आलो, की गुपचूप केव्हातरी मी तिकडे जायचो पण कोणाला कळू मात्र देत नव्हतो. मी तिकडे गेलो म्हणून कधी काही बिघडलं का?"

संजीवच्या या बोलण्यावर रमाबाई म्हणाल्या, "ते खरं रे, पण ती जागा चांगली नाही म्हणतात. मग कशाला जायचं तिकडे?"

"जागा चांगली नाही म्हणजे काय?... चांगली रम्य जागा आहे ती. आणि नुसतं तिथे गेल्यानं काही वाईट घडतं कां?"

"पण तिथे गेल्यावर समिता परत यायला तयार नव्हती ना? तुझ्याशी झटापटसुद्धा केलीनं ना तिनं? मग हे काही चांगलं का झालं?"

"आणि चित्र काढायला लागल्यावर तिनं नेमकं त्या मागच्या रस्त्याचं आणि तळ्याचं चित्र कसं काढलं? तेही तो सगळा भाग न बघता. हे सगळं काही बरं चाललेलं नाहीये बरं का!" नमूआत्या म्हणाली.

"तिनं आधी न पाहता त्या भागाचं चित्र काढलं हे विचित्र आहे खरं..." विचारात पडून संजीव म्हणाला. "आणि एवढंच नाही, ती त्या चित्राच्या प्रेमातच पडली आहे... नाही, तसंही नाही. त्या चित्राच्या नव्हे, तर आपल्या घरातल्या, अडगळीतून काढलेल्या चित्राच्या प्रेमात पडली आहे ती. तिला त्याच्याशिवाय दुसरं काही सुचेनासंच झालं आहे."

"तेच म्हणते आहे मी. हे काही बरं चाललेलं नाही."

"बरं चाललेलं नाही, म्हणजे काय? वाईट काहीतरी होणार आहे असं म्हणायचं आहे का तुला?"

यावर त्या दोघींजवळही काही उत्तर नव्हतं.

"आई, ते मागचं परसाचं दार आपण कधीच का उघडत नाही? मी आजतागायत ते दार कधी कोणी उघडलेलं पाहिलेलं नाही. असं कां?... तळ्याकाठी कधी जायचं म्हटलं तर मोठ्ठा वळसा घेऊन, बरंच अंतर चालून मगच जावं लागतं."

"ते दार कधी उघडायचं नाही असं सासूबाईंनी मला सांगून ठेवलं आहे." रमाबाई म्हणाल्या.

"आजीनं सांगितलं आहे? ते कां? आणि आजी जाऊन सुद्धा कितीतरी वर्षं झालीत आता. आता ते दार उघडायला काय हरकत आहे? त्याला लावलेली कुलपंसुद्धा गंजली आहेत आता. आपोआपच तुटून पडतील ती कधीतरी... आणि समिता परवा म्हणत होती की रात्री त्या दाराबाहेरून कोणीतरी हाका मारत होतं म्हणून. तुम्हाला ऐकू आल्या होत्या का अशा काही हाका?"

चकित झालेल्या त्या दोघींनी नाही म्हणून माना हलवल्यावर तो पुढे म्हणाला, "आपण एकदा उघडून बघूया की ते दार! का उघडायचं नाही ते?"

"सासूबाईंनी तशी शपथ घातली आहे मला."

संजीव आर्श्चयानं बघतच राहिला.

दार उघडू नये म्हणून शपथ घालण्यासारखं काय त्या दारामागे दडलं होतं?

पण दारामागे तर काहीच नव्हतं. कधीमधी मागच्या तळ्याकडे जाताना वाड्याचा मागचा परिसर तो बघत होता की! खूप तण वाढलं होतं, बाभळी - बोरी माजल्या होत्या, वेडीवाकडी झाडं - झुडपं फोफावली होती, पूर्वी कधीतरी असलेल्या रस्त्याच्या खाणाखुणाही दिसत नव्हत्या, एवढंच. पण मग त्यात एवढं

घाबरण्याजोगं काय होतं?

"पण का उघडायचं नाही दार?" त्यानं परत विचारलं.

"ते काही मला नीटसं माहीत..."

पण रमाबाईंचं वाक्य पूर्ण झालंच नाही. कारण मागचं दार कोणीतरी जोराजोरात हलवत होतं, वाजवत होतं, ठोकत होतं. काहीतरी ओरडत होतं. रमाबाई, संजीव आणि नमूआत्या बोलणं टाकून घाईघाईनं पाठीमागच्या परसात गेले. बघतात तो काय, समिता मागच्या दाराशी उभी होती आणि दारावर जोराजोरानं थापा मारत होती. मधेच कुलूप धरून दार हलवत होती. "उघडा दार. उघडा दार. उघडता की नाही?... दार उघडा.. दार उघडा म्हणते नां..." असं काहीतरी ओरडत होती.

संजीवनं पुढे होऊन तिचे हात धरले तशी तिनं झटक्यानं हात सोडवून घेतले आणि ती रागानं म्हणाली, "उघडा की हे दार! केव्हाची हाका मारते आहे ती, तुम्हाला ऐकू येत नाही कां? बहिरे झालाय का सगळे?" ती परत कुलूप धरून दार जोराजोरात हलवू लागली.

संजीवनं मग तिला दोन्ही बाजूंनी घट्ट धरलं आणि ओढत दारापासून दूर केलं. ती त्याच्या हातातून सुटण्याची धडपड करू लागली. "सोडा, सोडा मला," असं काहीतरी ओरडू लागली तशी त्यानं तिच्या एक थोबाडीत ठेवून दिली.

त्याबरोबर ती ओक्साबोक्शी रडू लागली.

स्तंभित होऊन तिघंही तिच्याकडे बघत राहिली!

तिच्या रडण्याचा जोर जरा कमी झाल्यावर संजीवनं तिच्या दंडाला धरलं आणि काही न बोलता तो तिला त्यांच्या खोलीकडे घेऊन जाऊ लागला. काहीही विरोध न करता ती त्याच्याबरोबर गेली. अवाक् झालेल्या रमाबाई आणि नमूआत्या बघत उभ्या राहिल्या.

थोड्या वेळानं संजीव परत आला तेव्हा त्या दोघी त्याची वाटच पाहात होत्या.

"काय झालं रे? शांत झाली का आता ती?" रमाबाईंनी विचारलं.

"शांत झाली आणि लगेच झोपलीही. पण... हे काय चाललं आहे मला तर काही..."

"तिला दिवस गेलेत कां?" नमूआत्यानं एकदम विचारलं.

"अं... काय... नाही, म्हणजे मला माहीत नाही." संजीव बावचळून म्हणाला. "पण त्याचा काय संबंध..."

"त्याचाच संबंध आहे. आत्ता मला जरा उलगडा होतो आहे. मला दिवस असताना मलासुद्धा त्या दाराबाहेरून हाका ऐकू येत होत्या. असं दोन - तीन वेळा झालं आणि... आणि मग..."

"म्हणजे?"

''म्हणजे, मी सांगते.'' रमाबाई म्हणाल्या. ''वन्संचं लग्न होऊन जवळजवळ तीन वर्षांनंतर त्यांना दिवस राहिले होते. त्यांच्या घरी आणि आपल्याही घरी आनंदीआनंद झाला होता. कितीतरी वर्षांनी घरात चिमणी पावलं उमटणार होती. इनामदारांच्या लाडाच्या लेकीला बाळ होणार होतं. कौतुकानं सासूबाईंनी सातवा महिना लागताच वन्संना माहेरी आणलं. त्यांना त्यांच्या लाडक्या पुतणीची कितीतरी डोहाळजेवणं करायची होती. बागेतली, नावेतली, फुलांची वाडी भरून... कितीतरी बेत त्यांच्या मनात होते. पण वन्सं आल्या, चार दिवस झाले आणि त्या म्हणून लागल्या की रात्री त्यांना मागच्या दारापाशी कुणाच्या तरी हाका ऐकू येत होत्या म्हणून. सासूबाई घाबरल्या. त्यांनी वन्संची झोपण्याची जागा बदलली. त्यांना स्वत:च्या पुढ्यात घेऊन त्या झोपू लागल्या पण... वन्संना हाका ऐकू येतच राहिल्या आणि दोनच दिवसांनी... अकाली कळा सुरू झाल्या आणि बाळ जन्मलं ते मृतावस्थेत.''

''आणि वहिनीच्या पहिल्या खेपेलाही...''

''हो. या घटनेनंतर जवळजवळ वर्षांनं... चौथ्या महिन्यात मला तीन-चार वेळा रात्रीची मागच्या दारावर थाप ऐकू आली... काय करावं अशा विचारात आम्ही असतानाच एके दिवशी सकाळी गर्भ पडून गेला... दुसऱ्या खेपेला, तुझ्या वेळेला दिवस गेल्याचं लक्षात येताच सासूबाईंनी त्या न् त्याच दिवशी माझी माहेरी रवानगी केली. मी परत आले, ती तुला घेऊनच.''

''पण... म्हणजे... हे असं कां?''

''मला काही नीटसं माहीत नाही. पण आपल्या घराण्याला काहीतरी शाप असावा आणि त्यामुळे...''

''छे, असा काही शाप वगैरे असत नाही आई. आपल्या मनाच्या समजुती असतात या सगळ्या.''

''असं म्हणू नकोस. प्रत्यक्ष अनुभव आलेला आहे आम्हाला दोघींना.''

''अगं, योगायोग होता तो. दोघींच्या वेळेला असं झाल्यामुळे तुम्ही त्याचा धसका घेतलाय आणि...''

''नाही संजू'' आत्या म्हणाली, ''आम्हाला दोघींनाच नाही, काकूलासुद्धा याच अनुभवातून जावं लागलेलं होतं आणि म्हणूनच...''

''आजीला?''

''अरे, तुझा बाबा - बाळासाहेब, एकुलता एक होता तो त्याचमुळे. त्याच्यानंतर प्रत्येक खेपेला असंच झालं. काकूचं गर्भारपण बाळंतपणापर्यंत कधी पोहोचलंच नाही.''

''मग बाबा तरी कसे झाले?''

"त्याचा जन्म आधीच झालेला होता."

"आधी म्हणजे? कशाच्या आधी?"

"ती... माझी सावत्र आई नाहीशी होण्याच्या आधी."

"नाहीशी होण्याच्या आधी? म्हणजे?"

नमूआत्या जरा गप्प बसली. मग म्हणाली, "माझ्या वडिलांनी दुसरं लग्न केलं होतं, हे तुला माहीत आहे नं? ही दुसरी आई जेमतेम आठ-दहा महिने घरात होती. मग एके दिवशी ती जी नाहीशी झाली ती परत दिसलीच नाही."

"म्हणजे? निघून गेली ती घरातून? की कोणी पळवून नेली तिला?"

"कुणास ठाऊक काय झालं ते. मला कधी कळलंच नाही. आठ-नऊ वर्षांची होते मी तेव्हा. मला कोण काय सांगणार होतं, एवढ्या लहान मुलीला? हेमनंदिनी... ती दुसरी आई दिसत नाही असं लक्षात आल्यावर मी काकूला आणि आजीला विचारण्याचा प्रयत्न केला; पण मला कोणी काही सांगितलं नाही. काकूनं मला जवळ घेऊन तोंडावरून मायेनं हात फिरवला आणि म्हणाली, "मी आहे नं! ती आई काय करायची आहे तुला?"

... आजी तर रागावलीच. म्हणाली, "नसत्या चांभारचौकशा कशाला हव्यात तुला? म्हणे कुठे गेली! गेली असेल कुठे मसणात. तुला लहान मुलीला कशाला हव्यात नसत्या उठाठेवी?" घरातल्या नोकर-चाकरांकडेही मी विचारून बघितलं. पण कुणीही तोंड उघडायला तयार नव्हतं. उलट तिचा विषय निघाला, की सगळे दबकत होते. हळूहळू मग मीही तो विषय विसरून गेले...

... दुसरी आई नाहीशी झाली तेव्हा वामन जेमतेम वर्षांचा होता. त्यानंतर मग काकूला कधी मूल झालंच नाही. तीनदा दिवस राहिले, पण कधी पुरे झाले नाहीत. तिला मागच्या दाराशी हाका ऐकू यायच्या की नाही ते मला माहीत नाही. पण... दुसरी आई नाहीशी झाल्यापासून आजी मात्र खचत गेली. तिची प्रकृती ढासळत गेली आणि शेवटी तिनं अंथरूण धरलं... मग काकूनंच घरचा कारभार हातात घेतला. इनामदारांकडचा राबता मोठा होता. पै-पाहुणा, आश्रित, नातेवाईक, गडीमाणसं, बलुतेदार असा मोठा धबडगा असायचा. आजीचा स्वभाव कडक होता. तिच्या इच्छेविरुद्ध, तिच्या आज्ञेविरुद्ध कोणी वागलेलं तिला खपायचं नाही. तिची शिस्त बिघडलेली तिला चालायचं नाही. सगळी गडीमाणसं, घरातली आश्रित मंडळी, एवढंच नव्हे तर येणारी पाहुणेमंडळी सुद्धा तिच्या धाकात असायची. काकूचा स्वभाव मात्र सौम्य होता. माणसं जोडण्याची कला तिच्याजवळ होती. इमानदार घराण्याचा लौकिक राखून; पण सर्वांना सुखाचं होईल असं ती वागायची. तिनं त्या सगळ्यांवर आपली मायेची पाखर घातली. माझी तर ती आईच बनली...

...पण दुसऱ्या आईचा विषय मात्र तिनंही कधी काढला नाही की मला काढू

दिला नाही... बाळंतपणासाठी म्हणून मी माहेरी आले आणि आठवड्याभरातच गर्भपात झाला, तेव्हा ती घाबरली आणि तिनं दोनच दिवसांत परत माझी सासरी रवानगी केली. मला रात्री ऐकू आलेल्या हाकांविषयी मी खोदून चौकशी केल्यावर ती फक्त एवढंच म्हणाली, "बयो, तो विषयच काढू नकोस आता. झालं-गेलं, गंगेला मिळालं. पण पुढच्या खेपेला मात्र तिकडेच बाळंतपण करून बाळाला घेऊनच ये...

...पण तशी वेळ आलीच नाही. मी सासरी गेले आणि पुढे थोड्याच दिवसांत "हे" गेले. शोकसमाचाराला बाळकाका-काकू आले होते. रीतीनुसार तेरावं होईपर्यंत राहिले आणि मग मला घेऊनच परतले. त्यानंतर पहिल्या-पहिल्यांदा लग्नकार्याच्या निमित्तानं मी सासरी जात होते. पुढे हळूहळू तेही बंद झालं..."

एक सुस्कारा सोडून नमूआत्या गप्प बसली. जरा वेळानं रमाबाई म्हणाल्या,

"संजू, मला वाटतं तू समिताला तिच्या माहेरी सोडून यावंस हे बरं."

"अगं पण आई, ती प्रेग्नंट आहे की नाही हेसुद्धा मला माहीत नाही आहे. आणि समजा असली तरी त्यामुळे ती अशी वागते आहे आणि इथून दुसरीकडे गेली की हे सगळं थांबणार आहे याची खात्री आहे का? शिवाय तिनं त्या जुन्या चित्रासारखं चित्र कसं काढलं ते न बघता?... इथून गेल्यानं या सगळ्यांचा उलगडा होणार आहे कां?"

"नाही झाला उलगडा तर नाही; पण गर्भारशी मुलीला इथे ठेवून उगाच विषाची परीक्षा नको."

"अगं पण..."

"तशीही ती माहेरी जाणारच की बाळंतपणासाठी. आत्तापासून तिकडे पाठवायचं एवढंच. असं केल्यानं काही बिघडणार तर नक्की नाही."

"हो रे संज्या, वहिनी म्हणतेय ते बरोबर आहे. उगाच विषाची परीक्षा नको बाबा."

नमूआत्यानंही भावजयीला पाठिंबा दिला. तेव्हा मग संजीव म्हणाला,

"बरं, उद्या ठरवू काय करायचं ते. आत्ता तर झोपूया आता."

यावर बोलण्यासारखं काही नव्हतं. त्यामुळे सगळे उठून निजायला गेले. पण कोणालाच लवकर झोप लागली नाही.

सकाळी रमाबाई चहा करत असताना नेहमीप्रमाणे समिताही स्वयंपाकघरात मदतीसाठी आली, तेव्हा रमाबाईंनी तिला हळूच विचारलं,

"तुझी पाळी चुकली का गं यावेळची?"

"अं..." रमाबाईंनी अचानक विचारलेल्या प्रश्नामुळे समिता जरा गोंधळली. आणि मनाशी हिशोब करू लागली, तेव्हा तिच्या लक्षात आलं, की तिची पाळीची

तारीख उलटून पंधरा-सोळा दिवस झाले आहेत! चित्राच्या नादात तिच्या ही गोष्ट लक्षातच आली नाही "हो." ती म्हणाली.

तिच्या होकारानं रमाबाईंची छातीच दडपली. आणि तिला माहेरी पाठवण्यासाठी कोणती गाडी सोयीची आहे याचा विचार त्यांच्या डोक्यात सुरू झाला.

पण समिताला माहेरी पाठवणं इतकं सोपं नव्हतं. कारण तिनं जायला चक्क नकार दिला. रमाबाईंना त्यांच्या सासूनं माहेरी जायला सांगितलं होतं, तेव्हा त्या निमूटपणे गेल्या होत्या. सासू-सासऱ्यांच्या आज्ञेत राहायचं, त्यांची सेवा करायची अशी शिकवण घेऊनच त्या सासरी आलेल्या होत्या. पण आता काळ बदलला होता. सासू सांगते म्हणून आपल्याला न पटलेली गोष्टही करावी, असं समिताला अजिबात वाटत नव्हतं.

आता काय करावं याचा विचार करतच संजीवनं त्याचं आन्हिक उरकलं, चहा-खाणं केलं आणि तो कामावर गेला. त्याची पाठ वळताच समिता खोलीत गेली. आता काय करावं असा विचार करत रमाबाई सीताबाईंना स्वयंपाकाचं सामान काढून देऊ लागल्या. नमूआत्या अंघोळीला गेली, सोपान टेबल आवरू लागला. थोडा वेळ सगळे आपापल्या कामात गुंतले. जरा वेळानं अंघोळ उरकल्यावर आत्या मागच्या दारी डोकावली. पडवी रिकामी होती. समिता तिथे पेंटिंग करत उभी नव्हती. सुटकेचा निःश्वास टाकून ती आत वळली. पण मग तिच्या मनात शंका आली म्हणून ती संजीव-समिताच्या खोलीतही डोकावली.

खोलीही रिकामी होती!

"समिता, ए समिता.." नमूआत्या हाका मारत तिला शोधू लागली. हाका ऐकून रमाबाईही स्वयंपाकघरातून बाहेर आल्या आणि समिताला शोधू लागल्या. पण समिता कुठेच नव्हती. जरा वेळ आत-बाहेर शोधल्यावर शेवटी दोघी जणी एकमेकींकडे बघत उभ्या राहिल्या.

त्यांना कळू न देता समिता बाहेर गेली होती.

ती कुठे गेली होती? तळ्याकडे तर नव्हे? आणि ती तिकडे गेली असली तर तिकडे कशासाठी गेली होती?

नमूआत्यानं मग संजीवला फोन केला. त्या दोघी सहसा त्याला कामावर असताना फोन करत नसत. पण त्या दिवशी मात्र त्याला फोन करून लगेच निघून यायला सांगितलं.

संजीव आला तेव्हा दोघी जणी पुढच्या अंगणात त्याची वाटच पाहत होत्या. तो येताच त्यांनी त्याला तळ्याकडे पिटाळलं. आणि त्या वाट बघत राहिल्या. बराच वेळ झाला, पण तो आला नाही की समिता आली नाही. आता काय करावं हे त्यांना कळेना. तेवढ्यात परसाचं मागचं दार वाजू लागलं आणि हाका ऐकू येऊ

लागल्या. हाका मारणारा आवाज समिताचा होता!

रमाबाई, नमूआत्या, सोपान, सीताबाई, जना, सगळे मागच्या दाराशी गोळा झाले. छोटी नंदासुद्धा आली. समिताच्या हाका ऐकत जरा वेळ गप्प उभं राहिल्यावर रमाबाई आवाज चढवून म्हणाल्या, "समिता, अगं पुढच्या दारानं ये. हे दार उघडत नाही. पुढून ये."

"दार उघडा, दार उघडा..." जोराजोरात दारावर थापा मारत समिता परत म्हणाली.

"अगं, पुढून ये. हे दार उघडता येत नाही. पुढच्या दारानं ये." नमूआत्याही म्हणाली.

"उघडता की नाही दार? तुम्हाला काय वाटलं, मी अशानं घाबरून जाईन?... मुकाट्यानं उघडा दरवाजा." समिता आवाज चढवून ओरडली.

"सांगितलं ना एकदा की हा दरवाजा उघडत नाही म्हणून. मुकाट्यानं पुढच्या दारानं ये... आणि उगाच दरवाजा बडवत राहू नकोस." आवाज आणखी चढवून रमाबाई ओरडल्या. पण त्यांच्या ओरडण्याचा समितावर यत्किंचितही परिणाम झाला नाही. ती दारावर थापा मारत राहिली, दार जोराजोरात हलवत राहिली, हाका मारत राहिली.

काय करावं ते न कळून सगळे नुसते बघत राहिले. असाच थोडा वेळ गेल्यावर सोपान म्हणाला, "दार उघडायचं का वहिनी? मला चाव्या दिल्यात तर..."

"उगाच अगोचरपणे काहीतरी बोलू नकोस." नमूआत्या त्यालाच डाफरली. तो बिचारा गप्प बसला.

मग जरा वेळानं रमाबाई आणि नमूआत्या आत गेल्या. तशी त्यांच्या पाठोपाठ बाकी सगळेही आत गेले आणि आपापल्या कामाला लागले. समिताचं दार ठोकणं आणि हाका मारणं चालूच राहिलं. हातानं काम चाललं होतं तरी सगळ्यांचे कान मात्र मागच्या दाराशी लागलेले होते. थोड्या वेळानं समिताचा आवाज आणि दार बडवणं थांबलं, तसे सगळ्यांनी कान टवकारले.

आता दुसऱ्या कोणाच्यातरी बोलण्याचा... संजीवच्या बोलण्याचा आवाज येत होता. हातातलं काम टाकून रमाबाई आणि त्यांच्यापाठोपाठ सगळे परत मागच्या दाराशी गेले. संजीव समिताला म्हणत होता,

"चल पाहू. उगाच तमाशा करू नकोस... तुला घेतल्याशिवाय मी जात नाहीये... आणि हे दार उघडतच नाही. जाम घट्ट बसलंय ते... चल आता मुकाट्यानं..."

समितानं त्याचं ऐकलं की नाही ते कळलं नाही, पण तिचा आवाज बंद झाला

होता. काहीतरी थोडीशी झटापट झाल्यासारखा आवाज येऊ लागला, तशी नमू आत्या मोठ्यानं म्हणाली,

"संजू, अरे सोपानला पाठवू का?"

"नको. आम्ही येतोय दोघं."

मग दाराबाहेरून येणारा आवाज थांबला. आता वाट बघणं एवढंच करता येण्याजोगं होतं.

वाड्याच्या मागच्या बाजूला वाढलेलं रान तुडवत बागेला वळसा घालून समिताला घेऊन यायला संजीवला बराच वेळ लागला. ती दोघं आली, तेव्हा आदल्या दिवसासारखेच त्यांचे कपडे विस्कटले होते आणि उन्हातून चालत आल्यामुळे बराच घामही आला होता.

आणि संजीवच्या हातात ते जुनं पेंटिंग होतं. काही ब्रश आणि रंगांच्या ट्यूब्सही होत्या. हातातलं सामानं त्यानं टेबलवर ठेवलं आणि समिताला घेऊन तो खोलीत गेला.

जरा वेळानं तो एकटाच बाहेर आला, तेव्हा आई आणि आत्या त्याची वाट बघत बसलेल्या होत्या.

"समिता...?" रमाबाईंनी विचारलं.

"ती झोपली आहे आणि मी दाराला कडी घातली आहे."

"समिता तळ्याशी गेली नव्हती का?"

"गेली असणार. कारण तिचं पेंटिंगचं सामान मला तिथेच सापडलं." तो म्हणाला आणि मग त्यानं काय घडलं ते सांगितलं.

तो तिला शोधण्यासाठी आधी तळ्याशीच गेला होता. ती तिथे नव्हती, पण तिचं सामान मात्र एका दगडावर पडलेलं होतं. त्यानं आसपासच्या झाडीत तिला जरा वेळ शोधलं. तिथे कुठे ती दिली नाही तेव्हा तो घरी परत यायला निघाला. अर्ध्या वाटेत असताना त्याला दूरवरून तिचा आवाज ऐकू येतो आहेसं वाटलं आणि ती वाड्याच्या मागच्या दाराशी तर गेलेली नाही नां अशी शंका आली. त्यामुळे मग तो त्या बाजूला गेला आणि त्याला ती दिसली.

यावर काय बोलावं ते न कळून रमाबाई आणि नमूआत्या सुन्न होऊन बसून राहिल्या. मग जरा वेळानं संजीवच म्हणाला, "हे काय चाललं आहे, मला तर काही कळत नाही. आता काय करायचं आपण?... एक प्रकारचा वेडेपणाच आहे हा. याच्यावर उपाय..."

"वन्सं, तुमच्या त्या दुसऱ्या आईच्या बाबतीत काय घडलं होतं? तिचा तर तळतळाट भोवत नाही ना आपल्याला?" रमाबाईंनी विचारलं.

"काहीतरीच काय? असा कोणाचा तळतळाट कोणाला भोवत नसतो. आणि

ती मेलेल्यालासुद्धा आता किती दशकं लोटली आहेत. इतक्या काळानंतर अचानक हे सगळं कसं सुरू होईल? मधल्या काळात तुम्हाला दोघींना कसा... ते गर्भपाताचं सोडलं तर... भोवला नाही हा तळतळाट?'' संजीव म्हणाला.

''कारण आम्ही चित्रकार नव्हतो. समिता चित्रकार आहे आणि चित्र काढते आहे... तेही वाड्याच्या पाठीमागच्या भागाचं.'' नमूआत्या म्हणाली.

''म्हणजे?''

''हेमनंदिनी, माझी ती दुसरी आई, चांगली चित्रकार होती. आणि चित्र काढण्यावरून तिचा आणि आजीचा नेहमी वाद होत असे हे मला आठवतं.''

''पण म्हणून...''

''तेव्हा काय घडलं ते आपल्याला कळलं पाहिजे. वाड्याचं मागचं दार कायमचं बंद ठेवण्याचं, इनामदारांच्या मुली-सुनांचं बाळंतपण वाड्यात होऊ न शकण्याचं कारण आपल्याला कळलं पाहिजे.'' रमाबाई म्हणाल्या.

''आई, तू आजीला कधी खोदून विचारलं नाहीस का?''

''खोदून?'' रमाबाई उद्गारल्या. ''खोदून विचारण्याचं सोडचं. मोठ्या माणसांसमोर जास्त काही बोलण्याची सुद्धा टाप नव्हती आमची. खोदून कसलं विचारते मी! सासूबाईंनी सांगितलं तेवढं फक्त ऐकलं मी.''

''पण आत्या, तुला तरी काय हरकत होती विचारायला? आजी-आजोबांना किंवा तुझ्या वडिलांना, दादासाहेबांना?''

''संजू, अरे, घरातल्या मुली-सुनांनी मोठ्या माणसांसमोर तोंड वर करून बोललेलंसुद्धा चालत नसे तेव्हा. जास्त बोलायचं नाही, वाद घालायचा नाही. मोठ्यानं हसायचंसुद्धा नाही अशी त्या काळची रीतच होती. आणि आपल्या घरात तर फारच कडक शिस्त होती त्या बाबतीत. एवढंच काय, मोठ्या माणसांदेखत आपल्या नवऱ्याशीसुद्धा बोलायचं नसायचं. वहिनी जर कधी वामनशी बोलत असली आणि तेवढ्यात तिकडून बाळकाका आले तर बोलणं अर्धं टाकून दोघंही गुपचूप निघून जायचे. कितीतरी वेळा पाहिलं आहे मी हे. बाळबोध वळण आणि घराण्याची शिस्त या गोष्टींचा फार अभिमान असायचा तेव्हा सर्वांना.''

''पण मग आता आपल्याला कळायचं कसं, काय घडलं ते?''

नमूआत्या जरा विचार करत म्हणाली, ''मला वाटतं नानी.. नानी सांगू शकतील आपल्याला हेमनंदिनीविषयी.''

''नानी? ... नानी कोण?''

''जोशी म्हणून पिढीजात उपाध्याय होते आपले. माझ्या लहानपणी देवांना रोज नैवेद्य, वैश्वदेव असायचा. रोजचं हे धर्मकृत्य करायला जोशीनाना यायचे. वाड्याच्या शेजारचं घर त्यांना राहायला दिलेलं होतं. त्यांना सगळे 'नाना' म्हणत

असल्यामुळे त्यांच्या बायकोला 'नानी' म्हणत असत. घरात तेव्हा नेहमी काहीतरी कुळधर्म, कुळाचार चालू असायचा. नानी म्हणजे तेव्हा हक्काची सवाष्ण आणि मदतनीस असायच्या. त्यामुळे आपल्याकडे त्यांचं येणं-जाणं सारखं चालूच असायचं. दुसऱ्या आईशी त्यांची चांगली मैत्री झाली होती. घरातल्या सर्वांशी फटकून आणि तोऱ्यानं वागणारी आई त्यांच्याशी मात्र गोडीगुलाबीनं वागायची हे मला आठवतं. तिनं काढलेली चित्रंसुद्धा ती नानींना दाखवायची.''

''मग आता कुठे आहेत या नानी?''

''हळूहळू घरातली धर्मकृत्यं कमी कमी होत गेली. नाना असेपर्यंत निदान रोज देवपूजा यथासांग होत असे. ते गेल्यावर बाळकाकांनी दुसऱ्या कोणाला नेमलं नाही. तेच रोजची पूजा करू लागले. नानांच्या तीन मुलांपैकी कोणीच उपाध्येगिरी केली नाही. त्यामुळे त्यांचा आणि आपला संबंधही कमी कमी होत गेला. पुढे मग त्यांच्या कुटुंबानं आपली जागा सोडून गावात सोईस्कर ठिकाणी दुसरी जागा घेतली. आपल्या वाड्याच्या शेजारचं बंद असलेलं घर त्यांच्याकडे होतं. ते गेल्यापासून ते बंदच आहे.''

''पण मग नानी...''

''त्या इथेच धाकट्या मुलाकडे असतात वाटतं. तो एकटाच इथे राहिला आहे. बाकीच्या मुलांनी नोकरीनिमित्त कधीच दुसऱ्या गावांमध्ये बिऱ्हाड हलवलंय.''

''आता इतक्या वर्षांनी त्या... सांगतील का आपल्याला काही? आणि त्यांना आठवत असेल का इतकं मागचं?'' रमाबाई म्हणाल्या.

''सांगतील की, न सांगायला काय झालं? आणि आठवण्याचं म्हणशील तर आठवत असेल बहुतेक. चौसष्ट-पासष्ट वर्षांपूर्वीच्या गोष्टी आहेत या. नानींचं तेव्हा नुकतंच लग्न झालेलं होतं वर्षापूर्वी. लग्नात त्या जेमतेम पंधरा-सोळाच्या असाव्यात. म्हणजे आता ऐंशीच्या आसपास असतील आणि आपल्याला नक्की सांगतील त्या. जेवढं आठवत असेल तेवढं सांगतील. त्यांच्याकडे जाऊया. त्यांना भेटलं तर आपलं काम होईल.''

''मी तुला घेऊन जाईन त्यांच्याकडे. कुठे राहतात त्या?''

''गांधीनगरमध्ये राहतात. मला तसा पत्ता नाही सांगता यायचा त्यांचा, पण त्या भागात गेलं की सापडेल मला त्यांचं घर. मी गेलेली आहे त्यांच्याकडे कधीमधी. पण आपण आधी त्यांना फोन करून ठेवूया म्हणजे त्या घरी आहेत की नाही हेही कळेल आणि आपलं काय काम आहे ते त्यांना कळेल.''

''ठीक आहे.''

संध्याकाळी संजीवनं आणि आत्यानं नानींकडे जायचं आणि रमाबाईंनी समितावर लक्ष ठेवायला घरी राहायचं असं ठरलं आणि मग त्या तिघांची ती बैठक मोडली.

संजीवनं गाडी वाड्यासमोर उभी केली आणि चट्कन बाहेर पडून गाडीला वळसा घालून दुसऱ्या बाजूचं दार उघडलं. आपला दुखरा गुडघा सांभाळत नानी सावकाश गाडीतून खाली उतरल्या आणि वाड्याकडे बघत उभ्या राहिल्या.

किती वर्षांनी त्या वाड्यात येत होत्या!

एके काळी हा वाडा त्यांच्या जीवनाचा अविभाज्य भाग होता. रोजचं येणं-जाणं होतं त्यांचं इथे. वाड्यातला एकही सण-संस्कार त्यांच्याशिवाय होत नव्हता. त्या लग्न होऊन सासरी आल्या, तेव्हा वाड्याच्या मालकिणीनं - अन्नपूर्णाबाईंनी त्यांचं केवढं कोडकौतुक केलं होतं. त्यांना आपल्या सुनेसारखंच मानलं होतं. नानांचा गरिबीचा संसार त्यांना कधी गरिबीचा वाटलाच नाही त्यामुळे. वाड्याच्या वैभवाच्या त्याही जणू हक्कदार होत्या.

पण ती काळरात्र आली आणि सगळ्याला उतरती कळा लागली. अन्नपूर्णाबाईंनी जणू हाय खाल्ली. नानींचंही वाड्यात जाणंयेणं कमी झालं. देवधर्मही कमी झाले. नंतर काही वर्ष त्यांच्या कुटुंबाचा इनामदार कुटुंबाशी असलेला संबंध कमी-कमी होत गेला अणि गावात राहायला गेल्यावर तर कुठेतरी लग्नकार्यात भेट होत असे तेवढीच.

पण तरी त्यांच्या मनात मात्र या वाड्यानं घर केलेलं होतं. त्याच्याविषयी त्यांना ममत्व होतं. प्रेम होतं. आणि म्हणून संजीवचा फोन आल्यावर त्यांनी त्याला सांगितलं, ''असं करू, मीच तुमच्याकडे येते म्हणजे स्वस्थपणे बोलता येईल. इथे आमच्याकडे म्हणजे लहान जागा, कोणी ना कोणी सारखं येत असतं, शिवाय आता नातवंडं, नातसुना, पणतू असे असतातच घरात. त्यांच्यादेखत उगाच चर्चा नको त्या गोष्टींची.''

त्या म्हणाल्या ते खरंही होतं, पण त्याबरोबर त्यांना वाड्यावर यायचं होतं, तिथे परत एकदा वावरायचं होतं, जुन्या आठवणींना उजाळा द्यायचा होता, हेही खरं होतं.

''संजीवच्या लग्नाच्या वेळी वाड्याला रंग दिलेला दिसतोय, आणि दारालाही तेलपाणी केलेलं आहे.'' असं मनाशी म्हणतच त्या दारातून अंगणात शिरल्या. नमूआत्या आणि रमाबाई समोरच स्वागतासाठी उभ्या होत्या. नानींचं मन सुखावलं.

चहापाणी आणि इकडच्या तिकडच्या प्राथमिक गप्पा झाल्यावर नमूआत्यानं विषयाला तोंड फोडलं.

''नानी तुम्ही या वाड्यात खूप वावरलेल्या आहात, आमच्या कुटुंबाचाच एक भाग होतात तुम्ही जणू. मागच्या सगळ्या गोष्टी तुमच्या देखत घडलेल्या आहेत. माझ्या दुसऱ्या आईचं नाहीसं होणं, आजीनं अंथरूण धरणं हे सगळं तुम्ही पाहिलेलं

आहेत. हे सगळं कसं घडलं, का घडलं ते आम्हाला कळून घ्यायचं आहे. तुम्हाला आठवतं आहे का ते सगळं?"

नानी जरा गप्पच बसल्या. मग म्हणाल्या,

"सगळं आठवतंय गं, सगळं आठवतंय! विसरण्याजोगं नाहीच ते सगळं पण... आज इतक्या वर्षांनी एकदम तुम्हाला..."

"मी सांगतो काय झालंय ते." संजू म्हणाला आणि त्यानं समिताचं चित्र काढणं, जुन्या चित्रात हरवून जाणं, तळ्याचा ध्यास घेणं, मागचं दार उघडण्याचा हट्ट करणं या सगळ्या गोष्टी सविस्तर सांगितल्या.

"आत्ता कुठे आहे मग ती?" नानींनी विचारलं.

"आमच्या खोलीत... त्या चित्रावर नजर लावून त्यात हरवून गेली आहे. मी खोलीला कडी घातली आहे बाहेरून."

"पण, ती... म्हणजे तिला बाहेर यायचं असलं आणि दार बंद असल्याचं तिच्या लक्षात आलं तर?"

"ती काळजी नको. तिला हाका मारून, हलवून जागं केल्याखेरीज ती त्या समाधीतून जागी होणार नाही." नमूआत्या म्हणाली. "तिला घरात काय चाललं आहे, कोण येतं-जातं आहे याचं काही भानच राहिलेलं नाही. खाण्या-पिण्यातही अजिबात लक्ष राहिलेलं नाही तिचं. तिची काळजी वाटते आहे म्हणून तर आम्ही तुम्हाला विचारतो आहे की..."

"तिला दिवस गेलेत, हो ना?" नानींनी एकदम विचारलं.

नमूआत्या आणि रमाबाई दोघींनीही माना डोलावल्यावर त्या परत जरा गप्प बसल्या आणि मग म्हणाल्या, "नमू, तुझी दुसरी आई कशी नाहीशी झाली ते कळण्यासाठी आधी ती या घरात कशी आली ते समजून घ्यायला पाहिजे."

"म्हणजे काय? आमच्या दादासाहेबांनी लग्न केलं होतं ना तिच्याशी?" नमूआत्या उद्गारली.

"हो. लग्न केलं होतं, पण ते कुणाला आधी काही न सांगता, न सवरता. मुंबईला गेलेले दादासाहेब एके दिवशी परतले, तेच हेमनंदिनीला घेऊन आणि आल्यावर त्यांनी सांगितलं - ही माझी पत्नी हेमनंदिनी!...

...तुझी आजीच नव्हे तर घरातले सगळेच जण अवाक् झाले. दादासाहेब पुन्हा लग्न करतील ही आशाच तुझ्या आजीनं, अन्नपूर्णाकाकूंनी सोडून दिली होती. तुझ्या जन्मानंतर सहाच महिन्यांत तुझी आई तुला पोरकी करून देवाघरी गेली. त्यानंतर दादासाहेबांनी दुसरं लग्न करावं म्हणून अन्नपूर्णाबाईंनी जंगजंग पछाडलं होतं म्हणे. त्यांच्यासाठी त्या मुलीही बघत होत्या. आमचे हे सांगायचे. पण दादासाहेबांनी दाद दिली नाही. शेवटी आईनं मुली बघायचं थांबवलं. आणि आपल्या पोरक्या नातीला

पोटाशी धरून त्या धाकट्या मुलाच्या, बाळासाहेबांच्या मोठं होण्याची वाट बघू लागल्या. हे सगळं मी आपलं यांच्याकडून ऐकलेलं...

...बाळासाहेब पुण्याच्या कॉलेजात शिकत होते. ते पदवीधर झाले आणि अन्नपूर्णाबाईंनी त्यांचं लग्न लावून दिलं. पार्वतीबाई घरात आल्या आणि तुझी आईच झाल्या. तुझी काळजी अशी मिटली आणि वर्षभरानं घराण्याला वारसही मिळाला. वामनरावांचा जन्म झाला...

...असं सगळं स्थिरस्थावर झालं, त्यामुळे अन्नपूर्णाकाकूही निश्चिंत झाल्या होत्या. त्यांचा मोठा मुलगा विधुर होता, एवढंच एक गालबोट इनामदारांच्या सुखाला होतं. पण ते त्यांनी स्वीकारलं होतं...

...कसा कोण जाणे, पण दादासाहेबांना रेसचा छंद लागला आणि रेसच्या सीझनमध्ये ते महिना-महिना मुंबई-पुण्याला जाऊन राहू लागले. घोड्यांवर पैसे लावू लागले. आणि बऱ्याचदा जिंकूही लागले! ते रेस खेळतात, हे कळल्यावर अन्नपूर्णाकाकूंनी त्यांना बरंच झाडलं होतं, अगदी अकांडतांडव केलं म्हणे त्यांनी. पण दादासाहेबांनी आईचं याही बाबतीत काही ऐकलं नाही. शेवटी "नशीब आपलं" म्हणून आईच गप्प बसली. शिवाय रेस खेळत होते म्हणून दादासाहेबांनी कारभाराकडे दुर्लक्ष केलं असं नव्हतं. घरची शेती, बागायती, कुळांकडची वसुली, सण, उत्सव सगळं पूर्वीप्रमाणेच दोघं भाऊ व्यवस्थित सांभाळत होते. दोघा भावांचं चांगलं सख्य होतं. 'अगदी राम-लक्ष्मणाची जोडी आहे' असं सगळे म्हणत असत...

...माझं लग्न झालं, तेव्हा पार्वतीबाई गर्भारशी होत्या. त्यांचं माहेर खेड्यातलं होतं. तिथे डॉक्टर-वैद्य कोणी नव्हतं. एक सुईण तेवढी होती. दवाखान्याचा पत्ता नव्हता. त्यामुळे अन्नपूर्णाकाकूंनी त्यांना माहेरी पाठवलंच नाही. त्यांचं बाळंतपण इथेच वाड्यात पार पडलं. माझं लग्न झाल्यावर पंधरा दिवसांतच पार्वतीबाई बाळंत होऊन त्यांना मुलगा झाला आणि काकू अगदी भरून पावल्या. त्यांना नातू झाला म्हणजे माझा पायगुण चांगला आहे असं त्यांच्या मनानं घेतलं असावं. कारण त्यांनी माझ्यावर खूप माया केली. खरं म्हणजे मी तर त्यांच्या घराण्यातलीही नव्हते. काय कारण असेल ते असो, पण त्यांची माझ्यावर माया होती हे खरं...

...अन्नपूर्णाकाकूंचा स्वभाव कडक आणि आपलं ते खरं करणारा होता. त्यांची दोन्ही मुलं लहान असतानाच त्यांचे यजमान वारले होते आणि मग सगळी इनामदारी त्यांनी सांभाळली होती. मुलांना मोठं केलं होतं. त्यांच्यासाठी खास शिक्षक नेमून या लहानशा गावातसुद्धा त्यांना चांगलं शिक्षण दिलं होतं. त्यांची लग्नकार्यं करून दिली होती. आपल्या या सगळ्या कर्तृत्वाचा त्यांना अभिमान होता...

...पार्वतीबाई मऊ स्वभावाच्या होत्या. मिळून-मिसळून वागणाऱ्या होत्या. सासूच्या आज्ञेत राहणाऱ्या होत्या. त्यामुळे त्यांचं आणि अन्नपूर्णाकाकूंचं चांगलं जमायचं...

...असं सगळं सुरळीत, सुखाचं चाललेलं असताना अचानक एक दिवस दादासाहेब मुंबईहून परतले ते हेमनंदिनीला घेऊनच. ते मुंबईहून परत येत असल्याचा आणि त्यांना उतरवून घेण्यासाठी दोन गाड्या तालुक्याच्या स्टेशनवर पाठवण्याचा निरोप त्यांनी दोन दिवस आधी एका माणसाबरोबर पाठवला होता. तेव्हा रेल्वे आपल्या गावापर्यंत आलेली नव्हती. "दोन गाड्या! अगं बाई, इतकं काय आणतो आहे हा तिकडून?" अन्नपूर्णाकाकू म्हणाल्या होत्या आणि गाडीच्या वेळेला दोन बैलगाड्या पाठवून त्या उत्सुकतेनं वाट बघत राहिल्या होत्या. गाड्या परतल्या तेव्हा एकीतून दादासाहेब उतरले आणि त्यांनी हात देऊन एका सुंदर तरुणीला उतरवून घेतलं! दुसरी गाडी ट्रंका, वळकट्या, डबे अशा सामानानं भरली होती. त्या गाडीतून त्यांचा खास नोकर चंदू उतरला आणि त्याच्या पाठोपाठ एक प्रौढ बाई उतरली...

...इनामदारांच्या घरात खळबळ उडाली. घरच्या कर्त्या पुरुषानं... एक बाई घरी आणली होती मुंबईहून!...

...दादासाहेबांनी आणि त्या तरुणीनं पुढे होऊन काकूंना नमस्कार केला आणि दादासाहेब म्हणाले, "आई, ही तुझी सून, हेमनंदिनी..."

...म्हणजे आईलासुद्धा न सांगता, तिची परवानगी न घेता त्यांनी परस्पर लग्न केलं होतं! आणि तिला घेऊनच ते परतले होते! बरं, बायकोसुद्धा कशी? तर गावातल्या कोणी, कधी कल्पनासुद्धा केली नसेल अशी. गोल पातळ नेसणारी, केसांचा सैलसर अंबाडा घालणारी, कधीमधी एक लांब वेणी घालून पाठीवर शेपटा हलवत घरभर वावरणारी. अक्षरश: घरभर वावरणारी. घरातल्या बायकांनी सहसा ओटीवर किंवा बैठकीच्या खोलीत जाण्याची रीत नव्हती. पण ही खुशाल बैठकीत जाऊन चार लोकांदेखत दादासाहेबांशी बोलायची. लहर लागली तर दादासाहेबांना भेटायला आलेल्यांची चौकशी करायची. स्वयंपाकघरात क्वचितच पाऊल टाकायची. पण दादासाहेबांच्या बरोबर घोड्यावरून रपेट करायला मात्र जायची...

...माहेरी असंच वागायची तिला सवय असावी कारण मध्यप्रांतातल्या कुठल्या तरी लहानशा संस्थानच्या संस्थानिकाची ती एकुलती एक, लाडकी लेक होती. तिची मर्जी सांभाळायला तिच्या पुढे-मागे माणसं हजर असायची. ती म्हणेल ती पूर्व दिशा असायची. मुंबईतल्या रेसकोर्सवर तिची दादासाहेबांशी ओळख झाली, त्याचं रूपांतर प्रेमात झालं आणि दादासाहेबांनी तिला मागणी घातली. तिच्या वडिलांना दादासाहेब पसंत असले तरी ते बिजवर आहेत हे त्यांना पसंत नव्हतं.

पण लाडक्या लेकीच्या हट्टाखातर त्यांनी लग्नाला होकार दिला होता...

...आपली आई या लग्नाला संमती देणं शक्य नाही, याची कल्पना दादासाहेबांना असल्यामुळे मुंबईतच रजिस्टर लग्न करून पत्नीला बरोबर घेऊनच ते घरी परतले. नाइलाजानं ''आलिया भोगासी असावे सादर'' म्हणून अन्नपूर्णाबाईंनी दोघांचं स्वागत केलं, त्यांच्यावरून भाकरतुकडा ओवाळून टाकला आणि नव्या सुनेला घरात घेतलं. नाहीतरी घरातल्या कर्त्या पुरुषानं काही केलं तरी ते मुकाट्यानं स्वीकारायचं अशीच तेव्हाची पद्धत होती...

...हेमनंदिनीला इंग्लिश उत्तम येत होतं आणि त्याचं दादासाहेबांना कोण कौतुक वाटायचं. त्यांचे कोणी खास मित्र आलेले असले, की ते मुद्दाम तिला हाक मारून इंग्लिशमध्ये संभाषण करायला लावायचे. तिचं मराठी पुष्कळसं हिंदी-इंग्रजी मिश्रित असायचं. तिच्या सहवासानं तेही तसंच बोलू लागले. दादासाहेब तिच्यासाठी वेडावल्यासारखे झाले होते. तिचा गोरापान रंग, धारदार नाक, पातळ, हट्टी जिवणी, चंचल डोळे आणि वागण्या-बोलण्यातला तोरा यांनी त्यांच्यावर जणू गारूड केलं होतं. ती म्हणेल ती त्यांच्यासाठी पूर्व दिशा होती...

...तिच्याबरोबर तिचं बरंच सामानही होतं. सात-आठ ट्रंका भरून तिनं काय आणलं होतं कुणास ठाऊक... पाठराखीण म्हणून तिची एक वयस्क मोलकरीणही आलेली होती. गंगाबाई तिचं नाव. ती दिवसभर फक्त एकच काम करायची आणि ते म्हणजे हेमनंदिनीची मर्जी सांभाळायची...

नवी सून घरात आली, इनामदारांच्या घराची घडीच विस्कटली. सून आली, तिला सूनपणा माहीत नव्हता, की सासूची मर्जी राखून वागायला पाहिजे, हे तिच्या गावी नव्हतं. कारण कोणाची मर्जी राखायची वेळ तिला कधी आलेलीच नव्हती. उलट, तिचीच मर्जी राखून सगळं घर चालतं, घरातले व्यवहार चालतात असा तिचा अनुभव होता...

...घरी आल्यावर दादासाहेबांनी एक मोठं गावजेवण दिलं. आणि त्या जेवणाच्या समारंभातच सासु-सुनेतल्या संघर्षाची ठिणगी पडली. अन्नपूर्णाकाकूंनी तिला नेसायला एक भारी पैठणी काढून दिली, अंगावर घालायला बिंदी-कमरपट्ट्यापासून सगळे पिढीजात दागिने काढून दिले. पण ते सगळं बघून ती उद्गारली, ''मैं ये सब पहनू? नो. माझे कपडे आहेत तेच घालीन मी.'' आणि तिनं सोन्याच्या तारेचीच विणल्यासारखी वाटावीशी सुंदर, केशरी, गोल साडी नेसली. हिऱ्या-माणकांचे दागिने घातले आणि पायातसुद्धा सोन्याचे पैंजण घातले...

...तिचा सगळा पोशाख आणि दाग-दागिने सुंदर होते. येणाऱ्या बायका ते बघून दिपून जात होत्या. स्तुती करत होत्या, पण अन्नपूर्णाकाकू मात्र अपमानानं धुमसत होत्या...

...गंगाबाई तिला 'दीदीराजे' म्हणायची. बाकीच्यांनीही तिला तशीच हाक मारावी असा तिनं आग्रह धरला. दादासाहेबांनी तो उचलून धरला आणि हेमनंदिनीची ती दीदीराजे झाली. तेही काकूंना आवडलं नाही. तिला दीदीराजे म्हटलं की त्यांची धुसफुस सुरू व्हायची. "ही सटवी राजे आणि आम्ही काय दास का हिचे?" त्या पुटपुटायच्या...

...घरातल्या कुठल्याही कामात तिचा हातभार लागायचा नाही. काकूंनी आधी आधी तिला हाक मारून काही काम सांगण्याचा प्रयत्न करून बघितला, पण एक तर ती "मैंने तो कभी किया नही है ऐसा काम" म्हणून हात झटकायची किंवा काम इतकं बिघडवून ठेवायची की नको ते तिचं काम असं होऊन जायचं. तिला काही सांगणं मग बंदच करून टाकलं त्यांनी. रोज वेगवेगळे नवेनवे कपडे घालून पुस्तक वाचत पडायचं, गंगाबाईंशी काहीतरी खुसूखुसू बोलायचं, फिदीफिदी हसायचं, मध्येच केव्हातरी लहर लागली की पार्वतीबाईंना म्हणायचं, "मला सांगा ना काहीतरी काम. आप मुझे परायी समझती हो. मला शिकवलंत की मी नीट करीन काम." यावर पार्वतीबाई बिचाऱ्या गप्पच बसायच्या. एक तर त्यांना तिचं हिंदीमिश्रित बोलणं नीट कळायचं नाही. आणि आपण तिला काही सांगितलं तर सासूबाई काय म्हणतील असा धाक वाटायचा. माझं वाड्यात रोजचंच जाणं-येणं असल्यामुळे मला हे सगळं दिसत होतं. कानांवर पडत होतं...

...दादासाहेब, बाळासाहेब, आमचे हे आणि पंगतीला असलेले पाहुणे, आश्रित अशी मंडळी जेवायला बसली की तेव्हा मात्र न चुकता ही हजर राहायची आणि वाढपी नीट वाढताहेत ना यावर लक्ष ठेवायची. पंगत वाढायला रोजचे वाढपी असले तरी एखादा खास पदार्थ काकू वाढायच्या किंवा पार्वतीबाईंना वाढायला सांगायच्या. त्यांच्या वाढण्यातही दीदीराजे कधी-कधी सुधारणा सांगायची. असं झालं की काकूंचा अगदी संताप व्हायचा. पण चार लोकांत तमाशा नको म्हणून त्या बोलायच्या नाहीत. कधी-कधी आमचं दोघांचं मेहूण असलं की पंगतीत पुरुषांच्या ओळीशी काटकोनात माझंही पान मांडलेलं असायचं आणि मला हे सगळं दिसायचं...

...आणखी एक गोष्ट ती नेमानं रोज करायची म्हणजे दादासाहेबांबरोबर रोज सकाळी घोड्यावरून रपेट करायला आणि संध्याकाळी फिरायला जायची. पुष्कळदा ते दोघं मागच्या बाजूनं तळ्याकाठी जायचे. आमच्या घराच्या मागच्या खिडकीतून ते जाताना दिसायचे. आणि मला तिच्या भाग्याचा अगदी हेवा वाटायचा. त्या काळी आम्हाला नवऱ्याशी बोलायचीसुद्धा चोरी असायची. ती मात्र रोज फिरायला जायची...

...पण या सगळ्या निरुद्देश आणि रिकाम्या आयुष्याला तीही कंटाळली बहुधा आणि मग ती दुपारच्या वेळेला मला गप्पा मारायला बोलावू लागली. माझंही

घरकाम तोपर्यंत उरकलेलं असायचं आणि बोलावणं इनामदारांकडचं असायचं. त्यामुळे माझ्या सासूबाईही मला कधी 'जाऊ नको' म्हणायच्या नाहीत. हळूहळू आमची चांगली गट्टी जमली. तिच्या घरच्या, तिच्या राजवाड्यातल्या, आईवडिलांच्या, तिच्या इंग्लिश गव्हर्नेसच्या अशा कितीतरी गोष्टी ती मला सांगायची. इनामदारांच्या घरातली वागण्याची रीत समजून घेण्याचाही मधूनमधून प्रयत्न करायची... तिच्याशी माझं चांगलं जमतं आहे हे लक्षात आल्यावर अन्नपूर्णाकाकूही मला मधून-मधून विचारू लागल्या, "काय गं म्हणत होती भवानी?"...

...आणि मग एक दिवस दादासाहेब आणि बाळासाहेब शेतावर गेल्यावर तिनं एका ट्रंकेतून बरीचशी पेंटिंग्ज बाहेर काढली. गंगाबाईला मदतीला घेऊन त्यातली काही तिनं खोलीच्या भिंतीवर टांगली आणि मग तिचं पेंटिंग करण्याचं सगळं सामान बाहेर काढलं, मागच्या पडवीत तिची लाकडी घोडी उभी केली आणि..."

"मागच्या पडवीत?" नमूआत्या आणि रमाबाई एकदमच उद्गारल्या.

"हो." नानी म्हणाल्या आणि पुढे सांगू लागल्या,

"तिनं एक अर्धवट रंगवलेलं चित्र घोडीवर लावलं आणि ती पुढे रंगवू लागली. ती चित्र रंगवते आहे हे काकूंच्या कानांवर पडताच त्या लगालगा येऊन तिच्या मागे उभ्या राहिल्या. जरा वेळ त्यांनी तिचं काम बघितलं आणि मग म्हणाल्या, "सावित्री माजघर सारवते आहे. तिथे उभं राहून नीट सारवून घे ते." दीदीराजेनं एकदा त्यांच्याकडे बघितलं आणि हात न थांबवता ती म्हणाली, "अभी आती हूँ, एवढं थोडंसं करून झालं की."

"आत्ता, मग सांगू नकोस मला. ताबडतोब चल." काकू फणकारल्या.

"हां, हां, आती हूँ बाबा." असं म्हणून तिनं ब्रश पाण्यात बुडवला. आणि रंगांच्या ट्यूब्सना टोपणं लावू लागली. ते बघून काकू घरात परतल्या आणि तिनं परत ब्रश रंगात बुडवला! मग जेवायचं बोलावणं येईपर्यंत ती रंगवतच होती. त्या दिवशी दुपारी तिनं खिदळत खिदळत मला ही गंमत सांगितली... पण काकूंसाठी ही गंमत नव्हती. तो त्यांचा अपमान होता...

...ती मग रोज पडवीत उभी राहून चित्र रंगवू लागली. तिची चित्रकला छान होती, हे मात्र मान्य करायलाच हवं. कदाचित तिनं त्याचं शिक्षणही घेतलेलं असेल. तिच्या चित्र काढत उभं राहण्याची बातमी पसरायला वेळ लागला नाही. गावातल्या आयाबाया काहीतरी निमित्तानं वाड्यावर येऊ लागल्या आणि पडवीत डोकावून "अगोबाई" करूनच जाऊ लागल्या. भरतकाम-विणकाम करणाऱ्या बायका-मुली त्यांनी बघितल्या होत्या, पण लाकडी घोडीसमोर उभं राहून ब्रशानं चित्र रंगवणारी सून त्यांनी कधी पाहिली नव्हती की कल्पिली नव्हती. तिचं घोड्यावर बसणं, नवऱ्याबरोबर फिरायला जाणं, काकूंचा सासूपणाचा मान न

राखणं या सगळ्यांच्या जोडीला लोकांना बोलायला आणखी एक विषय मिळाला...

... हळूहळू तिचं हे सगळं वागणंही घरानं स्वीकारलं, पण अन्नपूर्णाबाईंच्या मनात राग धुमसत होता. आजपर्यंत त्यांचा शब्द कधी खाली पडला नव्हता. त्यांची अवज्ञा करण्याचं धाडस कधी कोणी दाखवलं नव्हतं. दीदीराजेनं मात्र जणू त्यांच्या अधिकारालाच आव्हान दिलं होतं. दादासाहेब दिवसभर बाहेर असायचे. तेव्हा ती मन:पूत वागायची. आडून आडून सासूची टिंगल करायची पण नवऱ्याच्या जेवणाखाणाच्या वेळेला मात्र न चुकता पत्नीचं कर्तव्य करताना दिसायची...

...एवढ्यातच कधीतरी तिला उलट्या होऊ लागल्या. रोज सकाळी उठल्यावर उलट्या व्हायच्याच, शिवाय दिवसभरात मधूनमधून मळमळ व्हायची, एखादे वेळी उलटीही व्हायची. ही येऊ घातलेल्या नवीन जिवाची चाहूल आहे हे घरातल्या अनुभवी बायकांनी ओळखलं. आणि जमेल तेवढी तिची काळजी त्या करू लागल्या. पण ती त्यांना तशी संधीच देत नसे. गर्भारशी बाईनं अमुक खाऊ नये, तमुक करू नये असं काही काकूंनी सांगितलं तर ती खोडसाळपणे नेमकं तेच करत असे आणि मग मला ती 'गंमत' सांगत असे. मी बिचारी नुसती ऐकत असे. मी काही सांगून ती ऐकेल असं नव्हतं. चित्र हा मात्र तिचा अगदी जिव्हाळ्याचा विषय होता. दिवसाचा बराचसा वेळ ती त्यातच घालवत असे...

...एक दिवस ती अशी चित्र काढत उभी असताना वाड्याचा राखणदार गडी सिद्दीक सरपणाच्या मोळ्या बैलगाडीतून घेऊन आला. गाडी त्यानं मागच्या परसदाराशी उभी केली आणि तो एक-एक मोळी आत आणून बंबापाशी रचू लागला. दीदीराजेच्या समोरच ते काम चाललं होतं. त्याचा काळाभोर रंग, डोक्याला बांधलेलं लाल मुंडासं, कमरेचं मळकट धोतर, गळ्यात लटकणारं वाघनख, दंडावर बांधलेला ताईत, मोळी उचलताना होणाऱ्या हालचालीमुळे उठून दिसणारे दंडाचे स्नायू, सगळ्या गोष्टी तिला बघत राहाव्याशा वाटल्या... आणि रंगामध्ये पकडाव्याशा वाटल्या...

...त्याचं काम संपल्यावर तो घाम पुसत उभा राहिला असताना तिनं त्याला हाक मारली, ''ए, इधर आव.''

'जी.' म्हणत सिद्दीक थोडा पुढे झाला.

''देखो, मैं तुम्हारा पेंटिंग बनाना चाहती हूँ. तुझं चित्र काढायचं आहे मला. इथे उभा राहा असा माझ्यासमोर.''

'जी.' ती काय म्हणत होती ते त्याला कळलं की नाही कुणास ठाऊक. पण तिनं आपल्याला उभं राहायला सांगितलं आहे एवढं मात्र त्याला कळलं आणि तो आज्ञाधारकपणे उभा राहिला. तिनं त्याला थोडं मागे सरकून सावलीत उभं राहायला सांगितलं, न हलता उभं राहायला सांगितलं, घोडीवरचं अर्ध राहिलेलं चित्र काढून

तिथे दुसरा कॅनव्हास चढवला आणि ती त्याचं चित्र रेखाटू लागली. थोडा वेळ गेला आणि काहीतरी कामासाठी बाहेर आलेल्या सावित्रीनं ते बघितलं. ''अगं बया.'' तोंडावर हात धरत ती म्हणाली आणि लगबगीनं आत जाऊन तिनं अन्नपूर्णाकाकूंच्या कानावर ही गोष्ट घातली...

...अन्नपूर्णाकाकू घाईनं बाहेर आल्या. हे म्हणजे आता अतिच झालं होतं!

''हे काय चाललंय?'' त्यांनी रागानं विचारलं.

आधी तर तिनं त्यांच्याकडे लक्षच दिलं नाही. तेव्हा त्या परत म्हणाल्या, ''मी काय विचारते आहे? हे काय चालवलं आहेस?''

''चित्र काढते आहे.'' तिनं शांतपणे उत्तर दिलं.

''चित्र? या सिद्दीकचं?... तुला काही लाजलज्जा आहे की नाही.''

''का? काय झालं?''

''मलाच विचारते आणि तोंड वर करून, काय झालं म्हणून. तो, तो... दीडदमडीचा नोकर... त्याला समोर उभा करून आणि...''

''चित्र काढते आहे सासूबाई त्याचं. पळून नाही चालले त्याच्याबरोबर.''

''आगाऊपणे बोलतेस आणखी वर. मनाची नाही तर जनाची तरी लाज बाळग काही. गावात तोंड दाखवायला जागा राहणार नाही अशानं आम्हाला... आणि तू का उभा आहेस इथे शुंभासारखा? हं? काय रे ए सिद्द्या? तुला काही कामधाम नाही का? हां?... चालता हो इथून.''

सासू-सुनेच्या वादामुळे अवघडून उभा राहिलेला सिद्दीक घाईघाईनं परसातून बाहेर पडला. अन्नपूर्णाकाकूंनी त्याचं अर्धवट रेखाटलेलं चित्र घोडीवरून ओढून काढलं. ते टरकावत त्यांनी सुनेला सुनावलं,

''नसती थेरं बास झाली आता. नवीन आहे, शिकेल घरची रीत हळूहळू म्हणून गय केली तुझी इतके दिवस. पण तुला काही आहे का त्याचं? हे असले चाळे या घरात चालायचे नाहीत, सांगून ठेवते. हे असं चित्र काढत उभं राहिलेलं मला मुळीच खपायचं नाही... घरकामच केलं पाहिजे असं काही मी म्हणत नाही. तू मोठ्या घरची लेक, तुला कसलं काही काम करता येणार आहे?

तेव्हा घरकाम करूच नकोस तू. रगड नोकरमाणसं आहेत त्यासाठी. पण हे असले चाळेही चालायचे नाहीत या घरात. घरची मर्यादा सांभाळूनच राहावं लागेल. नाहीतर तू आपला तुझा रस्ता बघ. इथे कुणाचं काही अडणार नाहीये तुझ्यावाचून. अगदी दादाचंसुद्धा नाही.'' एवढं बोलून त्या तरातरा आत निघून गेल्या...

...रागानं आणि अपमानानं दीदीराजेला रडू कोसळलं. आपले अश्रू कोणाला दिसू नयेत म्हणून तोंड खाली घालून ती तडक खोलीत निघून गेली. त्या दिवशी मग ती पुरुषांच्या पंगतीला आली नाही की स्वत: जेवायला आली नाही. ती दिसली

नाही म्हणून दादासाहेब जेवण झाल्यावर त्यांच्या खोलीत गेले तेव्हा तिनं त्यांना काय सांगितलं कुणास ठाऊक, पण ते काही न बोलता परत शेतावर गेले खरे...

...दादासाहेबांचा स्वभाव तसा अबोल होता, पण त्या दिवशी रात्री त्यांचा आणि काकूंचा खूप मोठा वाद झाला. भांडणच झालं म्हणा ना. त्यांचे चढलेले आवाज आमच्या घरीसुद्धा ऐकू येत होते. दुसऱ्या दिवशी सकाळी दीदीराजेनं आपली लाकडी घोडी आणि बाकीचं सगळं साहित्य गंगाबाईच्या हातात दिलं आणि त्या दोघी मागच्या दारातून बाहेर पडल्या. दाराबाहेर उभं राहून तिनं समोर दिसणारं दृश्य जरा वेळ न्याहाळलं आणि मग जवळच्या आंब्याच्या झाडाखाली आपला पेंटिंगचा सगळा मांड मांडला. समोरचं दृश्य ती रेखाटू लागली...

...त्या दोघी वाड्याच्या मागे गेल्या आहेत आणि तिथे दीदीराजे चित्र काढते आहे हे काकूंना कळायला वेळ लागला नाही. त्या घाईघाईनं मागच्या दारी गेल्या. त्यांनी तिच्यावर बरंच तोंडसुख घेतलं, पण तिनं हूं की चूं केलं नाही. ''चल, घरात हो मुकाट्यानं.'' असं म्हणून काकू तिचं चित्र ओढू लागल्यावर मात्र तिनं त्यांचा हात धरला आणि ती जरबेनं म्हणाली, ''मी तुमच्या घरात काढत नाहीये चित्र. मुकाट्याने हात काढा''...

...अन्नपूर्णाकाकूंनी चटका बसल्यासारखा हात मागे घेतला. सुनेकडून असं उलट उत्तर, अशी दटावणी त्यांच्या कधी कल्पनेतही आलेली नसावी. क्षणभर त्या थक्क होऊन तिच्याकडे बघत उभ्या राहिल्या आणि मग पाठ फिरवून लगालगा घरात निघून गेल्या...

सासू-सुनेचं हे द्वंद्व बघायला अर्थातच घरातले नोकर-चाकर दारात जमा झाले होते. आमच्या घरची आम्ही मंडळीही आडून आडून बघतच होतो. आमच्या सर्वांच्या देखत सुनेनं आपला अपमान केला हे काकूंच्या मनाला फार लागलं...

...मग त्यांनी त्यांच्या हातात होतं तेवढं केलं. सिद्दीकला कामावरून काढून टाकलं. तो राखणदार होता आणि त्याची झोपडी वाड्यामागे पिंपळाच्या झाडाच्या जवळच होती. आपली सून वाड्यामागे उभी राहून त्याचचं चित्र काढणार आहे अशी त्यांना दाट शंका होती. त्याला त्यांनी काढून टाकलं. मागच्या दारानं होणारा नोकर-चाकरांचा आणि कुळांचा वावर बंद केला...

...आणि गंगाबाईला परत पाठवून दिली!...

...गंगाबाईला जायला सांगितल्यावर दीदीराजेनं थोडं अकांडतांडव करून पाहिलं, पण काकूंनी त्याला भीक घातली नाही आणि दादासाहेबांनीही तिची बाजू घेतली नाही. शेवटी एका गड्याला सोबत देऊन गंगाबाईची रवानगी करण्यात आली...

...गंगाबाई गेली म्हणून दीदीराजेच्या कार्यक्रमात बदल झाला नाही. आपला

दिवसातला बहुतेक सगळा वेळ ती पेंटिंगमध्ये घालवत होती. कधीकधी गप्पा मारायला मला हाक मारत होती. समोर दिसणारं दृश्यच तिनं रंगवायला घेतलं होतं. पिंपळाचं झाड, त्याखालून जाणारा गाडीरस्ता, रस्त्याच्या दोन्ही बाजूंना उभी असलेली झाडं, दूरवर दिसणाऱ्या टेकड्या, पायथ्याशी असलेलं तळं, असं ते दृश्य होतं. जसेजसे ती रंग भरत होती, तसतसं चित्र उठावदार होत होतं. निदान मला तरी ते फारच छान वाटत होतं. पण आपले रंग नीट होत नाहीयेत असं तिच्या मनानं घेतलं. टेकड्यांचा आणि तळ्याचा रंग कसा आहे, त्याच्या छटा कशा आहेत, दिवसभरात त्या कशा कशा बदलतात हे कळायला पाहिजे, असं तिला वाटू लागलं...

...मग एके दिवशी ती चित्रकाम सोडून एकटीच चालत चालत त्या तळ्याकाठी गेली...

गेली आणि तिथेच रमली! पुरुषांची पंगत बसली तरी ती का आली नाही म्हणून पार्वतीबाई बघायला गेल्या तर ती तिच्या जागी नव्हतीच. वाढलेलं ताट सारून दादासाहेब आणि बाळासाहेब उठले. आणि तिला शोधायला निघाले. बऱ्याच वेळानं अखेर ती त्यांना तळ्याकाठी दगडावर बसलेली सापडली. त्यांना बघून ''मैं अभी आ ही रही थी।'' म्हणाली. काही न बोलता तिला घेऊन ते परतले...

...त्या दिवसानंतर तिला रोज संध्याकाळी तळ्याकाठी घेऊन जायचं दादासाहेबांनी कबूल केलं आणि तिनं दिवसभर तिकडे फिरकायचं नाही असं कबूल केलं. मग रोज दादासाहेब घरी परतल्यावर तिला तळ्याकाठी घेऊन जाऊ लागले. संध्याकाळी गेलेली ती दोघं चांगला अंधार पडल्यावर परतायची. अन्नपूर्णाबाईंना ते मुळीच आवडायचं नाही. अंधारात कुठे विंचूकाटा, एखादं जनावर, असं काही वाटेत आलं तर! दादासाहेबांच्या काळजीनं त्यांचा जीव वरखाली व्हायचा. शिवाय तिच्या पोटात त्यांच्या घराण्याचा अंश वाढत होता. त्या दोघांनी दिवसाउजेडी परतावं म्हणून त्यांनी अनेकदा सांगून बघितलं, पण काही उपयोग झाला नाही. बायकोच्या इच्छेपुढे दादासाहेबांना दुसरं काही दिसत नव्हतं. सुचत नव्हतं. काकू मनातल्या मनात धुमसत राहिल्या...

आणि मग तो अघोरी दिवस उजाडला. दादासाहेबांचे एक चुलते अंबेजोगाईला स्थायिक झालेले होते. नेहमी आजारी असायचे. त्यांना देवाज्ञा झाल्याचा निरोप घेऊन त्यांच्याकडचा गडी आला. शेवटच्या वेळी जाता आलं नसलं तरी दहाव्या-तेराव्याला तरी घरच्यांनी जायला हवंच होतं. घरात एक गर्भवती होती आणि एक नऊ-दहा महिन्यांचं लहान मूल होतं, वामन तेव्हा अगदी लहान होता. त्यामुळे दोघा भावांनी जावं आणि तेरावं उरकताच परतावं, असं ठरलं. ठरल्याप्रमाणे दादासाहेब दुसऱ्या दिवशी सकाळीच निघाले...

...त्या दिवशी काकूंनी दीदीराजेला सकाळीच बजावलं, ''आज तळ्यावर जाऊ नकोस बयो''

''क्यूं, मला एकटीला जाता येत नाही का?'' तिनं उद्धटपणे विचारलं.

''अगं बाई, जाता येईल हो तुला. मी कुठे नाही म्हणते आहे? पण अंधार पडल्यावर तिकडून चालत येताना...''

''क्या मुझे बाघ खा जायेगा?''

''हे बघ, मला जास्त वाद घालायचा नाहीये. जाऊ नकोस म्हटलं म्हणजे जाऊ नकोस... आणि बये, गेलीस तर दिवसाउजेडी परत तरी ये. रात्र करू नकोस.''

''संध्याकाळी तिकडे इतकं छान असतं, तुम्ही पण चला एक दिवस''

''सांगते ते ऐक मुकाट्यानं. अंधार पडायच्या आत परत ये. उशीर केलास तर दार उघडणार नाही, सांगून ठेवते.''

...काकूंनी एवढं निक्षून सांगितलं, तरी दीदीराजे संध्याकाळी तळ्याशी गेलीच. आणि चांगला अंधार पडला तरी परतली नाही. काकू मागच्या दारी येरझाऱ्या घालत होत्या आणि रागानं फणफणत होत्या. शेवटी त्यांनी दार धाडकन् बंद केलं आणि त्याला कडी घातली. अडणीही लावली. आणि आवाज चढवून त्यांनी सगळ्यांना बजावलं, ''खबरदार कोणी हे दार उघडलं तर!''...

...घरात नेहमीची कामं सुरू होती. बायकांची जेवणं अजून व्हायची होती, पण बाकीचं उरकत आलं होतं. आणि मागच्या दारावर थाप पडली. थोडा वेळ दारावर थापा वाजल्या आणि मग दीदीराजेंच्या हाका ऐकू येऊ लागल्या...

''दार उघडा. मी आहे. दार उघडा''

तिनं थोडा वेळ हाका मारल्या, मग परत दारावर धक्के दिले, परत हाका मारल्या...

''दार उघडा सासूबाई, मी आले आहे. पार्वतीबाई, अहो दार उघडा... उघडता की नाही दार? मी केव्हांची हाका मारते आहे.''

...पण तिच्या हाकांचा आणि दारावरच्या धडकांचा अन्नपूर्णाकाकूंवर काडीचा परिणाम होत नव्हता. तिला त्या रात्री घरात घ्यायचं नाही, चांगली अद्दल घडवायची, असंच त्यांनी ठरवलेलं असावं. घरातली बाकी माणसंही चिडीचूप होती. काकूंची आज्ञा मोडून दार उघडायचं धाडस कोणातही नव्हतं. आमच्या घरीही हे सगळं ऐकू येत होतंच. आम्हीही नुसतं ऐकत होतो. काहीही करून मागचं दार उघडावं आणि तिला घरात घ्यावं, असं मला वाटतं होतं. पण ते धाडस माझ्याजवळ नव्हतं. रात्रीची एकटी बाई अशी बाहेर राहणं काही बरं नव्हतं...

...त्या रात्री आम्हाला कोणाला नीट झोप लागणं शक्यच नव्हतं. अर्धवट

पेंगत असतानाच वाड्याच्या मागून दुसरे काहीतरी आवाज ऐकू येऊ लागले. काय होतं आहे, कसले आवाज येताहेत असा विचर करत असतानाच दार कुठल्यातरी हत्यारानं फोडत असल्याचा आवाज येऊ लागला. आम्ही घरातली सगळी मोठी माणसं खिडक्यांशी गोळा झालो. आमच्या खिडकीतून डोकावून पाहिल्यावर वाड्याच्या मागच्या दाराशी दहा-बारा माणसं जमून कुऱ्हाडीनं दारावर घाव घालत असल्याचं दिसलं. आम्ही खिडकी बंद करून घेतली आणि धडधडत्या अंत:करणानं गुपचूप बसून राहिलो...

...वाड्यावर दरोडा पडला होता...

...नंतर जवळ-जवळ तासभर वाड्यात दरोडेखोरांचा धुमाकूळ चालू होता. सोनं-नाणं, चांदीची भांडी, दीदीराजेचे हिऱ्या-मोत्यांचे दागिने, भरजरी पातळं, असा सगळा ऐवज लुटून नेला त्यांनी. घरातल्या नोकरांना मारहाणही केली. बायकांना आणि तान्ह्या वामनला मात्र हात लावला नाही... नमू तेव्हा आठ-नऊ वर्षांची असेल. ती मात्र या सगळ्या गोंधळातसुद्धा गाढ झोपलेली होती. तिलाही त्यांनी काही केलं नाही...

...ते पळून गेल्यावरसुद्धा कितीतरी वेळ वाड्यात सामसूम होती. कोणी काही बोलायला किंवा काही करायला धजावत नव्हतं...

बराच वेळ शांततेत गेल्यावर मग आमच्या ह्यांनी दार किलकिलं करून अंदाज घेतला आणि आता धोका नाही असं लक्षात आल्यावर ते वाड्यात गेले...

...वाड्याचं रूपच बदलून गेलं होतं. सगळं सामान अस्ताव्यस्त पडलं होतं, पुरुषमाणसं जखमांनी कण्हत होती, बायका घाबरून कोंडाळं करून बसलेल्या होत्या, नमू ढाराढूर झोपली होती आणि धाकटा वामन रडत होता...

...आणि दीदीराजेचा पत्ता नव्हता!...

...ती मागचं दार ठोठावत असतानाच दरोडा पडला होता आणि त्या गोंधळात ती नाहीशी झाली होती. मग, ती घाबरून आपणहून पळून गेली, का तिला दरोडेखोरांनी उचलून नेली, का मारून तिचं प्रेत कुठेतरी नेऊन टाकलं, काही कळायला मार्ग नव्हता. तिचं पेंटिंगचं साहित्य आणि अर्धवट रंगवून झालेलं चित्र तेवढं तिथेच बाजूला पडलं होतं...

...त्या प्रसंगानं काकूंनी हाय खाल्ली. त्यांच्या वाड्याचं वैभव तर लुटलं गेलं होतंच, पण त्यापेक्षा भयंकर म्हणजे त्यांची सून त्या सगळ्या प्रकरणात नाहीशी झाली होती. त्यांनी तिला घरात न घेतल्यामुळे नाहीशी झाली होती. त्यांच्यामुळे नाहीशी झाली होती!...

...आता त्या दादासाहेबांना तोंड कसं दाखवणार होत्या?...

...तिचं पडलेलं सामान काकूंनी घरात आणून ठेवलं. ट्रंकांमधलंही शिल्लक

सामान एकत्र परत भरलं आणि त्यांनी कुलपं घातली. पण सामानाच्या मालकिणीचा मात्र मागमूस नव्हता...

...दरोडा पडल्याचा निरोप तातडीनं दादासाहेबांकडे पाठवण्यात आला. पण हेमनंदिनी नाहीशी झाल्याचं मात्र घरी आल्यावरच कळलं...

...ते कळलं आणि ते सैरभर झाले. पुढे कितीतरी दिवस, महिने ते तिला शोधत गावोगाव फिरत होते. तालुक्याच्या पोलीस स्टेशनमध्ये त्यांनी तक्रारही नोंदवली. पण कशाचा काही उपयोग झाला नाही. हेमनंदिनी गेली ती गेलीच...

...ती गेल्याची त्यांनी खंत घेतली आणि दिवसेंदिवस ते खंगू लागले. एवढा उमदा, उंचापुरा, देखणा पुरुष, पण वर्षभरात म्हातारे दिसू लागले ते. आणि तापाचं निमित्त होऊन देवाघरी गेले. त्यानंतर अवघ्या महिनाभरात अन्नपूर्णाकाकूही गेल्या...

....हेमनंदिनीचं काय झालं, ते कधी कुणाला कळलंच नाही. पण त्या घटनेनंतर वाड्यात एकही नवा जीव जन्माला आला नाही.''

नानींचं बोलणं संपलं, तरी बराच वेळ कोणी काही बोललं नाही. सगळी हकिकत सुन्न करणारीच होती. मग नानीच म्हणाल्या, ''समिताला दारावरच्या थापा ऐकू येतात ना?... म्हणजे दीदीराजे अजून कोणालातरी हाक मारते आहे.''

''अगं बाई, म्हणजे काय? म्हणजे तिचं भूत झालं आहे असं म्हणताय का तुम्ही?'' नमूआत्या उद्‌गारली.

''नाही गं. भूत नाही. तसं असतं तर आतापर्यंत कोणाला तरी ती दिसली असती, जाणवली असती, नाही का? पण तसं कधी काही झालेलं नाही ना इतक्या वर्षांत?''

''नाही खरं.'' रमाबाई म्हणाल्या. ''पण मग, हाका कशा ऐकू येतात?''

''मला वाटतं, तिची इच्छा इथे घोटाळते आहे. ती चित्रकार असल्यामुळे आणि समिताही चित्रकार असल्यामुळे तिला ती जाणवते आहे.''

''पण इच्छा घोटाळते आहे म्हणजे...''

''मला वाटतं, असं असेल...'' संजीव म्हणाला, ''आपली इच्छा म्हणजे आपले विचार. त्यांच्यामुळे निर्माण होणारे अतिसूक्ष्म विद्युत-तरंग, अतिसूक्ष्म शक्ती फक्त आपल्या मेंदूतच राहते असं नाही तर ती वातावरणात पसरते. आणि तिचा इतरांवरही परिणाम होतो, असा काही अभ्यासकांचा दावा आहे. रेकी, प्राणिक हीलिंग अशा उपायांनी दुखणी बरी करण्याचा, किंवा इच्छित गोष्ट घडवून आणण्याचा प्रयत्न करणारे वातावरणातील या शक्तीचा उपयोग करतात, असं त्यांचं म्हणणं असतं. सर्व विश्वात ही शक्ती, हे चैतन्य भरून राहिलेलं असतं. त्याला 'कॉस्मिक एनर्जी' असं एक सर्वसाधारण नावही दिलेलं आहे. हेमनंदिनीला चित्र काढण्याची आणि नंतर घरात येण्याची जी तीव्र इच्छा झाली होती, - दरोडेखोर आल्यावर तर

घरात येण्यासाठी तिच्या जिवाचा अगदी आकांत झाला असणार... त्या वेळी तिच्या विचारांमुळे वातावरणात निर्माण झालेले विद्युत-तरंग तसेच राहिले असतील. समिताचे आणि तिचे विचार सारखे, म्हणजे चित्राच्या बाबतीत सारखे असल्यामुळे तिला ते तरंग जाणवले असतील आणि...''

''अरे पण, इतक्या वर्षांनी... आणि असं होऊ शकतं का?''

संजीव हसला आणि म्हणाला, ''होऊ शकतं की नाही, मला माहीत नाही. म्हणजे, अशा प्रकारे इतक्या जुन्या गोष्टींचा परिणाम माणसाच्या मनावर होऊ शकतो की नाही हे काही मला नक्की सांगता येणार नाही. पण एकाच्या विचारांचा परिणाम दुसऱ्यावर, तो अगदी शेकडो मैलांवर असला तरी, होऊ शकतो अशी काहीशी एक थिअरी आहे खरी.. टेलीपथी म्हणतात तिला... आता इतक्या जुन्या विचारांचा परिणाम आत्ता होऊ शकतो की नाही... पण आपल्यापुढे खरी समस्या हे कशामुळे होतं आहे हे शोधून काढण्याची नाही तर हे जे होतं आहे ते कसं थांबवायचं ही आहे.''

''मला वाटतं, असं केलं तर...'' नानी विचार करत म्हणाल्या, ''त्या रात्री घरी येण्याची अतिशय तीव्र इच्छा दीदीराजेला होती. तिची ती इच्छा आपण पुरी केली तर?''

''म्हणजे? पुरी कशी करायची ती इच्छा आपण? काय करायचं त्यासाठी?'' रमाबाईंनी विचारलं.

''दरोड्याची आणि हेमनंदिनी नाहीशी होण्याची घटना घडल्यापासून तो मागचा दरवाजा बंदच ठेवलेला आहे इनामदारांनी. तो उघडून समिताला आणि तिच्या रूपानं हेमनंदिनीला घरात घ्यायचं.''

''अगं बाई, आणि असं करताना समिताला काही झालं तर? ती कोण हेमनंदिनी का फेमनंदिनी खरंच घरात आली आणि आमच्या मानगुटीला बसली तर?'' नमूआत्या म्हणाली.

''कुणास ठाऊक भूत असतं का नाही ते. पण जर हेमनंदिनी भूत झाली असती तर ती अन्नपूर्णाकाकूंच्याच मानगुटीला नसती का बसली?'' नानींनी विचारलं.

''आणि नाहीतरी दुसरा काही उपाय सुचतो आहे का आपल्याला?... का मग एखाद्या मांत्रिकाला बोलवायचं?'' रमाबाईंनी म्हटलं.

''अजिबात नाही. असं काहीही करायचं नाही.'' संजीवनं निक्षून सांगितलं.

म्हणजे मग नानी म्हणत होत्या, तसं करून बघणं एवढाच एक उपाय राहात होता. आणखी थोड्या विचारानंतर काय, कसं करायचं ते ठरलं आणि मग रमाबाई म्हणाल्या, ''चला, आता जेवायला बसू या सगळे. संजू, समितालाही घेऊन ये रे.''

नानी त्या दिवशी घरी गेल्या; पण दुसऱ्या दिवशी सकाळीच संजीव त्यांना

घेऊन आला. वाड्यावर सर्वांच्या अंघोळी वगैरे उरकल्या होत्या. आणि ते तिघंही नानींचीच वाट बघत होते. समिता खोलीत त्या जुन्या चित्रासमोर भारावून उभी होती. नमूआत्यानं मागच्या दाराच्या कुलपांना तेल घालून ती सोपानाकडून उघडून घेऊन दारही पुसून स्वच्छ करून घेतलं होतं. नानी आल्यावर संजीव खोलीत गेला आणि समिताच्या मागे उभा राहून म्हणाला, "खरंच, फार सुंदर आहे हे चित्र. पण ते अर्धंच का ठेवलं आहे चित्रकारानं कुणास ठाऊक. पुरं व्हायला पाहिजे ते. नाही का समिता?"

एकदम त्याच्याकडे वळत समिता म्हणाली, "संजू, मला पुरं करायचं आहे हे चित्र... पण... पण मला रंग नीट कळतच नाहीयेत कोणते भरायचे ते. हा सगळा परिसर नीट बघायला हवा रे मला."

"हात्तिच्या, एवढंच ना! मग त्यात काय अवघड आहे? आपण बघून येऊ परत एकदा. हवं तर तिथेच रंगव तू हे चित्र."

"खरंच! खरंच जाऊ या आपण तिथे?... आणि तू म्हणतोस तसं तिथेच रंगवेन मी, म्हणजे रंगछटा बरोबर पकडता येतील मला. केव्हा जाऊ या?" तिनं अधीरेपणानं विचारलं.

"आत्ताच जाऊ या की. शुभस्य शीघ्रम्... मी आईला तेवढं सांगून येतो."

त्यानं आत जाऊन आईला सांगितल्यावर त्यांनी खोलीत जाऊन समिताशी काही न बोलता तिला कुंकू लावलं आणि डोक्यावर आशीर्वादाचा हात ठेवला. त्या असं का करताहेत हे तिला कळलं नाही, पण तळ्याकाठी जायचं आणि चित्र पुरं करायचं या आनंदात ती काही बोलली नाही. रंगांचं सगळं सामान, ते चित्र आणि एका पिशवीत खाण्याचा डबा असं सगळं साहित्य घेऊन समितासह संजीव पुढच्या दारानं बाहेर पडला तेव्हा त्यांना जाताना बघायला घरातले सगळे जण हजर होते.

ते दोघं गेल्यावर तास झाला, दोन तास झाले, हळूहळू सूर्य माथ्यावर आला पण संजीव-समिताचा पत्ता नव्हता. नमूआत्या बेचैनपणे येरझाऱ्या घालू लागली तेव्हा रमाबाई म्हणाल्या, "आपण अधीर होऊन काही उपयोग नाही वन्सं. एवढ्यात यायची नाहीत ती."

"ते खरं गं, पण जीव राहात नाही ना."

मग त्या तिघींनी जेवणं केली. दुपारची वामकुक्षी झाली. चहा झाला. शिळोप्याच्या गप्पाही मारून झाल्या. हळूहळू अंधारू लागलं. तिन्हीसांज झाली, तशी रमाबाईंनी उठून देवापाशी दिवा लावला आणि मग मात्र त्या तिघी जणी मागच्या पडवीतच बसून वाट बघू लागल्या.

थोडा वेळ गेला आणि मागच्या बाजूनं पावलांची चाहूल येऊ लागली. दारापाशी येऊन चाहूल थांबली आणि दारावर थापा पडू लागल्या. आणि मग हाका

येऊ लागल्या,

"दार उघडा. दार उघडा. उघडा म्हणते ना दार?" आवाज समिताचा होता!

सुटकेचा नि:श्वास सोडून रमाबाई उठल्या आणि त्यांनी नमूआत्याकडे बघितलं. आत्यानं पुढं होऊन दार उघडलं.

संजीव आणि समिता आत आले. दोघंही थकलेले दिसत होते, पण संजीवचा चेहरा प्रसन्न होता.

"बरं झालं आलात ते. आम्ही वाटच बघत होतो. आता पाय धुवा आणि जेवायलाच चला." रमाबाई म्हणाल्या. त्यांच्याकडे बघून संजीवनं मान हलवली आणि तो समिताच्या पाठोपाठ खोलीत गेला.

समिता जेवायला आलीच नाही. खोलीत जाताच तिनं पलंगावर अंग टाकलं आणि "दमले बाई" असं म्हणत ती क्षणार्धात झोपी गेली. तिच्याकडे एकदा नुसतं बघून संजीव जेवायला गेला. जेवणं मग फारसं न बोलताच झाली. समिताचं चित्र रंगवून पूर्ण झालं होतं असं मात्र संजीवनं सांगितलं. आता त्याचा परिणाम दुसऱ्या दिवशीच कळणार होता. जेवणं झाल्यावर संजीव नानींना पोहोचवून आला.

सकाळी संजीव जागा झाला, तेव्हा समिता स्वयंपाकघरात चहा करत होती आणि रमाबाई कपबशा घेत होत्या. त्याच्याकडे बघून त्या प्रसन्नपणे हसल्या. तेवढ्यात नमूआत्याही आली. चहापान सुरू झालं. मध्येच काहीतरी आठवल्यासारखं करून समितानं कप खाली ठेवला आणि ती म्हणाली,

"खरंच, माझं पेंटिंग पुरं झालं बरं का... इतकं छान दिसतं आहे... दाखवतेच तुम्हाला." असं म्हणून लगबगीनं आपल्या खोलीत गेली आणि ते चित्र घेऊन आली. ते सगळ्यांसमोर टेबलावर उभं धरत ती म्हणाली, "खरंच छान झालं आहे की नाही?... कुठे लावू या आपण हे?"

नमूआत्या, रमाबाई, संजीव, सगळ्यांचे चेहरे फुलले. मग हात मागे घेऊन झक्क आळस देत संजीव म्हणाला, "तुला हवं तिथे लावू... पण आत्ता जरा फिरायला जाऊ या बुवा. आज मी रजाच काढली आहे... तळ्यावर जाऊ या का?"

"तळ्यावर? आत्ता? नको बाई. नेहमी नेहमी तिकडेच काय जायचं? दुसरीकडे कुठेतरी जाऊ या आज."

समिता असं म्हणाली आणि रमाबाईंनी आनंदून सोपानला हाक मारली. तो येताच रमाबाई म्हणाल्या, "ते मागचं दार उघडून टाक रे. आणि स्वच्छ झाडून-पुसून घे तिथे. रांगोळी काढायची आहे मला तिथे."

■

वाट

गोविंदानं पायांत चपला घातल्या. खुंटीला अडकवलेली पिशवी हातात घेतली. साखरपुडा तसा संपलाच होता. पुढे अत्तर, गुलाब, फराळाची डिश हे सगळे सोपस्कार झाले होते.

गावातली बोलावलेली पंचवीस-तीस मंडळी बहुतेक सगळी आपापल्या घरी गेलेली होती. आता फक्त त्याच्या सासरकडची मंडळी, काही जवळची, परिचित मंडळी असे सगळे धरून एक पंधरा-वीस माणसे तेवढी घरात शिल्लक होती. नवरा मुलगा गावातलाच असल्यानं त्याच्या घरची आठ-दहा मंडळीही राहिलेली होती. म्हणजे समारंभ उरकला, असं म्हणायला काहीच हरकत नव्हती.

आता गोविंदा सीमाला घेऊन परत गेला असता तर तो कार्यक्रमाला थांबला नाही, घाईनं निघून गेला असं कोणी म्हणून शकलं नसतं.

खरं म्हणजे तो एखादा दिवस राहण्याच्या तयारीने आला होता.

रमाच्या, सीमाच्या धाकट्या बहिणीच्या साखरपुड्यामध्ये उत्साहानं भाग घ्यायचा, सख्ख्या भावासारखं काम करायचं असं ठरवून तो आला होता. पण तिथे आल्यापासून मात्र आपल्याला फारसं कोणी विचारत नाही, आपली कोणी वास्तपुस्त करीत नाही; अशी भावना त्याच्या मनात निर्माण झाली होती.

सकाळी जेवणाच्या वेळेला, पाहुण्यांची जेवणं झाल्यावर जेवणाच्या पंक्तीमध्ये तो नाहीये हे लक्षात येण्यासाठीसुद्धा सीमाला आठवण करून द्यायला लागली होती. नंतर समारंभाची तयारी करताना आलेल्यांचं स्वागत करताना त्याला कोणी आपल्यात घेतलंच नव्हतं. सीमाच्या दोन मावसबहिणी, तिचा मोठा भाऊ, धाकटा भाऊ, कुणीतरी लांबचे काका ही सगळी मंडळीच समारंभात पुढे पुढे करत होती.

अगदी अण्णांनी- सीमाच्या वडिलांनीदेखील त्याच्याकडे फारसं लक्ष दिलेलं नव्हतं आणि त्यामुळे गोविंदा मनातून रागावला होता. मनातल्या मनात धुमसत होता. आपला अपमान झाला आहे, सासरघरी आपल्याला कोणी मान दिला नाही, ही त्याची भावना सकाळपासून सारखी वाढतच गेली होती आणि म्हणून समारंभ उरकताच त्याने चपला घातल्या आणि पिशवी घेऊन त्यानं सीमाला हाक मारली.

'सीमा'

त्याची पहिली हाक सीमाला ऐकूच गेली नसावी, कारण आतल्या खोल्यांमधल्या हास्यविनोदांत आणि गडबडीमध्ये त्याची हाक तिच्या कानावर पडायची शक्यता कमीच होती. त्यानं परत आवाज चढवून हाक मारल्यावर ती पदराला हात पुसत गडबडीनं बाहेर आली आणि म्हणाली,

"काय?"

"मी निघतो"

"कुठं निघता?" काही न कळून सीमाने विचारलं.

"कुठं म्हणजे, घरी चाललोय."

"आत्ता? अगबाई! घरी काय जाताय आत्ता?"

"का म्हणजे, घरी नको जायला?"

"अहो, पण आपण एक दिवस राहणार होतो ना?

"नाही. असं काही माझं नक्की ठरलं नव्हतं आणि उद्या खूप कामं आहेत मला."

"अहो पण," त्याचं बोलणं कानावर पडल्यामुळे दत्ता- सीमाचा मोठा भाऊ; पुढे झाला आणि म्हणाला" हे काय? आत्ता कुठे चाललांत तुम्ही भावोजी?"

"कुठे म्हणजे काय? घरी चाललोय."

"पण आत्ता कशाला? आता आज जेवा, राहा आणि उद्या सकाळच्याला जावा."

"नाही मला बरीच कामं पडली आहेत," असं म्हणून गोविंदा दाराकडे वळला. तशी सीमा घाईघाईनं पुढे झाली आणि म्हणाली, "अहो, असं काय करताय? आजच्या दिवशी राहू या ना आपण."

गोविंदा घुश्श्यानं तिच्याकडे बघत म्हणाला "हे बघ, मी काही तुला चल म्हणतोय का? तुला यायचं तर ये, नाहीतर नको येऊ. मी चाललोय."

एव्हाना आसपासच्या मंडळींनाही गोविंदा रागावला आहे; याची कल्पना आली होती. सीमाचे काका जवळच होते. त्यांच्या कानावर हा सगळा संवाद पडला होता. ते पुढे झाले आणि म्हणाले, "अहो कुठे जाताय जावईबुवा? आता तर तुम्हाला बस पण नाही मिळायची. हो ना, शेवटची बस सातला. तुम्ही पोहोचेपर्यंत

निघूनसुद्धा जाईल ती,''

गोविंदानं हातावरच्या घड्याळात बघितलं. पावणेसात वाजायला आले होते. म्हणजे अजून बस मिळण्याची शक्यता होती आणि काही झालं तरी त्याला तिथे नक्कीच राहायचं नव्हतं. तो सीमाला म्हणाला, ''तू येत असलीस तर चल लवकर, नाहीतर मी निघालो,'' असं म्हणत त्यानं दाराबाहेर पाऊलसुद्धा टाकलं.

गोविंदा रागवला आहे; हे एव्हाना सर्वांच्याच लक्षात आलं होतं. आणि तसंच ते सीमाच्याही लक्षात आलंच होत. एरवी कदाचित राहिलीही असती गोविंदाला सोडून. ती तशी अनेकदा माहेरी राहिली होती, पण तो इतका रागावलेला असताना आणि तो का रागावलेला आहे हे माहीत नसताना त्याला सोडून राहावं असं तिला वाटेना. ती घाईघाईनं आत गेली. तिनंही आपली पिशवी घेतली. आईचा, बहिणीचा सगळ्यांचा घाईनं निरोप घेतला आणि जवळ जवळ धावत गोविंदाला गाठलं.

''अहो जावईबापू, गोविंदराव, अहो असं काय करताय?'' असं म्हणत दोन चार लोक त्याच्याबरोबर चार पावलं पुढे पर्यंत आलेही. पण गोविंदानं कोणाचंही ऐकलं नाही आणि तरातरा बसस्टॉपच्या दिशेनं चालत राहिला. त्याच्यामागे सीमाही भराभरा पाऊल उचलण्याचा प्रयत्न करत आणि त्याला काय झालं असावं, का इतका रागावला असावा, याचा विचार करीत पिशवी सांभाळत चालत राहिली. बसस्टॉप गावाच्या दुसऱ्या टोकाला होता. गाव तसं लहान असलं तरी ते पार करून जाईपर्यंत पंधरा-वीस मिनिटे होऊन गेली आणि तो बसस्टॉपपाशी पोहोचला, तेव्हा त्यांना जाणारी बस पाठीमागून दिसली,

''अगं बाई, गेली की बस,'' सीमा उद्‌गारली. आता परत आपल्याला आजचा दिवस माहेरी राहायला मिळेल, या आनंदानं तिचं मन एकदम उत्साहित झालं.

पण गोविंदानं तिच्याकडे लक्षच दिलं नाही. मिनिटभर तो तसाच बसस्टॉपच्या झाडाखाली उभा राहिला आणि मग तरातरा पिशवीसकट बस गेलेल्या दिशेनं चालू लागला.

''अहो, अहो हे काय... शेवटची बस होती, गेली की आता ती!''

सीमाच्या ह्याही बोलण्याकडे त्यानं लक्ष दिलं नाही. तो तरातरा चालत राहिला. सीमाही नाइलाजानं त्याच्यामागे चालू लागली. गोविंदा फारच रागावलेला दिसत होता. ''अहो, काय झालं तरी काय?'' तिनं हळूच विचारलं.

''काही नाही झालं.''

''तुम्ही इतकं का रागावला आहात?''

''मी रागावलो काय आणि नाही काय, कोणाला पर्वा आहे का त्याची!''

''अहो असं काय करता? का रागावलात म्हणून तर मी विचारते आहे ना?आपण इतक्या घाईघाईनं; रागारागानं कशाला निघून आलो तिथून?''

"मग काय करायचं? अपमान करून घ्यायला तिथे राहायचं?"

"अहो, कसला अपमान? काय झालं? अहो सांगा तरी मला!"

सीमानं अगदी आर्जवानं असं विचारलं, तेव्हा मग गोविंदानं हळूहळू सकाळपासून आलेले अनुभव सांगितले. त्याच्याकडे कसं सगळ्यांनी दुर्लक्ष केलं, त्याला काही मान दिला नाही, नवीन येणाऱ्या जावयांची खातिरदारी करताना जुन्या जावयांची आठवणसुद्धा झाली नाही वगैरे त्यानं सांगितलं. ते सीमानं निमूटपणे ऐकून घेतलं.

साखरपुड्याच्या गडबडीत असं काही घडलं असेल, पण तशी कोणाची इच्छा नव्हती, तसं कोणी मुद्दाम केलं नाही हे तिनं त्याला सांगण्याचा प्रयत्न केला; पण तो ऐकून घेण्याच्या मन:स्थितीत नव्हता.

शेवटी मग तिनं विचारलं, "अहो पण आपण आता चाललोय कुठे? बस तर गेली; आता आपण चालत थोडेच जाणार आहोत इतकं सगळं अंतर?"

त्यावर गोविंदा म्हणाला, "तालुक्याला जाऊ या. इथून कोस, दोन कोसांचंच तर अंतर असेल, तिथे पुष्कळ बसेस मिळतात."

"अहो, कोस दोन कोस म्हणताय तुम्ही, जायला तास दोन तास तरी लागतात चालत जायचं म्हणजे."

"मग लागले तर! पाय मोडणार आहेत काय तुझे?"

"अहो, पाय मोडण्याचं नाही, पण आता अंधार पडायला लागलाय बघा."

"पडू दे अंधार, कोणी खातं काय आपल्याला वाटेत?" त्यानं असं म्हटल्यावर ती गप्प बसली आणि मुकाट्यानं चालत राहली.

लौकरच चांगला अंधार पडला. पण दिवस चांदण्याचे असल्यानं पायाखालची डांबरी सडक दिसत होती. तो काळा कुळकुळीत रस्ता, बाजूला असलेली तुरळक झाडं आणि सभोवतालचं माळरान चांदण्यात न्हाऊन निघत होतं आणि रम्य दिसत होतं. जरा वेळ चालल्यावर गोविंदा थबकला आणि म्हणाला "इथून एक पायवाट जाते ना गं जवळून? गाडी रस्त्यानं गेलं की खूप फेरा पडतो, पण या वाटेनं जवळ पडतं. तालुक्याच्या गावाला चालत जायचं असलं तर याच रस्त्यानं जायला पाहिजे."

"अं... हो, आहे खरी," सीमा जरा चाचरत म्हणाली. कित्येक वर्षांत ती त्या वाटेनं गेली नव्हती आणि रात्रीची तर पूर्वीही कधी गेली नव्हती. हल्ली आता लोक ती वापरतात की नाही, हेही तिला माहीत नव्हतं. एवढंच नाही, तर नक्की पायवाट कोठे आहे हेही तिला माहीत नव्हतं, पण गोविंदा म्हणाला, "चल जरा बघत बघत जाऊ, रस्त्याच्या उजव्या अंगाला आहे, हे मला माहिती आहे. पायवाट सापडली तर पायवाटेनं जाऊ. आपण तासाभरात पोहोचूसुद्धा"

असं म्हणत तो आणि त्याच्यामागे सीमा; परत चालू लागले.

थोड्याच वेळांत रस्त्याला उजव्या हाताला एक फाटा फुटल्यासारखा दिसला आणि अगदीच पायवाट नाही तर थोडासा मळलेला रस्ता आहे असं वाटतं होतं. गोविंदा म्हणाला,

"चल या वाटेनं जाऊ या. लवकर पोहोचू."

काही न बोलता सीमा त्याच्याबरोबर त्या वाटेवर वळली आणि दोघं चालू लागले. पावसाळा संपत असल्यामुळे सगळीकडे हिरवं गवत, अधून-मधून असलेली काही झुडपं, मोठी झाडं या सर्वांवर चांदण्यानं आपली चादर पांघरली होती. एखाद्या चित्रकारानं बघितलं तर कुंचला घेऊन चित्र काढावं इतकं सुंदर दृष्य दिसत होतं. गोविंदाच्या मनातला राग हळूहळू कमी होऊ लागला. त्याचा चालण्याचा वेगही आपोआपच कमी झाला. जरा शांतपणे, ढिलेपणानं तो चालू लागला, तशी सीमाही त्याच्या बरोबरीनं चालू लागली. हवेत छान गारवा होता. आजूबाजूला रम्य वातावरण होतं. दोघंही एकमेकांशी काहीतरी सटरफटर बोलत मजेत रस्त्यानं चालत राहिले.

असा थोडा वेळ गेला आणि मग एकदम गोविंदाच्या लक्षात आलं, की आता आपल्या भोवतालची झाडी बरीच दाट झालेली दिसतेय. त्यानं थबकून आसपास नजर टाकली. खरंच; आता दोन्ही बाजूंना बऱ्यापैकी दाट झाडी दिसत होती. तो कित्येक वर्षांत या बाजूनं आलेला नव्हता. त्यामुळे ही झाडी वाढत होती हे त्याच्या लक्षातच आलं नव्हतं. झाडी वाढल्यामुळे रस्त्यावर चांदण्याचा उजेड कमी झाला होता. खालती जरा बारीक नजरेनं पाहात ते पुढे चालत राहिले.

पण थोड्याच वेळात पायाखाली रस्ताच दिसत नाही असं त्याच्या लक्षात आलं. तरी तसंच थोडसं पुढे चालून शेवटी दोघंही थबकले आणि शोधक नजरेनं खाली बघू लागले.

आता भोवतालची झाडी चांगलीच दाट वाटत होती. रस्त्यावर चांदण्याचा प्रकाश पडतच नव्हता, त्यामुळे वाट नक्की आहे की नाही हेही धड कळत नव्हतं.

पण गोविंदाजवळ नेहमीच एक टॉर्च असायचा. विशेषत: गावाला जाताना तो नेहमी मेणबत्ती, टॉर्च, काडेपेटी असं काहीतरी जवळ बाळगायचाच. आतासुद्धा त्याच्याजवळ पिशवीत टॉर्च होता. त्यानं टॉर्च बाहेर काढला आणि त्या टॉर्चच्या उजेडात खाली पुसटशी पायवाट आहे असं त्याला वाटू लागलं. नक्की काही कळेना.

त्यानं आसपास टॉर्चचा प्रकाश टाकून पाहिलं, पण वाट अशी कुठे दिसत नव्हती. तेव्हा अस्पष्टशी का होईना, जी पायवाट आहे त्याच्यावरून आपण पुढे जायचं; असं त्यांनी ठरवलं

टॉर्च हातात धरूनच गोविंदा आणि त्याच्याबरोबर सीमा चालू लागली आणि मग खालती अजिबात वाट नाहीये, नुसतं गवतच उगवलेलं आहे असं गोविंदाच्या

लक्षात आलं.

तो थबकला तशी सीमाही थांबली आणि उद्गारली, "आता?"

"हल्ली कुणी जात नाही या वाटेनं, त्यामुळे नीट पाऊलवाट राहिलीच नाहीये," गोविंदा म्हणाला.

"मग आता काय करायचं?"

जरा विचार करत गोविंदा म्हणाला "असंच जाऊ या की पुढे... आपल्याला साधारण वाटेचा अंदाज येईल. आणि आपण इतके चालत आलोय.... गाव जवळच आलेलं असेल."

"अहो पण वाट नीट दिसली नाही आणि आपण चुकलो तर?"

"चुकायला काय झालं? आपल्याला माहिती आहे, गाव कुठल्या बाजूला आहे आणि समजा चुकलो तरी थोडं गेल्यावर गावाचे दिवे दिसतीलच की."

गोविंदाचं हे म्हणणं बरोबर होतं. आणि नाहीतरी इतकं अंतर चालून आल्यानंतर परत तेवढंच अंतर परत जाण्याचं सीमाच्याही जिवावर आलं होतं. शिवाय इतक्या लांब येऊन वाट सापडत नाही म्हणून फजिती होऊन घरी परतायचं, हाही विचार तिला पसंत पडला नाही. टॉर्चच्या प्रकाशात पायाखालची वाट शोधण्याचा प्रयत्न करत गोविंदा आणि सीमा चालत राहिली.

चालता-चालता गोविंदाच्या लक्षात आलं, की टॉर्चचा प्रकाश क्षीण होऊ लागला आहे. त्यातील बॅटरी बहुतेक संपतच आली असावी. त्या क्षीण प्रकाशात थोडा वेळ चालल्यावर तो प्रकाशही नाहीसा झाला, टॉर्च पार बंद झाला.

गोविंदा आणि सीमा थबकून उभे राहिले, सगळीकडे काळोख होता. आता भोवतालची झाडी बरीच दाट वाटत होती. त्या झाडांच्या जाळीतून गाळून येऊन जो काही चंद्रप्रकाश खाली पडत होता, त्यामुळे भोवतालचा अंधार जास्तच दाट वाटत होता. पायाखाली काय आहे किंवा चार हातांवर काय आहे हे दिसत होतं; पण त्यामुळे पलीकडचा न दिसणारा भाग भीतिदायक वाटत होता. त्या न दिसणाऱ्या भागामध्ये काळोखामध्ये काय असेल, कोण असेल, कोणी असेल का, असे विचार गोविंदाच्या मनात अनाहूतपणे उभे राहिले. भोवताली बघता बघता सीमा तर घाबरून त्याला चिकटली होती.

"आता हो?" तिनं विचारलं.

काही न बोलता आसपास बघत गोविंदा थोडा वेळ उभा राहिला अणि मग म्हणाला, "जाऊ या की असंच जरा बघत बघत."

"इतक्या अंधारात?"

त्यावर गोविंदा काही बोलला नाही; पण हळूहळू चालू लागला. आणि त्याला पकडून, त्याच्या हाताचा आधार घेत सीमाही चालू लागली.

पायाखालची दिसेनाशी झालेली वाट, झाडांमधून पाझरून खालच्या जमिनीवर पडलेल्या फिकट चांदण्याच्या वेड्यावाकड्या ठिपक्यांमुळे अधिकच गडद वाटणारा अंधार आणि तो अंधार साकळून आकाराला आल्यासारखी जरा दूर दिसणारी झाडी... नकळतच गोविंदाची चाल मंदावली आणि मग तो थांबलाच.

आपण चाललोय खरं, पण बरोबर दिशेनं जातो आहे का? गाव कोणत्या बाजूला आहे?

आपण इतका वेळ चालतो आहे, तरी गावाचे दिवे अजून कसे दिसत नाहीत?

आणि पायाखालची वाट अशी कशी मध्येच दिसेनाशी झाली? की आपणच वाट चुकलो? चालताना आपलं नीट लक्ष राहिलं नाही आणि वाट सोडून आपण भलत्याच दिशेला चालत राहिलो?

आणि मुख्य म्हणजे आता काय करायचं?

थोडा वेळ आजूबाजूला बघत उभा राहिल्यावर गोविंदा सीमाला म्हणाला, "जरा थांबू या इथं."

जवळच्या एका झाडाखाली असलेल्या दगडावर दोघं बसले तरी सीमानं त्याचा दंड सोडला नव्हता. खिशातून रूमाल काढून त्यानं उगाचच तोंड पुसलं. न राहवून सीमा म्हणाली,

"आता या अंधारात कशी वाट सापडणार हो आपल्याला? त्यापेक्षा परतच जाऊ या की. या रानात वाट चुकून भटकण्यापरीस..."

परत जाण्याची भाषा काढताच गोविंदा एकदम ताठ झाला. सासरी अपमान झाला म्हणून आपण निघालो आणि आता वाट सापडत नाही म्हणून असं बावळटासारखं परत जायचं?

"अजिबात नाही..."

"पण मग करायचं तरी काय?..."

"काही नाही, असंच पुढे जात राहायचं!" गोविंदा उठला. सीमाचा हात धरून तिला उठवत तो म्हणाला "चल."

ते चालत असलेल्या वाटेच्या उजव्या बाजूला झाडाखाली काहीतरी पांढरट पडलेलं दिसत होतं. ते ओळखीचं असावं, असं वाटत होतं. जरा सावधपणानं गोविंदा पुढे गेला आणि त्याच्या लक्षात आलं, की ती वस्तू म्हणजे त्याचा रुमाल होता.

म्हणजे मघाशी घाम पुसण्यासाठी त्यानं खिशातून बाहेर काढलेला रुमाल चुकून तिथे पडला होता वाटतं.

पण... पण तस असलं तर तो या वाटेवर इतक्या पुढे आपल्याला कसा दिसतो आहे?

की चालत - चालत आपण परत त्याच जागी येऊन पोहोचलो आहोत?

म्हणजे इतका वेळ आपण पुढे जात आहोत असं वाटत असताना प्रत्यक्षात मात्र आपण गोल फिरून त्याच जागी परत आलो आहोत का?

आणि तो रुमाल त्याचा आहे की दुसऱ्याचा, कुणाचातरी, कधीतरी पडलेला आहे?

अगदी जवळून आणि तो रुमाल हातांत घेऊन नीट बघितलं तर तो त्याचा आहे की नाही हे कळलंही असतं, पण तसं करण्याचा धीर त्याला होईना. तो रुमाल दिसल्यापासून त्याच्या मनावर दडपणच आलं होतं.

"अहो, हा तुमचाच रूमाल?" काकुळतीला आल्यासारखं सीमानं विचारलं आणि त्यानं अर्धवट मान हलवली.

"अहो, चला की परत जाऊ या आपण," सीमा रडवेलीच होत म्हणाली.

पण अजूनही गोविंदाचं मन परतायला तयार नव्हतं. तो म्हणाला, "आपण वाट चुकलो म्हणून काय आकाश कोसळलं नाही. अगंऽ भितेस काय अशी? आपण फिरून त्याच जागी आलो म्हणजे आपण चालत होतो ते बरोबर दिशेनं जात नव्हतो, एवढंच."

"अहो चकवा लागला का?" सीमा म्हणाली. ती जवळ जवळ रडायलाच आली होती.

"चल, चकवा - बिकवा काही नाही. असं काही नसतं. आपण आता दुसऱ्या बाजूला जाऊ या."

गोविंदा असं म्हणाला खरा पण दुसरी बाजू म्हणजे कुठली? हे तरी कसं ठरवायचं? पायाखाली रस्ता दिसतच नव्हता. ते आता ज्या बाजूकडून पुढे जाऊन परत पहिल्याच जागी आले होते ती बाजू नक्की कुठली, ते कुठल्या झाडांच्यामधून पुढे गेले होते, हेदेखील त्याला नीट सांगता आलं नसतं. पण तो अजून हार मानायला तयार नव्हता. ते ज्या झाडाखाली बसले होते त्या झाडाखालून निघताना आपण कोणत्या दिशेला तोंड केलं होतं ते प्रयत्नपूर्वक आठवून गोविंदानं त्याच्याशी जवळ जवळ नव्वद अंशांचा कोन करून चालायला सुरुवात केली. सीमा बिचारी रडवेली होऊन त्याच्याबरोबर जात राहिली. काही वेळ ते चालले आणि त्यांना परत झाडाखाली पडलेला रुमाल दिसला!

आता मात्र गोविंदाही हबकला. त्या रुमालाकडे बघत थबकून दोघंही काहीवेळ उभे राहिले. सीमा आता काहीच बोलली नाही. पण दबक्या सुरात ती रडत असावी अशी शंका गोविंदाला आली आणि शेवटी तो म्हणाला "चल परतच जाऊ या नाही तर."

थोडं आसपास फिरून आपण कोणत्या बाजूनं आलो हे गोविंदानं मनाशीच

निश्चित केलं. आणि त्या दिशेनं दोघं परत जाऊ लागले.

अगदी अंधुक दिसणारी पायवाट सोडूनसुद्धा त्यांना बराच वेळ झाला होता. शिवाय त्या वेळेमध्ये ते थोडे बसले होते. आणि परत फिरून दोनदा त्याच जागी आले होते. त्यामुळे अंधुकशी पायवाट तरी केव्हा सापडेल, याचा काहीच अंदाज करता येत नव्हता. पण अंदाजानं चाचपडत आजूबाजूला सावध नजर टाकत गोविंदा आणि त्याच्याबरोबर सीमा चालत राहिली.

आणि काही वेळानं त्यांना पुन्हा गोविंदाचा रुमाल दिसला.

आता मात्र सीमाचा धीर पार सुटला. ती चक्क रडू लागली. गोविंदाही हबकून गेला.

सीमाचं दबक्या स्वरात रडणं ऐकवेनासं झालं तसा तो तिच्यावरच करवादला. "कशाला रडते आहेस? काय कुणी खायला येत नाही आपल्याला इथं. वाट चुकतोय एवढंच. इथंच थांबू थोडा वेळ. जरा फटफटलं आणि दिसायला लागलं की जाता येईल. रडायचं कशाला त्यात एवढं?"

गोविंदा असं म्हणाल्यावर सीमानं रडणं दाबलं, पण गोविंदाच्या मनावरचं दडपण एव्हाना खूप वाढलं होतं.

आपल्याला खरोखरच या रानात, या जंगलात रात्र काढावी लागणार का?

आणि इथेच रात्र काढायची असली तर जरा टेकायला, बसायला, जमलं तर आडवं व्हायला कुठंतरी थोडीशी जागा हवी ना?

त्यानं आसपास नजर टाकली. बरीच लहान-मोठी झाडं होती. थोडं लहान मोठं उगवलेलं गवत होतं, काही जमिनीचे बोडके भागही होते. लहान-मोठे दगडही विखुरलेले होते. बसायला जागा नक्कीच मिळणार होती. आडवं व्हायला जमलं असतं की नाही कुणास ठाऊक. पण बसता तर आलं असतं. चालून चालून एव्हाना त्याचेही पाय प्रचंड दुखायला लागले होते. आसपास जरा नीट बघत शेवटी एका झाडाखालचा मोठा दगड बघून ते दोघं परत झाडाखाली बसले.

दोघंही प्रचंड थकलेले होते, शारीरिक थकव्याबरोबर मनावरच्या दडपणानंही त्यांना थकवलं हातं. दगड मोठा असला तरी दोघांना त्याच्यावर फक्त बसण्यापुरतीच जागा होती. काही वेळ असं बसल्यावर आपोआपच गोविंदा जरा सैलावला आणि मग त्याला शिणलेल्या शरीराची, थकव्याची जाणीव व्हायला लागली. काहीही करून जरा वेळ तरी आडवं पडावं असं वाटू लागलं. सीमाही फार दमलेली होती हे अगदी उघड होतं. त्याच्याच दंडाचा आधार घेऊन, त्याच्या खांद्यावर मान टाकून, त्याच्या अंगावर रेलून ती बसलेली होती.

आपल्या पिशवीतील चादर काढून खाली पसरत दोघांनी त्यावर आडवं व्हावं का; असा विचार गोविंदा करत असतानाच, "उई, आई गं" असं किंचाळत सीमा

एकदम उठून उभी राहिली.

"अगं काय झालं? का ओरडतेस?"

"अहो इथे माझ्या पायाजवळ काहीतरी सळसळत गेलं असं..."

"सळसळत गेलं," असं गोविंदा उद्गारला आणि खाली वाकून जरा शोधक नजरेनं बघू लागला. त्यांना अंधारात काहीच धड दिसत नव्हतं, पण गवतातून काहीतरी सळसळत गेल्याच्या शंकेनं त्याला स्वस्थ बसवेना.

त्यानं जवळच्या झाडाची एक फांदी तोडली आणि त्या फांदीनंच गवतात डिवचून तो बघू लागला.

खाली काहीच सापडेना, दिसेना, तेव्हा शेवटी त्यानं काठी टाकून दिली आणि परत तो दगडावर बसला.

पण सीमा खाली बसेना. ती परत रडू लागली होती.

"अगं का रडतेस, बैस, बैस की."

"अहो, कुठेतरी साप किरडू असायचं आणि आपल्याला चावायचं."

गोविंदाच्याही मनात ही शंका आली होती. पण आता प्राप्त परिस्थितीत तो काय करू शकणार होता? म्हणून तो गप्प बसलेला होता.

"आणि अहो, कोल्हा-बिल्हा, कुठं एखादं तरस असं काही असलं तर?"

त्यावरही गोविंदाजवळ काहीच उत्तर नव्हतं. त्याच्या पुढचीही शंका त्याच्या मनात येऊन गेली होती. साप, किर्डे, विंचू, कोल्हा, तरस आणि कदाचित् बिबटेसुद्धा?

हल्ली बिबट्यांचा सुळसुळाट गावोगावी झाला होता. त्या संबंधीच्या काही ना काही बातम्या नेहमी छापून येतच असत. या भागात बिबटे आहेत की नाही, कुणास ठाऊक?

पण काहीही असलं तरी प्राप्त परिस्थितीमध्ये ते काय करू शकत होते?

विचार करून-करून गोविंदा दमला. शेवटी ज्याच्याखाली फारसं गवत नाही असं एक झाडं त्यानं निवडलं आणि ते दोघंही त्या झाडाखाली जाऊन बसले. त्यांचा थकवा, आडवं होण्याची इच्छा या गोष्टी आता दूर पळून गेल्या होत्या. सावधपणानं आसपास बघत आणि ताठ होऊन ते दोघं बसून राहिले.

असा काही वेळ गेला आणि मग काहीतरी अस्पष्ट असा आवाज कानावर येऊ लागला. आजूबाजूच्या रानातून काहीतरी आवाज येत होता. कान देऊन ऐकलं तर अस्पष्ट अशा आवाजाची जाणीव होत होती.

काय आहे बुवा?

हा कसला आवाज? एखादं जनावर तर नाही? जरा घाबरून, गोविंदा कान देऊन ऐकू लागला, हळूहळू आवाज थोडा थोडा वाढत गेला आणि मग त्याच्या

लक्षात आलं आवाज पावलांचा आहे आणि तो आपल्या उजवीकडच्या झाडीतून येतो आहे.

पावलं एकाच व्यक्तीची नसावीत, निदान दोघं-तिघं असावेत.

कोण असतील बरं? अशा अंधारात, या अशा अपरात्री हे लोक कोण असतील?

आपल्यासारखेच वाट चुकलेले वाटसरू नसतील ना? की त्यांना वाट माहीत आहे अन् ते बरोबर वाटेवरून चालत आहेत? आपण त्यांच्याबरोबर जावं का? उठून त्यांना गाठावं का? असा विचार मनात येत असतानाच तसाच आवाज गोविंदाला त्याच्या डावीकडच्या झाडीमधून ऐकू येऊ लागला. त्या बाजूनंही निदान-तीन चार व्यक्ती तरी चालत असाव्यात असा पावलांचा आवाज येऊ लागला.

आणि हळूहळू दोन्ही बाजूंचे आवाज वाढू लागले.

आता एका नव्याच भीतीनं गोविंदाच्या मनात जन्म घेतला.

ही कोण माणसं होती? आणि इतकी माणसं या रानात, अपरात्री, एकाच वेळेला येऊन काय करत होती?

ते चोर-दरोडेखोर तर नाहीत ना? की आपल्या मागावर आलेले लोक आहेत ते? कदाचित लुटण्यासाठी आणि आणखीही काही करण्यासाठी.

नकळत गोविंदा उठून उभा राहिला आणि सावधपणे आवाजाची चाहूल घेऊ लागला. त्याच्याबरोबर सीमाही उठून उभी राहिली आणि त्याला प्रकर्षानं जाणीव झाली, की आपल्याबरोबर सीमाही आहे. एक तरुण आकर्षक स्त्री आहे.

हे लोक जर आपल्या मागावर आले असले, तर त्यांचा हेतू काय असेल? फक्त लुटण्याचाच असेल की आणखीही काही करण्याचा असेल? आणि त्यांनी जर आपल्याला गाठलं तर आपण एकटे काय करू शकणार आहोत?

तसं पिशवीमध्ये फारसे पैसे किंवा काही मोलाची वस्तू नव्हती हे खरं. पण सीमाच्या अंगावर दोन दागिने होते; साखरपुड्याच्या निमित्तानं घातलेले.

तेही चोरीला गेले असते, लुटले गेले असते तरी फारसं काही बिघडलं नसतं. पण सीमा... तिला जर त्या लोकांनी काही केलं...

"अहो, अहो कोण येतंय? भूत-हडळी तर नाहीत?" सीमानं असं म्हटलं आणि एक नवीच भीती उभी राहिली गोविंदाच्या मनात. खरंच असं काहीतरी असेल?

तसं असलं तर....?

पण अशी भुतं खरंच असतात का?

आजपर्यंत त्यानं कधी भुतं आहेत की नाहीत, या विषयावर फारसा विचार केलेलाच नव्हता. भूताखेतांच्या गोष्टी ऐकायला मनोरंजक वाटतात. आणि कधीकधी

भीतीही वाटते एवढंच त्याला माहीत होतं, पण खरंच भुतं असतात का? आणि तशी ती असली आणि आत्ता भोवताली भुतंच असली तर... तर आपण करायचं काय?

आता मात्र गोविंदा मनापासून भेदरला. त्याच्या हातापायांना घाम सुटला. चोर असले, दरोडेखोर असले किंवा भूत असलं तरी त्यांच्याशी तो सामना कसा करणार होता? रानात शिरल्यापासून गोविंदाला प्रथमच देवाची आठवण झाली. "परमेश्वरा वाचव. याच्यातून सोडव आम्हाला, आमच्या काय चुका झाल्या असतील, अपराध झाले असतील ते पोटात घाल." असं मनातल्या मनात म्हणत त्यानं हात जोडून डोळे मिटून मनोभावे नमस्कार केला आणि तो ओठातल्या ओठात 'राम राम' असं पुटपुटू लागला. सीमानंही देवाचा धावा सुरू केला.

वाट चुकून रानात भटकताना गोविंदा फारसा घाबरला नव्हता, पण जंगली श्वापद किंवा साप यांच्या विचारानं आधी त्याच्या मनात भीती निर्माण झाली होती, आणि आता जंगलात दोन्ही बाजूंनी पावलांच्या वाढत जाणाऱ्या आवाजानंतर त्याची पाचावर धारण बसली होती. अगदी काकुळतीला येऊन तो देवाचा धावा मनातल्या मनात करू लागला.

आवाज वाढत होता आणि आपण येथून पळ काढावा अशी भावना त्याच्या मनात पकड घेऊ लागली होती. पण लगेच पुढे विचार येत होता, कुठे जायचं? कोणत्या दिशेला पळायचं? यामुळे काय करावं न कळून तो आणि सीमा जागच्या जागीच खिळून उभे राहिले आणि वाढत्या आवाजाकडे कान देऊन ऐकत राहिले.

भेदरलेल्या अवस्थेत असा किती वेळ गेला कुणास ठाऊक; पण हळूहळू गोविंदाला जाणीव होऊ लागली, की समोरच्या बाजूला रानात किंचित् प्रकाश दिसत आहे. रानात पावलांच्या वाढत जाणाऱ्या आवाजाकडे चित्त एकवटल्यामुळे समोरच्या प्रकाशाचा अर्थ आधी त्याच्या मेंदूत शिरलाच नाही, पण मग एकदम त्याला जाणवलं, समोर प्रकाश दिसतो आहे म्हणजे तिकडे कोणीतरी आहे का?

प्रकाश अगदी मंद होता पण हळूहळू तो वाढू लागला त्याचबरोबर थोडा कमी-जास्त होऊ लागला. हा प्रकाश असा कमी-जास्त का होतोय?

असं गोविंदा मनात म्हणत असतानाच त्याच्या लक्षात आलं, की त्या बाजूनं कोणीतरी माणूस हातांत टॉर्च, मेणबत्ती, कंदील असं काहीतरी घेऊन येत असावा आणि त्याचा हात हलत असल्यामुळे त्या हलणाऱ्या हाताबरोबर प्रकाश वर-खाली झाल्यामुळे आपल्याला तो कमी-जास्त वाटत असावा.

आता आवाजाबरोबर त्या प्रकाशाकडेही त्याचं लक्ष लागलं.

हेलकावे खाणारा तो प्रकाश हळूहळू वाढत होता.

आणि त्याचबरोबर पावलांचा आवाज हळूहळू कमीकमी होत होता. अजूनही दोन्ही बाजूंनी काही माणसं त्यांच्या दिशेने चालत येत आहेत, असं जाणवत होतं,

पण आवाज मात्र कमीकमी होत होता.

काही न बोलता आणि अजूनही भेदरलेल्या अवस्थेतच गोविंदा आणि सीमा हेलकावे खात येणाऱ्या आणि वाढत जाणाऱ्या त्या प्रकाशाची आतुरतेनं वाट पाहू लागले. प्रकाश येत होता, कोणीतरी मदतीला येणार होतं. प्रकाश वाढत-वाढत गेला आणि मग एका क्षणी झाडीतून हातात कंदील घेतलेला एक उंचापुरा माणूस बाहेर आला.

तो माणूस हळूहळू पुढे येऊ लागला; तसा वहाणांचा आवाजही येऊ लागला. गुडघ्याच्या खालपर्यंत नेसलेलं धोतर, वरती सदरा, डोक्याला मुंडासं, एका हातात कंदील आणि एका हातात काठी असा भक्कम शरीरयष्टीचा तो माणूस सावकाश पुढे येऊ लागला; तशी गोविंदाच्या मनात आणखी एका भीतीनं प्रवेश केला. हा कोण आहे? हाच त्या सगळ्या चोरांचा, दरोडेखोरांचा सरदार तर नाही?

त्या माणसानं कंदील धरलेला हात पुढे घेतलेला असल्यानं त्याच्या मागे असलेलं त्याचं शरीर काही स्पष्ट दिसत नव्हतं; पण तो उंचापुरा व चांगली बळकट शरीरयष्टी असलेला आहे, एवढं मात्र कळत होतं. सावकाश दमदार पावलं टाकत येणाऱ्या त्या भक्कम शरीरयष्टीच्या पुरुषाकडे ती दोघं संशयित मनानं बघत उभी राहिली.

तो माणूस आणखी थोडं पुढे आला आणि मग थांबला. त्यानं बहुधा त्या दोघांना तेव्हाच पाहिलं असावं. मग आणखीनच धीम्या चालीनं पुढे येत तो अगदी चार हातांवर आला आणि त्यानं विचारलं,

"काय साहेब? कुठे निघालात?"

तो सरळ आपल्याला असं काही विचारेल, अशी कल्पना नसल्यामुळे गोविंदा क्षणभर बावचळला आणि मग म्हणाला "तालुक्याच्या गावाला निघालो होतो."

"तालुक्याला? अन् एवढ्या अपरात्री?"

"नाही, खरं म्हणजे आम्ही निघालो लवकरच. फार उशीर नव्हता झाला. पण...."

"म्हणजे वाट सापडली नाही म्हणा की"

त्यानं असं म्हटल्यावर गोविंदाने मान हलवली.

"असंच होतं बघा या रानात" तो पुढे म्हणाला. "भल्याभल्यांना बी वाट सापडत नाही. पायाखालची असलेली वाट बी दिसेनासी होतीया."

"हो ना, झालं खरं असं." गोविंदा चाचरत म्हणाला

त्यावर तो उंचापुरा माणूस म्हणाला, "एकदा भांबावलेल्या मनानं काही बघायला लागलं ना म्हणजे काही नीट होत नाही बघा."

यावर काय बोलावं ते न कळून गोविंदा गप्पच बसला. तसा तो पुढे म्हणाला,

''येणार का माझ्याबरोबर? म्हणजे कसं, मला रस्ता नीट माहीत हाय आणि कंदील बी हाय माझ्याकडे.''

जावं का याच्याबरोबर? पण वाटेत हाच आपल्याला काही दगाफटका तर करणार नाही ना? हा विचार गोविंदाच्या मनांत आला आणि तेव्हाच त्याच्या एकदम लक्षात आलं, की झाडीतून येणारे पावलांचे आवाज थांबले आहेत!

म्हणजे त्या सगळ्या लोकांचा हा सरदार पुढे आल्यामुळे ते थांबले का? की हा आपल्या मदतीला आला म्हणून ते थांबले. पण हा आपल्या मदतीला आला आहे की आपल्याला लुटायला आला आहे?

वाटेत कुठेतरी अवघड जागी आपल्याला पकडून आपल्यावर हल्ला तर करणार नाहीत ना सगळे मिळून? खरं म्हणजे तसा हल्ला करायला हा एकटा माणूसच पुरेसा आहे. पण हल्ला करायचा असता तर त्यानं तो आल्या-आल्याच केला नसता का? आत्ता आपण तसे अवघड जागीच आहोत की हल्ला करायचा असेल तर. त्यानं व त्याच्या साथीदारांनी आपला खात्मा केलाच असता.

गोविंदा विचारात पडलेला बघून तो माणूस म्हणाला, ''बघा येताय का? नाही तर मी निघतो. उगाच वेळ गमवायला नको.''

त्यानं असं म्हटल्यावर ''हो हो, येतो आम्ही'' असं म्हणून गोविंदा आणि सीमा त्याच्याबरोबर चालू लागली.

तो झपाझपा पावलं टाकत असल्यामुळे गोविंदालाही भराभरा पावलं उचलावी लागत होती आणि सीमाला तर जवळजवळ पळावंच लागत होतं. इतक्या घाईत चालल्यामुळे बोलण्याचा फारसा प्रश्नच नव्हता, तरी गोविंदानं विचारलं,

''कुठल्या गावचे तुम्ही,''

''मी? हे काय इथलाच कल्लेर गावचा.''

''मग आता काय घरी परत चाललाय काय?''

''हो'' असं म्हणत त्याने मान हलविली.

''पण इतक्या उशिरानं... रात्री?''

''अवं माझ्या पायाखालचा रस्ता हाये. मला कोण खातंया?''

त्यानं असं म्हटल्यावर गोविंदा गप्प बसला, जरा वेळाने तो माणूसच म्हणाला ''एकदा का माणूस भेदरलं की त्याला काय सुधरत नाही बघा. भ्यायला नाही पाहिजे.''

यावरही गोविंदा काही बोलला नाही. सीमा तर कशीबशी त्याच्याबरोबर पावलं टाकत होती. त्यामुळे तिच्या बोलण्याचा प्रश्नच नव्हता. असा काही वेळ गेला आणि दुरून त्यांना डांबरी सडकेचा काळा पट्टा अंधूकसा दिसायला लागला. आता झाडीही विरळ झालेली होती आणि त्यामुळे चांदण्याच्या प्रकाशात पायाखाली

पाऊलवाट स्पष्ट दिसत होती.

तो उंचापुरा माणूस थबकला आणि म्हणाला "तो रस्ता दिसतोय बघा आत्ता, तिथून तुम्हाला सापडंल तुमचं घर, नाही का?"

"हो सापडेल." गोविंदा मान हलवत म्हणाला, "तुम्हाला नाही यायचं का गावात?"

"ह्या गावात कशाला येतोय मी, आपलं इथपर्यंत तुम्हाला सोडायला आलो."

"म्हणजे?"

"अवं म्हणजे मला इकडंच म्हणजे रानात काम हाय. आन तुमी निघा घराकडे."

असं म्हणून, पाठ वळवून तो चालूही लागला, तशी न राहवून सीमा आणि गोंविदा वळून त्याकडे बघत राहिले.

तो वाटेच्या डाव्या बाजूला वळून आणि झपाझपा पावले टाकत जसजसा दूर जाऊ लागला, तसतसा कंदिलाचा उजेड किंचित् कमी कमी होऊ लागला.

काही क्षणातच गोविंदा भानावर आला आणि सीमाचा हात धरून तो डांबरी सडकेच्या दिशेनं चालायला लागला. थोड्याच वेळात ते दोघंही डांबरी सडकेवर पोहोचले. मग जरा थबकून त्यांनी परत रस्त्याच्या डाव्या बाजूला तो माणूस गेला होता त्या दिशेला नजर टाकली.

पण आता तिथे फारच काळोख दिसत होता. त्याच्या हातातल्या कंदिलाचा हेलकावा घेणारा उजेड काही कुठे दिसत नव्हता.

एवढ्यात दाट झाडीत शिरला की काय? की त्याच्या हातातला कंदील विझला? काय झालं होतं कुणास ठाऊक, पण विचार करायला वेळ नव्हता आणि त्यांची मन:स्थिती विचार करायची नव्हती. गोविंदानं सीमाचा हात हातात घेतला आणि तो झपाझपा गावाच्या दिशेनं चालू लागला. तो हट्टानं सीमाला घेऊन जिथून निघाला होता त्याच सासऱ्याच्या घरी शेवटी तो अपरात्री दारात जाऊन उभा राहिला आणि त्यानं दारावर जोराजोरात थापा मारायला सुरुवात केली.

अपरात्री पडणाऱ्या दारावरील थापा ऐकून घरातील मंडळी दचकून जागी झाली. आत्ता; अशा अवेळी कोण, कशाला आलं असेल?

मग सीमाचे वडील पुढे झाले आणि त्यांनी पुढे होऊन दार उघडलं. दारात सीमा आणि गोविंदाला बघून ते चकित होऊन उद्‌गारले, "अं! हे काय?"

दारातून आत येत सीमानं हातातील पिशवी भिंतीशी टेकवली आणि ती धप्‌कन खुर्चीवर बसली. गोविंदाही आत आला.

"हे काय भाऊजी? इतक्या अपरात्री कुठून आलात?" सीमाच्या भावानं विचारलं.

"जावईबापू, तुम्ही घरी गेला होता ना?"

वडिलांनी असं विचारल्याबरोबर सीमाच्या मनावरील सगळा ताण एकदम बाहेर पडला आणि ती हुंदके देऊन रडू लागली, "अगं, काय झालं पोरी?" तिचे वडील उद्गारले. एव्हाना घरातील बाकीची मंडळी जागी झाली होती. आणि बाहेरच्या खोलीत बरेच जण जमले होते. सीमाच्या आईनं पुढे होऊन सीमाला जवळ घेतलं आणि म्हणाली, "अगं बाई, काय झालं तरी काय?"

"सांगतो." गोविंदा म्हणाला.

"आम्ही उगाचच इतक्या घाईनं निघालो, अंधार पडताना निघायलाच नको होतं." त्यानं आधीच कबुली देऊन टाकली आणि घडलेली सगळी हकिगत सांगितली.

"अगं बाई, खरंच का?" असे उद्गार काढत भोवती जमलेल्या मंडळींनी गोविंदाची हकिकत ऐकून घेतली. आणि मग सीमाचा काका म्हणाला, "नाही; पण जावईबापू, तुम्ही त्या वाटेवर जायलाच नको होतं बघा."

"नाही हो, शेवटची गाडी सुटली म्हणून गेलो आम्ही आणि तिकडेपण काही वाट सापडेना."

"तशी सापडणारच नव्हती ती वाट तुम्हाला."

"का बरं?"

"आता शिल्लक कुठे आहे ती?"

"म्हणजे?"

"आता गाडी रस्ता चांगला झाला आहे आणि बसेसपण पुष्कळ असतात; त्यामुळे लोक आता तिकडून जातच नाहीत, शिवाय त्या वाटेवर भुताटकीपण होते म्हणतात."

"कसली भुताटकी! उगाच काहीतरी बोलतात लोक." सीमाचा भाऊ म्हणाला. "जरा गावाबाहेर एकाकी असं ठिकाण असलं की अशा कंड्या पिकवतातच लोक.." "नाही मी आपलं लोक काय बोलतात ते सांगितलं."

"असू दे" सीमाची आई म्हणाली. "पोर सुखरूप आली ना परत. बरा बाबा तुम्हाला देवमाणूस भेटला."

"पण जावईबापू ,कोण होता तो? याच गावाचा होता असं म्हणताय,..."

सीमाच्या वडिलांनी असं विचारल्यावर गोविंदाच्या लक्षात आलं, की अरे, आपण त्याचं नावं तर विचारलंच नाही. कोण होता म्हणून काय सांगू, "नाव माहीत नाही बाबा," तो म्हणाला. "विचारायचं सुचलंच नाही तेव्हा"

"कसा होता तो?" काकांनी विचारलं.

"असा चांगला उंचापुरा दणकट...."

गोविंदानं त्या मदतकर्त्याचं वर्णन करून सांगितल्यावर काका उद्गारला, "अरे, हा कुशाबा असणार."

"कोण कुशाबा?" वडिलांनी विचारलं.

"नाही, तुम्हाला ठाऊक नसेल दादा." काका म्हणाला.

"मला ठाऊक नसेल, गावातला माणूस आणि मला माहीत नाही होय रे?"

"जुनी गोष्ट आहे दादा ती, शंभर वर्षांपूर्वीची."

"शंभर वर्षांपूर्वीची आणि तुला माहीत आहे होय रे!"

"त्याचं काय आहे, मी सासुरवाडीला जातो नव्हं, तिथे मैना मावशी आहे ना, फार म्हातारी झाली आहे बघा ती. डोळ्यांना दिसत नाही. कानांना धड ऐकू येत नाही, चालवत नाही, पण जुन्या जुन्या गोष्टी मात्र सांगत असते."

"बरं. मग तिचं काय?"

तिचं माहेर याच गावाचं, तिच्या लहानपणी म्हणे या रानामध्ये या कुशाबाला दरोडेखोरांनी गाठून मारलं. त्याच्या बायकोला, दोन पोरांना पण मारलं, अन् सगळा ऐवज काय होता तो लुटून नेला."

"म्हणून काय त्याचं भूत झालं व्हय? काहीतरी काय?" सीमाचा भाऊ परत म्हणाला.

"अरे पुष्कळ गोष्टी असतात अशा." काका म्हणाला. "ज्यातलं आपल्याला काय कळतं नाही. आपण कुठं जाऊन बघितल कधी रानांत? अपरात्री? असा कोणी कुशाबा असतो की नाही आणि तो मदतीला येतो का नाही ते?"

"छे, माझा तर काही या असल्या गोष्टीवर विश्वास नाही. इथलाच गावचा गेलेला कुणीतरी त्या वाटेनं परत आला आणि त्यानं भाऊजींना आणि सीमाला मदत केली."

"बरं, बरं असू दे. काही का असेना, पोरं सुखरूप परत घरी आली ना?" सीमाची आई म्हणाली.

"पार थकलीत दोघं. त्यांच्यासाठी अंथरूण घाल रे सदा." सीमाच्या भावानं अंथरूण घातलं आणि घडलेल्या प्रसंगाची चर्चा करतच सगळेजण परत झोपायला गेले.

पण अंथरूणावर पडल्यावरसुद्धा गोविंदाला काही चट्‌कन झोप लागली नाही. ती पायवाट, तो काळोख, भोवतालची दाटून आलेली झाडी, झाडीतून येणारे पावलांचे आवाज, आणि मग भेटलेला तो 'कुशाबा' की दुसराच कुणी आणि तो माणूस होता की भूत... गोविंदाला काही समजेना. बऱ्याच वेळानं विचारातच त्याला झोप लागली.

दुसऱ्या दिवशी उठल्यावरही त्याच्या मनात आदल्या रात्रीचेच विचार घोळत

होते. आपण एखादा दिवस येणार नाही असं तो ऑफिसमध्ये सांगून आला होता. त्यामुळे परतायची घाई नव्हती. आदल्या रात्री काय घडलं याचा छडा लावायचा असं त्याच्या मनानं ठरवलं, आणि मग सीमाच्या भावाला बरोबर घेऊन तो घरातून बाहेर पडला.

आदल्या दिवशी रस्त्यानं चालत चालत ते जिथपर्यंत आले होते, साधारण तिथपर्यंत आल्यावर चौकस नजरेनं बघत दोघं पुढे जाऊ लागले आणि थोड्याच वेळात त्यांना रस्त्याच्या उजव्या हाताला जरा मोठीशी पायवाट दिसू लागली. "हा इथूनच वळलो आम्ही." गोविंदा म्हणाला आणि दोघं त्या पायवाटेवरून चालू लागले.

पावसाळा संपत आला असला तरी अधून मधून पाऊस पडत असल्यामुळे जमीन ओलसर होती आणि गोविंदाच्या आणि सीमाच्या पावलांचे पुसटसे ठसे दिसत होते.

आदल्या रात्री बरंच अंतर चालल्यानंतर मग त्यांना आजूबाजूची झाडी दाट होऊ लागल्याचं जाणवलं होतं. पण आता मात्र दहा मिनिटं चालल्यावर पायवाटच दिसेनाशी झाली होती. आजुबाजूची झाडी फारशी दाट नव्हती. आणि सकाळच्या लख्ख उजेडात तर आसपासचं सगळं आणि पायाखालचंही सगळं व्यवस्थित दिसत होतं. पायाखालची पाऊलवाट पुसट होत शेवटी वाढलेल्या हिरव्या गवतात लुप्त झाली होती. मग काल आपण कुठल्या अंधुकशा पायवाटेवरून पुढे जात राहिलो? कितीतरी वेळ आपण पायवाटेवरून पुढे चालत होतो. वाट नीट दिसत नव्हती तर शोधत शोधत जात होतो आणि शेवटी तर टॉर्च हातात घेऊन त्याच्या उजेडात ही आपण पुढे गेलो.

पण ही वाट तर इथेच संपली आहे.

गोंधळलेल्या मनानं गोंविदा आणि त्याच्याबरोबर भाऊ थांबला. जरा वेळ आसपास फिरून त्यांनी पुढे कुठे वाट आहे का असं शोधण्याचा प्रयत्न केला. पण नुसताच माळ, माळावर हालणारं गवत, उगवलेली झाडं व अधूनमधून इकडे तिकडे उडणारे पक्षी एवढंच डोळ्यांना दिसत होतं. पाऊल वाटेचा पुसटसासुद्धा मागमूस नव्हता. शेवटी कंटाळून दोघंही परत फिरले.

पायवाटेवरून परतताना गोविंदाच्या एकदम लक्षात आलं की वाटेवर दिसणारे पावलांचे पुसटसे ठसे फक्त दोघांचेच आहेत. जातानाचेही आणि परत येतानाचेही... पण परत येताना तर आपण तिघं होतो, आपण दोघं आणि तो दणकट माणूस... कुशाबा!

त्याच्या पावलांचे ठसे तर आपल्या ठशांपेक्षाही स्पष्ट असायला हवेत. चांगला वजनदार माणूस होता तो. मग त्याचे ठसे कसे नाहीत?

गोविंदानं त्याची शंका बोलून दाखवल्यावर त्या दोघांनी सगळी वाट परत एकदा बारकाईनं बघितली. दोघांच्याच पावलांचे जाणारे-येणारे ठसे वाटेवर पसरले होते.

काही न बोलता दोघं आपापल्या विचारात बुडून घरी परतले. घडलेल्या घटनेतून निघणारा अर्थ त्यांच्या सुशिक्षित बुद्धीला पटत नव्हता, पेलत नव्हता.

संध्याकाळच्या बसनं गोविंदा आणि सीमा घरी परतले. दुसऱ्या दिवशीपासून नेहमीचं रूटीन सुरू झालं. तरी गोविंदाच्या मनात अधूनमधून त्या रात्रीच्या अनुभवाचे विचार येतच राहिले.

आणि मग रविवारी सकाळी त्याला तो दिसला!

गोविंदा त्या दिवशी सकाळीच पिशव्या घेऊन बाजारात गेला होता. त्याच्या नेहमीच्या भाजीवालीकडे भाजी घेत असताना अचानक त्याची नजर त्याच्यावर पडली. चारपाच भाजीचे गाळे सोडून पलीकडच्या एका दुकानासमोर तो उभा होता. अंगात तसाच सदरा, गुडघ्याखाली पोचणारं धोतर, डोक्याला मुंडासं, त्याचा रंग लाल आहे हे गोविंदाला आता जाणवलं. एका हातात काठी आणि एका हातात कंदील. तोही पेटलेला. पायातल्या वहाणा मात्र त्या गर्दीत गोविंदाला दिसल्या नाहीत. पण त्या चांगल्या जाड, करकर वाजणाऱ्या असतील या विषयी गोविंदाला शंका नव्हती.

गोविंदाला एकदम हायसं वाटलं, त्या दिवशी रात्री अपरात्री भेटलेला माणूस खरंच अस्तित्वात होता!

त्यानं घाईघाईनं भाजी खरेदी आटोपती घेतली. भाजीवालीकडे सुटे पैसे नव्हते तर त्यानं रुपये सोडून दिले आणि तो त्या माणसाला गाठायला निघाला.

पण तो माणूस कुठे होता?

आधी तो जिथे दिसला होता तिथं तर तो दिसत नव्हताच, पण आसपासही कुठे दिसत नव्हता. गोविंदानं घाईघाईनं सगळा बाजार पालथा घातला पण त्याचा पत्ता नव्हता. तो जिथे उभा असलेला दिसला होता तिथल्या दुकानदाराकडे आणि आसपासही चौकशी केली. त्याचं वर्णन करून सांगितलं, पण कोणीच त्याला पाहिलं नव्हतं. गोविंद परत परत विचारायला लागल्यावर ते लोकही वैतागले. सकाळच्या गर्दीच्या वेळेला ही नसती कटकट त्यांना नको होती. शेवटी एकजण म्हणाला,

"अहो साहेब, दिवसा कंदिल पेटवून चाललेला माणूस वेडा-बिडा आहे का तो?"

दिवसा कंदिल...! गोंविदाजवळ यावर काही उत्तर नव्हतं. चौकशीचा नाद सोडून तो घरी परतला. बाजारात तो कुशाबा (?) दिसल्याचं त्यानं सीमालाही

सांगितलं नाही.

मात्र तेव्हापासून तो जवळच्या रस्त्यानं, विशेषत: पायवाटेनं कुठेही जात नाही आणि भुताखेतांचा विषय निघाला तर कधी त्या चर्चेत भाग घेत नाही.

■

वही

“हं; तर मी सांगितले तसे बदल करून आर्टवर्क परत घेऊन ये माझ्याकडे. मग बघू या.” रोहित म्हणाला. तशी मालविकानं टेबलावर पसरलेले आर्टवर्कचे कागद गोळा केले आणि हातातल्या फोल्डरमधे ठेवत ती म्हणाली.

“येस सर. उद्या सकाळी-”

“उद्या सकाळी? उद्या सकाळी काय मुहूर्त आहे का? आता दोन तासांत पाहिजे मला सगळं कम्प्लीटेड वर्क. उशिरात उशिरा म्हणजे पाच वाजता. साडेपाचला मीटिंग आहे माझी क्लायंटशी. नवीन अकाऊंट आहे. त्याला दाखवता आली पाहिजे त्यांची जाहिरात कशी दिसणार आहे ते. जा, कामाला लाग ताबडतोब... आणि काहीतरी कारणं नकोत मला, काम का पुरं झालं नाही त्याची. काम रेडी पाहिजे.” रोहित करवादला.

“हो सर...” पडलेल्या आवाजात मालविका म्हणाली आणि घाईघाईनं त्याच्या केबिनबाहेर पडली.

एक सुस्कारा सोडत रोहितनं पाण्याचा ग्लास तोंडाला लावला आणि समोरच्या भिंतीवरच्या घड्याळाकडे नजर टाकली. साडेबारा वाजले होते.

हँः साडेबाराच झाले होते! म्हणजे रोजची जेवणाची वेळ व्हायला अजून तास-दीड तास तरी अवकाश होता. पण आत्तापासूनच पोटात कावळे कोकलू लागले होते. जाऊन जेवून यावं का? त्याच्या जाहिरात कंपनीत लंच-अवर हा तसा ढिसाळपणेच पाळला जायचा. म्हणजे एक ते तीनच्या दरम्यान जो तो आपापल्या सोईप्रमाणे जेवून घ्यायचा. कोणी घरून आणलेला डबा खायचं तर कोणी त्यांच्या कंपनीचं ऑफिस ज्या इमारतीत होतं त्या इमारतीत असलेल्या कँटीनमध्ये जाऊन

जेवून यायचं. रोहित रोज कॅंटीनमध्येच काहीतरी खाऊन यायचा; पण त्याची रोजची वेळ दीड-दोन वाजताची होती.

"चला, जेवूनच यावं, पुढचं काम सुरू करायच्या आधी," पोटातल्या कावळ्यांचं म्हणणं मान्य करून रोहितनं ठरवलं आणि तो उठून उभा राहिला.

तेवढ्यात केबिनचं दार ढकलून शिदोरे आत आला. त्याच्याबरोबर आणखीही एक जण होता. शिदोरे हा त्यांच्या ऑफिसमधला शिपाई होता.

"साहेब, ह्याला तुम्हाला भेटायचं आहे. पाचच मिनिटं फक्त." शिदोरे म्हणाला.

आधी वेळ न ठरवता ऐन वेळी अचानक कोणीतरी भेटायला आलेलं रोहितला मुळीच आवडत नसे. त्यातून शिदोरेबरोबर आलेली व्यक्ती विशेष महत्त्वाची कोणी असावी असं वाटत नव्हतं. अंगावर स्वस्त कापडाचे, फारशी व्यवस्थित इस्त्री न केलेले कपडे, पायांत जुन्या चपला, काळासावळा, सर्वसाधारण चेहरा, डोळ्यांना चष्मा, चेहऱ्यावर गरीब भाव- सगळंच अगदी सामान्य. नाही म्हणायला डोक्यावर भरपूर आणि वळणदार, दाट केस होते.

"शिदोरे, तुला माहीत आहे नं, मी असा ऐन वेळी कोणाला भेटत नाही ते. शिवाय आता मी गडबडीत आहे. त्यांना अपॉइंटमेंट घ्यायला सांग माझी." कपाळाला आठ्या घालून रोहित म्हणाला.

"साहेब, प्लीज. याला फक्त तुम्हाला एवढे कागद द्यायचेत." शिदोरे म्हणाला.

"कसले कागद?" रोहित घुश्श्यातच होता.

आता तो बरोबरचा माणूस बोलू लागला, "साहेब, तुम्ही मला ओळखलं नाहीत का? मी आपल्या कॅंटीनमध्ये काम करतो. उजवीकडच्या टेबलांच्या दोन रांगा माझ्याकडे असतात. तुम्ही नेहमी उजवीकडच्या खिडकीजवळच्या टेबलाशी बसता, साहेब. मी असतो तिथे सर्व्हिस द्यायला."

रोहितच्या डोक्यात एकदम लख्ख प्रकाश पडला. हा तर कॅंटीनमधला वेटर. नेहमी पांढऱ्या युनिफॉमध्ये असणारा. आज आता युनिफॉर्म घातलेला नाही म्हणून....

"अरे हो. खरंच की" तो म्हणाला. "मी एकदम ओळखलंच नाही तुला. नेहमीच्या वर्दीत नाहीस ना, म्हणून. बरं सांग; काय काम आहे? पण थोडक्यात सांग. मला अजिबात फुरसत नाहीये."

"साहेब, मला हे तुम्हाला द्यायचं होतं." संकोचलेल्या चेहऱ्यानं हातातले कागद पुढे करत तो वेटर म्हणाला.

"काय आहे हे?" रोहितनं विचारलं.

"हे.... ह्या कविता आहेत साहेब."

"कविता? तू केलेल्या?" रोहितनं आश्चर्यानं विचारलं.

"होय साहेब" आणखीनच संकोचत वेटर म्हणाला.

“आणि, मी काय करू त्यांचं?”

“साहेब, तुमच्याबरोबर ते पाटीलसाहेब येतात ना कधी कधी? ते...... चे संपादक आहेत ना?”

रोहितच्या डोक्यात प्रकाश पडला. तो वेटर म्हणत होता, ते बरोबर होतं. संकेत पाटील आणि तो असे दोघं मिळून कधी कधी कँटीनमध्ये जाऊन कॉफी पीत आणि गप्पा मारत बसायचे खरे.

तेवढं बरं यानं नेमकं टिपलं! रोहितच्या मनात आलं. शिवाय संकेत हा एका दैनिकात काम करतो; हेही याला माहीत आहे. म्हणजे आपण काय बोलतो याकडे या वेटरचं लक्ष असतं तर! एकंदरीत सगळ्याच वेटरमंडळींचं लक्ष असेल गिऱ्हाइकं काय बोलतात त्याकडे. अर्थात्, ते स्वाभाविकच आहे म्हणा. तेवढीच करमणूक त्यांची, नाही तर त्यांचं काम किती कंटाळवाणं आणि कष्टाचं असतं.

हे सगळे विचार क्षणार्धात रोहितच्या मनात येऊन गेले. मात्र तो फक्त उघडपणे म्हणाला.

“बरं मग?”

“साहेब, या कविता त्यांच्या वर्तमानपत्रात छापायला सांगा ना त्यांना. प्लीज.” हातातल्या कागदांसकट हात जोडत तो वेटर म्हणाला.

“वर्तमानपत्रात छापायला? मी? मी कसं... मी काही तिथे काम करत नाही. आणि मी सांगून तो ऐकणार आहे का? अरे बाबा, फार चिकित्सक आहे तो. त्याला आवडेल, पटेल तेच छापतो तो. असं कुणाच्या सांगण्यावरून काही छापत नाही कधी तो.”

“पण या कविता निदान वाचायला तरी द्या ना त्यांना. माझी खात्री आहे, त्यांना नक्की आवडतील त्या.” वेटरनं आत्मविश्वासपूर्वक असं म्हटल्यावर रोहितनं त्याच्याकडे पुन्हा एकदा नीट पाहिलं आणि चष्म्याआडच्या त्याच्या डोळ्यांतली बुद्धिमत्तेची चमक त्याला जाणवली.

“अरे, पण मग तूच का नेऊन देत नाहीस त्यांना तुझं काव्य?”

“साहेब, मी दोन-तीन वेळा गेलो होतो त्यांच्या ऑफिसात, पण ते नव्हतेच तिथे.. शिवाय तुम्ही दिलेत हे कागद तर ते निदान वाचतील तरी. नाहीतर...”

तो म्हणत होता ते खरं होतं. संकेतकडे इतकं साहित्य येत असे की, त्यातलं कितीतरी महिनो न् महिने न वाचताच पडून राहत असे. तो वेटर म्हणत होता त्याप्रमाणे संकेत त्या वर्तमानपत्राचा संपादक नव्हता. पण त्यातल्या रविवारच्या पुरवणीचा संपादक होता आणि त्यामुळे कथा, कविता, लेख, पत्रं या सर्वांचा त्याच्यावर मारा होत असे.

त्या सगळ्यांतून नेमकं चांगलं तेवढं उचलण्याची दृष्टी त्याच्याजवळ होती

आणि थोडं कमी दर्जाचं, थोड रुचिहीन असलेलं, थोडं कृत्रिम असलेलं, अशा साहित्याला सरळ केराची टोपली दाखवण्याची धमकही होती. कोणी वशिला लावण्याचा, दबाव आणण्याचा, लालूच दाखवण्याचा प्रयत्न केला, तरी तो त्याला मुळीच भीक घालत नसे.

एकदा तर रोहितच्या दोन कविता त्यानं नाकारल्या होत्या. तो म्हणाला होता, "रोह्या तू आपला जाहिराती लिही." आणि हसत हसत त्यानं रोहितच्या कवितांच्या कागद चुरगळून टोपलीत टाकला होता.

त्या वेळी रोहित मनातून खूप रागावला होता; पण त्यानं ते दिसू दिलं नव्हतं. उलट हसल्यासारखं करत तो म्हणाला होता, "अरे बघशील तू! एक दिवस माझ्या कविता तुला स्वीकाराव्याच लागतील. अरे कविता करणारे कवी जर जाहिराती लिहू शकतात, तर जाहिराती लिहिणारे कविता का नाही करू शकणार? सगळे शब्दांचेच तर खेळ असतात. फक्त जुळवाजुळव थोडी वेगळी करावी लागते इतकंच."

"अच्छा!" आणखी जोरात हसत आणि मान हलवत संकेत म्हणाला होता, "म्हणजे जाहिरात आणि कविता या दोन्हींमध्ये फरक असतो तो फक्त जुळवाजुळवीचा, असं म्हणायचंय तुला."

"अर्थातच." आपण काय म्हणतो आहे, त्याची खात्री वाटत नसतानाही रोहित उत्तरला होता.

"मग तू असं का नाही करत? तू दोन उत्तम, अर्थपूर्ण वगैरे असलेल्या कविता मला लिहून दाखव. जाहिराती तू उत्तम लिहितोस. काही जाहिरांतीमधल्या तुझ्या ओळी तर इतक्या डोक्यात बसतात, की काही लोक त्या चक्क गुणगुणतात. तेव्हा तुझ्या म्हणण्याप्रमाणे चांगली कविता करणं तुला सहज शक्य आहे. मग कर ना कविता. चांगली, मनाला भिडेल अशी, भावनांना स्पर्श करणारी...."

"तुला काय वाटलं मला जमणार नाही?"

"असं कुठे म्हटलं मी? करून दाखव ना."

"आणि ती कशी आहे हे ठरवणार कोण? तूच ना?"

"अर्थात्, पण मला वाटतं माझ्या नि:पक्षपातीपणाची खात्री तुलाही असेल. मी फक्त माझ्याकडे येणाऱ्या साहित्याच्या साहित्यगुणांकडे लक्ष देतो. त्याच्या कर्त्याकडे नाही. म्हणून तर खूप लोक माझ्या नावानं खडे फोडतात.... आता तूही फोडशील कदाचित्."

"छे, छे, मी कशाला तुझ्या नावानं खडे फोडू? माझी कविता तुला स्वीकारावीच लागणार आहे, तिच्यातल्या काव्यगुणांसाठी, बघशील तू!"

असं मोठ्या हिरिरीनं म्हणून त्यानं संकेतचा निरोप घेतला होता.

पण अजून काही त्याच्या हातून काही लिहिणं झालं नव्हतं. रोजच्या कामांच्या गडबडीत तो बुडून गेला होता.

आणि हा कँटीनमधला एक सामान्य वेटर, दिवसभर गिऱ्हाइकांना इडली-सांबार, मिसळ, वडा, चहा पुरवणारा आणि कोणी टिप दिली तर अदबीनं ''थँक यू'' म्हणणारा कँटीनमधला नोकर; कविता करतोय! आपण फार छान काव्य केलं आहे तसं त्याला वाटतंय! एवढंच नव्हे, तर संकेतच्या प्रतिष्ठित वर्तमानपत्रातल्या रविवारच्या पुरवणीत ते छापून येईल अशीही खात्री त्याला वाटतेय!

काही माणसांच्या स्वत:विषयी फार अफाट कल्पना असतात! हा त्यांच्यापैकी एक दिसतोय.

''साहेब'', रोहितच्या विचारांचा प्रवाह मध्येच अडवत वेटर परत म्हणाला, ''तुम्ही नुसत्या ह्या कविता द्या त्यांना, एवढीच माझी विनंती आहे. प्लीज, नाही म्हणू नका.''

त्यानं इतकं गयावया केल्यावर रोहितला नाही म्हणता येईना. नाइलाज झाल्यासारखं दर्शवत त्यानं कवितांचे कागद घेतले आणि तो म्हणाला ''ठीक आहे. ह्या कविता संकेतकडे पोहोचवण्याचं काम करीन मी. मात्र यापेक्षा जास्त काही मी करू शकणार नाही.''

''थँक यू साहेब, थँक यू व्हेरी मच,'' परत एकदा हात जोडत फुललेल्या चेहऱ्यानं त्यानं आभार मानले आणि तो चट्कन केबिनबाहेर पडला. त्याच्या मागोमाग शिदोरेही गेला.

रोहितनं वैतागानं हातातले कागद टेबलावर आपटले आणि तो परत खुर्चीत बसला. आता कँटीनमध्ये जाण्यात अर्थ नव्हता. तिथे तो वेटर भेटला असता आणि परत काहीतरी बोलला असता. कदाचित त्यानं सलगी दाखवण्याचा प्रयत्न केला असता, कदाचित रोहितला खास, विशेष तत्पर सर्व्हिस दिली असती, कदाचित्...

त्यापेक्षा आता तिथे जाणंच नको. त्यापेक्षा काहीतरी मागवून घ्यावं. त्यानं टेबलावरची बेल दाबली.

केबिनचं दार उघडून शिदोरे आत आला. तशी रोहित आधी त्याच्यावर रागावलाच. शिदोरेच त्या वेटरला घेऊन आला होता.

''शिदोरे, अपॉइंटमेंट न घेता आलेल्या वाटेल त्याला तू माझ्याकडे कसा घेऊन येतोस? बरं, तो काही क्लायंट नाही की कोणी महत्त्वाची प्रतिष्ठित व्यक्ती नाही.''

''तो बरेच दिवस माझ्या मागे लागला होता साहेब आणि त्याचं कामही अगदी छोटसं होतं, साहेब. म्हणून...''

''अरे, पण साध्या वेटरसाठी....''

"तो माझ्या चांगल्या ओळखीचा आहे साहेब. आमच्याच चाळीत एका खोलीत राहतो. चांगला शिकलेला आहे, पण कुठे नोकरी मिळत नाही म्हणून शेवटी कँटीनमध्ये कामाला लागला आहे. गरीब आहे बिचारा स्वभावानं...."

"अरे पण म्हणून तेवढ्यासाठी....."

"साहेब, खरं सांगू का? अगदी एकटा आणि दु:खी आहे तो. त्याची आई गेल्या वर्षी वारली, तेव्हापासून तर तो कोणाशी फारसं बोलेनासाच झाला आहे. मला त्याची दया येते. आपण सगळे इतके मजेत असतो आणि आपल्यातलाच एक माणूस.... त्याच्यासाठी काहीतरी करावं असं... त्याच्या कविता चांगल्या असतील साहेब, अभ्यासात खूप हुशार होता म्हणे तो. बी. ए. ला त्याला फर्स्ट क्लास मिळाला होता. तोच सांगत होता. तीन-चार वर्षांपूर्वी तो आणि त्याची आई आमच्या चाळीत राहायला आले, तेव्हा तो खूप मजेत आणि उत्साहात असायचा. पण त्याला नोकरी मिळेना, घरचा खर्च भागेना, ओढगस्त व्हायला लागली आणि हळूहळू त्याचा स्वभाव बदलला. त्यातच त्याची आई आजारी पडली. औषधपाणी चालू होतं पण अचानक एके दिवशी ती मरण पावली. रात्री झोपली ती सकाळी उठलीच नाही. रवीला भयंकर धक्का बसला....."

"रवीला?" शिदोरेच्या बोलण्याला बांध घालत रोहितनं विचारलं. तो सांगत असलेल्या कर्मकहाणीचा रोहितला आता कंटाळा आला होता. देशातल्या खूप तरुणांची हीच कथा होती.

"त्याचं नाव रवी आहे, साहेब. आई गेल्यावर....."

"बरं बरं,... हे बघ माझ्यासाठी कॉफी आणि चीज-सँडविच घेऊन ये कँटीनमधून" त्याचं बोलणं तोडत रोहितनं सांगितलं.

"हो साहेब." जरासं वरमून शिदोरे म्हणाला आणि केबिनबाहेर पडला.

दुसऱ्या दिवशी दुपारी रोहित कँटीनमध्ये गेला. त्याची ऑर्डर घ्यायला रवी आला आणि रोहितला एकदम आदल्या दिवशीच्या प्रसंगाची आठवण झाली. रवीनं कविता संकेतकडे पाठवल्या का म्हणून विचारलं, तर काय उत्तर द्यायचं याची जुळवाजुळव तो मनात करू लागला, पण रवीनं त्याला तसं काहीच विचारलं नाही.

त्यानंतर मग रोहितनं कँटिनमध्ये जाणंच बंद केलं. जवळच असलेल्या एका रेस्टॉरंटमध्ये तो जाऊ लागला. कधीकधी ऑफिसमध्ये काही मागवू लागला. अधूनमधून त्याला रवीच्या कवितांची आठवण व्हायची. पण तेवढ्यात दुसरा काहीतरी विचार डोक्यात यायचा आणि ती आठवण मागे पडायची.

पुढच्याच आठवड्यात त्याला आठ दिवसांसाठी हैद्राबादला जावं लागलं. दोन-तीन मोठ्या क्लायंट्सशी मीटिंग्ज होत्या. ते काम आटपून तो खुशीतच परतला. काम मनासारखं झालं होतं. त्याला प्रमोशन मिळण्याचेही चान्सेस होते.

दुसऱ्या दिवशी ऑफिसला गेल्यावर पहिलं काम करायचं म्हणजे सगळा सविस्तर रिपोर्ट लिहून काढायचा, असं त्यानं परततानाच मनाशी ठरवलं होतं. दुसऱ्या दिवशी आपली गाडी पार्क करून मजेत शीळ घालत तो ऑफिसच्या इमारतीशी पोहोचला आणि दारातच उभा असलेला रवी त्याला दिसला. आज तो युनिफॉर्ममध्ये होता.

त्याला बघताच रवी घाईघाईन दोन पावलं पुढे आला आणि म्हणाला,

"नमस्कार साहेब.... अं, माझ्या कवितांचं विचारायचं होतं..."

रोहित मनातून उखडलाच. तो किती महत्त्वाची कामं करून आला आणि आणखी किती महत्त्वाची कामं पडली होती! त्यात या फडतूस वेटरच्या कवितांकडे लक्ष द्यायला त्याला फुरसत तरी होती का?

तरी मनातला राग दाबत त्यांनं वरकरणी शांतपणे विचारलं, "कवितांचं काय?"

"नाही म्हणजे. पाटील साहेबांकडून काही कळलं का?"

"काय कळायचं?"

"हेच, म्हणजे त्यांना माझ्या कविता आवडल्या की नाही आणि ते त्या....."

"अरे, असं काही मुद्दाम कळवत नाहीत संपादक. त्यांना आवडल्या तर छापतील ते. नाहीतर नाही."

"नाही, पण मग मला...."

"रविवारची पुरवणी बघत राहायची. त्यांना आवडलेलं साहित्य साधारणपणे दोन-चार महिन्यांत छापून येतं."

एवढं बोलून रोहित चालू लागला. रवीच्या कविता तो विसरूनच गेला होता. पण खोटं न बोलता सफाईदारपणे आपण त्याला टाळलं आणि तरीही त्याला योग्य ती माहिती पुरवली; याबद्दल त्यानं मनातल्या मनात स्वत:ची पाठ थोपटली.

असेच आणखी पंधरा दिवस गेले. तो नेहमीप्रमाणे कामात बुडलेला होता. आणि एका जाहिरातीतल्या जिंगलसाठी त्याचं घोडं अडलं. समर्पक अशा दोन-चार ओळी ज्या, त्या जाहिरातीत चपखल बसतील, जाहिरातविषयाचं छान वर्णन करतील अशा त्याला हव्या होत्या. त्यानं चार ओळींचे अनेक नमुने जुळवून बघितले; पण त्याला स्वत:लाच ते आवडले नाहीत.

मग त्याला वाटलं, एखाद्या कवितेत अशी एखादी ओळ, एखादा तुकडा सापडतो का ते बघावं. मग-त्याला धरून पुढे काहीतरी रचावं.

आणि त्याला एकदम रवीच्या कवितांची आठवण झाली. त्याच्याकडे कवितांची पुस्तकं होती, पण रवीच्या कविता अगदी नवीन होत्या. ताज्या होत्या. कोणी न वाचलेल्या, न ऐकलेल्या होत्या. त्या कशा असतील ते माहीत नव्हतं, पण त्यात

त्याला हवी तशी एखादी ओळ, एखादा तुकडा सापडला तर...

कवितांचे कागद त्याला शोधावेच लागले. रवीनं ते नीट टाचून दिले होते म्हणून ते गळपटले तरी नव्हते. दोन फायलींच्या मध्ये ते त्याला सापडले. बाकीच्या फायली जागेवर ठेवून त्यानं ते कागद पुढे घेतले आणि वाचू लागला.

आणि वाचतच गेला. एकदा वाचल्यानंतर तो परत सावकाश वाचू लागला. एकूण चार कविता होत्या. पण एक कविता जरा मोठी होती, त्यामुळे कागद मात्र पाच होते. कविता वेगवेगळ्या विषयांवरच्या होत्या. तीन कविता दुःखाच्या होत्या, दुःखावेगानं लिहिल्यासारख्या वाटत होत्या. त्यात वापरलेल्या प्रतिमा, त्यातले शब्द अगदी साधे-साधे होते; पण त्यातून व्यक्त होणारी वेदना मात्र काळजाला भिडणारी होती. काळजात घुसणारी होती. वाचणाऱ्याच्या घशात आवंढा दाटून यावा, इतकी प्रभावी होती.

चौथी कविता सर्वस्वी वेगळी होती. सुखाच्या, आनंदाच्या आवेगात लिहिल्यासारखी होती. साध्या-साध्या शब्दांमधूनच आनंद नुसता ओसंडत होता. कशाचा आनंद, कोणाचा आनंद याचा कवितेशी काही संबंध नव्हता; पण भरभरून आनंद मात्र होता. रोहितला वाटलं, बालकवींच्या "आनंदी आनंद गडे"नंतर इतकी सुंदर, प्रसन्न कविता आपण प्रथमच वाचतोय.

कवितेचे कागद पुढ्यात ठेवून रोहित थोडा वेळ नुसताच बसून राहिला. त्याचं मन तृप्त झालं होतं. आणि समोरच्या काव्यातला एखादा तुकडा उचलून आपल्याला जाहिरातीतल्या मॅटरमधे वापरता येतो का, हे बघण्याचा विचारही त्याच्या डोक्यात शिल्लक राहिला नव्हता.

पण तेवढ्यात त्याच्या टेबलावरचा टेलिफोन खणखणला आणि तो भानावर आला. फोन घेता घेता त्याच्या डोक्यातले विचार परत सुरू झाले. आपण या कविता कशासाठी वाचू लागलो हे त्याला आठवलं आणि तो त्या दृष्टीनं परत वाचू लागला.

त्याला समर्पक अशा एक-दोन ओळी वाचू लागला. काही शब्द इकडचे तिकडे करू लागला. एखाद्या ओळीचे तुकडे करू लगला. एखादा शब्द गाळून ती ओळ कशी वाटते ते पाहू लागला.

असं करता करता एकदम त्याला वाटलं; आपण करत असलेल्या बदलांमुळे समोरची कविता अधिक चांगली होत आहे. तिच्यातली भावना अधिक तीव्र होते आहे!

त्याला हुरूप आला. तोही कवीच होता की! शाळा कॉलेजच्या मॅगेझिन्समधे त्याच्या कविता छापून आल्या होत्या. बऱ्याच जणांनी त्या आवडल्याचं त्याला आवर्जून सांगितलंही होतं. नोकरीला लागल्यापासून त्याचं काव्य लेखन जवळजवळ

थांबलं होतं हे खरं, पण त्याला त्याचा काय इलाज होता? कामच इतकं असायचं की, असं काही करायला वेळच उरायचा नाही.. नाहीतर...

समोरच्या कवितेतले फेरबदल त्याच्या मनाप्रमाणे पूर्ण झाल्यावर त्यानं दुसरी कविता पुढे घेतली आणि तिचा तो विचार करू लागला.

जाहिरातीसाठी जिंगल लिहिण्याचं तो विसरूनच गेला आणि त्यानं रवीच्या सगळ्या कवितांना त्याच्या मनाप्रमाणे रूप दिलं. कुठे एखादा शब्द गाळला, कुठे एखादा नवीन घातला, एखाद्या ओळीचे तुकडे केले तर एखाद्या ओळीची पुनरुक्ती केली.

मग थोडा वेळ तो स्वस्थ बसला. त्याला खूप बरं वाटत होतं. समाधानानं मन भरून आलं होतं.

आपण अजूनही चांगलं काव्य करू शकलो असतो! त्याच्या मनात विचार आला आणि पाठोपाठ विचार आला, "या कविता जवळजवळ माझ्याच आहेत की! मी केलेल्या बदलांमुळे त्या इतक्या चांगल्या झाल्या आहेत.... नाही म्हणजे तशा त्या चांगल्याच होत्या, पण माझ्या बदलांमुळे..."

तो जसा जसा अधिक विचार करत गेला; तसतशी त्या कवितांच्या बदललेल्या रूपामुळेच त्या फार चांगल्या वाटताहेत; अशी त्याची खात्री पटत गेली.

आणि मग त्याच्या मन:चक्षूंसमोर त्या कविता छापून आल्या आहेत, खूप लोक त्या वाचताहेत, आपली 'वाहवा' करताहेत अशी दृश्यं तरळू लागली. संकेत पाटील आपली पाठ थोपटतो आहे आणि म्हणतो आहे "रोह्या, मानलं तुला."

संकेतनं खरोखरच पाठीवर थाप मारल्यावर करावं, तसा रोहितंन स्वत:च्या पाठीवरून एका बाजूला थोडासा हात फिरवला.

'कविता संकेतकडेच पाठवायच्या.' त्यानं ठरवलं.

आणि कवितांखाली आपलंच नाव टाकायचं!

आपण त्यात केलेल्या बदलांमुळेच त्या इतक्या चांगल्या झाल्या आहेत. तशा त्या बऱ्या होत्या... पण संकेतनं कदाचित त्या हातांतही धरल्या नसत्या....

नाहीतरी, एका साध्या वेटरजवळ इतकी प्रतिभा, संवेदना व्यक्त करण्याचं कौशल्य, शब्दांवरची पकड कुठून येणार? आपण सुधारणा केल्यामुळेच....

म्हणजे खरं तर आपणच या कवितांना आकार दिला आहे..... त्या आपल्यासारख्या आहेत.

रोहितनं कवितांखालचं कवीचं नाव परत एकदा वाचलं, 'रवीशशी'.

या नावातला किंवा नावातली 'शशी' कोण?

'रवी' हे ठीक आहे, पण त्याच्या जोडीनं येणारं 'शशी' हे नाव कुणाचं आहे?.... कुणाचं का असेना? आपल्याला काय त्याचं?

त्यानं थोडा वेळ विचार केला. मग कोरे कागद घेऊन त्या चारही कविता स्वत:च्या हस्ताक्षरात लिहून काढल्या. जरा विचार करून कवितांखाली 'सानंद' असं नाव लिहिलं. कविता एका पाकिटात घालून त्यावर संकेतचं नाव आणि वर्तमानपत्राचा पत्ता लिहिला आणि त्याच्या नेहमीच्या कुरीअर सर्व्हिसला फोन केला.

शिदोरेमार्फत त्याला ते पाकीट पाठवायचं नव्हतं.

दुसऱ्या दिवशी दुपारी चार वाजण्याच्या सुमारास त्याला संकेतचा फोन आला. रोहितनं फोन घेताच संकेत म्हणाला,

"रोह्या मानलं तुला!"

"म्हणजे? काय म्हणतो आहेस? कशाबद्दल म्हणतो आहेस?

काही न समजल्याचा आव आणत रोहित म्हणाला.

"अरे गाढवा, तुला काय वाटलं? मला कळणार नाही; कविता तुझ्या आहेत ते? टोपणनाव घेतलं म्हणून काय झालं?"

"अरे पण.... नाही, पण म्हणजे कसं कळलं तुला? मी तर अगदीच वेगळं नाव घातलं होतं कवितांवर."

"अहो विद्वान, कवितांचं पाकीट तुमच्याकडून आलं आणि कवीचं नाव आहे- सानंद"

"मग? त्यावरून कसं...."

"हे बघ, तुझ्या वडिलांचं नाव आनंद आणि आडनाव साने. सा अधिक आनंद बरोबर 'सानंद' हे तर शाळकरी मुलालाही कळेल. आणि तुझे वडील तर हयात नाहीत. त्याअर्थी 'सानंद' हे नाव तुझंच असलं पाहिजे."

"खरंच. हे इतकं सोपं होतं तर नाव ओळखणं! पण कविता कशा वाटल्या?"

"आधीच सांगितलं ना- मानलं तुला. कवितेचा तो काय स्फुल्लिंग वगैरे म्हणतात ना, तो अजून जिवंत असलेला दिसतोय तुझ्यात."

"खरंच सांगतो आहेस की...."

"येत्या रविवारी पुरवणी बघ." असं म्हणून संकेतनं फोन खाली ठेवला.

रविवारपर्यंतचे उरलेले चार-पाच दिवस केव्हा एकदा संपतात असं रोहितला झालं. रविवारी सकाळी उठताच बाकी काही करण्यापूर्वी धडधडत्या अंत:करणानं त्यानं वर्तमानपत्रातली रविवारची पुरवणी बघितली. कवितांच्या विभागात फक्त त्याच्याच दोन कविता छापलेल्या होत्या. प्रत्येक कवितेसाठी एक स्वतंत्र चित्रही होतं.

अत्यानंदानं काय करू अन् काय नको; असं त्याला झालं. चहा गाळत असलेल्या संध्याला त्यानं पाठीमागून जाऊन मिठीच मारली. तिच्या हातातला चहा

सगळा ओट्यावर सांडला.

"अहो, काय हे?" चिडून ती उद्गारली, पण तिच्या चिडण्याकडे लक्ष न देता त्यानं तिच्या हातातला चिमटा आणि चहाचं पातेलं काढून खाली ठेवलं आणि म्हणाला,

"हे सगळं सोड. इकडे ये आधी." त्यानं तिच्या दंडाला धरून तिला टेबलाशी आणलं आणि रविवारची पुरवणी तिच्या हातात देत म्हणाला, "हे बघ, हे वाच आधी."

"काय वाचू?" तिनं गोंधळून विचारलं.

"अगं, ह्या कविता वाच. माझ्या आहेत त्या."

"तुमच्या? खरंच? अगं बाई." असं नवलानं म्हणून ती कविता वाचू लागली.

तो दिवस मग त्या दोघांनी सणासारखा साजरा केला. बाहेर जेवायला गेले. चौपाटीवर फिरले, सिनेमा बघितला. तिच्यासाठी ड्रेस आणि त्याच्यासाठी शर्टची खरेदीही केली. हातात भरपूर पैसा असलेल्या तरुण जोडप्यानं करावी तशी सगळी मजा करूनच ते घरी परतले.

दुसऱ्या दिवशी ऑफिसला जातानासुद्धा रोहित खुशीतच होता. आपण चांगलं काव्य करतो, ते छापून येतं, "सानंद" हे टोपणनाव आपण घेतलेलं आहे, हे सगळं आता तो हळूहळू ऑफिसमधल्या सगळ्या स्टाफला सांगणार होता.

नेहमीप्रमाणे गाडी पार्क करून तो ऑफिसच्या इमारतीपाशी आला आणि मनावरची धुंदी खाडकन उतरली.

वेटरचा युनिफॉर्म घालून रवी दारात उभा होता!

याला.... याला कळलं का आपण काय केलं ते? त्यानं कालची रविवार पुरवणी बघितलीन् का?... बघितलीच असेल... नेहमीच बघत असेल तो रविवारची पुरवणी... आपणच तर सांगितलं त्याला... पुरवणीत त्याच्याच कविता दुसऱ्याच्या नावानं...

मागच्या मागं पळून जावं, रवीच्या दृष्टीस पडू नये; असं रोहितला वाटू लागलं, पण तेवढ्यात रवीनं त्याला पाहिलं आणि तो रोहितजवळ आला.

"साहेब... मला तुम्हाला काही सांगायचं आहे."

पडलेल्या आवाजात तो म्हणाला.

"काय? काय सांगायचं आहे?" रोहितनं उसन्या अवसानानं म्हटलं. आता त्याचा धीरही परत येऊ लागला होता. रविवारच्या पुरवणीतल्या कविता त्यानं पाठवल्या आहेत, याचा काही पुरावा रवीजवळ नव्हता. कारण त्यांच्यातील शब्दरचना थोडीशी वेगळी होती. शिवाय 'कवी' म्हणून कवितेखाली नावही

वेगळंच होतं. त्यामुळे रोहितशी त्यांचा संबंध जोडता येणार नव्हता.

आपण उगाचच घाबरलो, रोहितला वाटलं.

"साहेब, या कविता पाटीलसाहेबांकडे पाठवाल का?" हातातले कागद पुढे करत रवी म्हणाला.

"हे... ह्या कविता... परत..." काय बोलावं ते न सुचून रोहित उद्‌गारला. रवीनं रविवारची पुरवणी बघितली नव्हती का?

"ह्या माझ्या आईनं केलेल्या कविता आहेत, साहेब."

"आईनं? पण आई तर..."

"साहेब, माझी आई फार शिकलेली नव्हती, पण तरी अधूनमधून काहीतरी लिहून ठेवायची. सगळ्या काही कविता नसायच्या. खरं म्हणजे तुटक-तुटक जसं सुचेल तसं; पण खूप खोलवर जाणवलेलं असं गद्यच लिहून ठेवलेलं आहे तिनं. त्यातलचं काही..."

"अरे पण, तुझी आई तर नाही ना आता?" रोहितनं विचारलं. रवीला काही कळलेलं दिसत नव्हतं.

"गेल्याच वर्षी गेली ती." उदास स्वरात रवी उत्तरला. "पण तिची एक जाडजूड वही आहे माझ्याजवळ. त्यातले काही उतारे... मी त्यांना कवितांचं रूप दिलं आणि तुमच्याजवळ आणून दिले, साहेब... साहेब, आणखी दहा दिवसांनी वर्ष पुरं होईल ती गेल्याला. तिचं श्राद्ध वैगेरे करणं मला कसं जमणार आहे? एक तर मला त्यातलं काही कळत नाही आणि असल्या गोष्टींवर माझा विश्वासही नाही... पण तिनं लिहिलेल्या कविता... म्हणजे मी जरी त्यांना कवितांचं रूप दिलं असलं तरी मूळ उतारे तिचेच आहेत. शब्द आणि भावना तिच्याच आहेत... त्या कविता प्रसिद्ध करून तिला श्रद्धांजली वाहावी अशी इच्छा आहे, साहेब."

"ते खरं रे. पण माझ्या हातात का आहे ते?"

"ते मला माहीत आहे साहेब." आपली नजर रोहितवर रोखत रवी म्हणाला.

त्या नजरेनं रोहितला सांगितलं, रवीला सगळं कळलं आहे, सगळं माहीत आहे! त्यानं त्याच्या कविता ओळखल्या आहेत आणि आपणच 'सानंद' आहोत हेही ओळखलं आहे!

आणि तरीही...?

रवी पुढे म्हणाला, "साहेब, मी तुम्हाला आधी दिलेल्या कवितांवर माझंही नाव घातलं होतं... मी तसं करायला नको होतं. माझ्यासाठी जन्मभर खस्ता खाणाऱ्या आईनं लिहिलेल्या साहित्यावर... मी तिचं श्रेय लाटायचा प्रयत्न करावा? तिला श्रद्धांजली वाहायची असं म्हणायचं आणि स्वत:च श्रेय घ्यायचा प्रयत्न करायचा... कृतघ्न, कृतघ्न झालो होतो मी... बरं झालं त्या कविता माझ्या नावानं

छापून आल्या नाहीत. नकोच होत्या त्या तशा प्रसिद्ध व्हायला.''

काय बोलावं ते रोहितला समजेना.

''पण साहेब, या कविता मात्र तिच्याच नावानं आहेत. कवयित्री म्हणून तिचंच नाव घातलं आहे खाली... प्लीज, द्याल का या पाटीलसाहेबांकडे? मला खात्री आहे, त्यांना आवडतील... आणि मला त्यांचा मोबदला वगैरे काही नको. फक्त त्यांना प्रसिद्धी मिळाली पाहिजे. म्हणजे आईला श्रद्धांजली वाहिल्याचं समाधान मला मिळेल... आणि मला खात्री आहे, की माझी आई जिथे असेल तिथे तिला हे कळेल. जाणवेल... प्लीज साहेब, नाही म्हणू नका.''

अजिजी करत असलेल्या रवीच्या हातातले कागद घेण्यासाठी रोहितचा हात आपोआप पुढे आला, पण तोंडून काही शब्द मात्र फुटले नाहीत.

रोहितनं कागद घेताच रवीनं मान खाली घातली आणि अधिक काही न बोलता खालमानेनंच तो कँटीनकडे चालू लागला.

त्यानं दिलेले कागद तसेच हातात धरून रोहित लिफ्टमध्ये शिरला. कविता वाचायची उत्सुकता त्याला लागली होती आणि स्वत:विषयी थोडी लाजही वाटत होती. त्यानं खुशाल वाङ्मयचौर्य केलं होतं! दुसऱ्याच्या साहित्याची चक्क चोरी केली होती!

लिफ्टमध्ये आणखीही लोक होते. त्यामुळे त्यानं हातातले कागद नुसतेच धरून ठेवले. वाचले नाहीत. केबिनमध्ये गेल्यावर मात्र तो पहिलं काम तेच करणार होता.

पण केबिनमध्ये आधीच मालविका, दीपक आणि कोणीतरी अनोळखी बाई येऊन बसलेल्या होत्या. नवीन क्लायंट असेल असं वाटत होतं. त्यांच्याशी ओळख, काम समजून घेणं आणि मग दीपक आणि मालविकेच्या अडचणी सोडवणं यात कवितांचा विषय त्याच्या डोक्यातून पार गेला.

दोन दिवस असेच गेले आणि मग एकदम त्याला कवितांची आठवण झाली. टेबलवरच्या फायलींमधून त्यानं त्या शोधून काढल्या आणि आधी खालचं नाव बघितलं - 'शशिकला देवळे.'

म्हणजे रवीच्या आईनं नावं 'शशिकला' होतं तर. म्हणूनच त्यानं आधीच्या कवितांखाली 'रवीशशी' असं नाव लिहिलं होतं.

या नवीन कविता तीनच होत्या, पण आधीच्या कवितांसारख्याच याही भावपूर्ण होत्या. काळजाला भिडणाऱ्या होत्या.

आता या कविता तरी खऱ्या कवीच्या नावानं प्रसिद्ध व्हायला हव्यात! त्याला स्वत:ची परत एकदा लाज वाटली. ड्रॉवरमधून त्यानं कोरं पाकीट काढलं. त्यावर संकेतचा पत्ता लिहिला, पण कवितांचे कागद पाकिटात घालताना त्याचा हात अडला.

आपण आधी त्याला आपल्या नावानं काही कविता पाठवल्या होत्या. आता या पाठवतो आहे. दोन्हींची शैली एकच आहे. वापरलेले काही शब्दही दोन्हींमध्ये सारखेच आलेले आहेत. या दोन्हींचा कर्ता एकच आहे; हे त्याच्या लक्षात नाही का येणार?

की येईल? आणि आपलं पितळ उघडं पडेल?

आपला खोटेपणा त्याच्या लक्षात आला तर, तो आपली काय किंमत करेल?

तो साहित्याचा चांगला जाणकार आहे. कवितांची शैली, त्यांची भाषा यावरून त्याला शंका तर नक्कीच येईल आणि मग तो सतरा चौकशा नक्कीच करेल!

रोहितनं कवितांचे कागद पाकिटात घातले, पण पाकीट टेबलवर तसंच ठेवून दिलं.

त्याच्या कामाच्या व्यापात खरं म्हणजे तो त्या पाकिटाची गोष्ट विसरून गेला असता, पण या वेळी असं झालं नाही. अधूनमधून त्याला त्याची आठवण येत होती पण काय करावं, ते कळत नव्हतं.

त्याला पुन्हा एकदा आठ दिवसांसाठी हैद्राबादला जावं लागलं. तिथून परत आला; तेव्हा मात्र त्याच्या डोक्यातून कवितांचा विचार पूर्णपणे गेला होता.

तो परतला त्या दिवशी, तो केबिनमध्ये जाऊन बसल्यावर थोड्या वेळानं त्यानं न बोलावताच शिदोरे आत आला आणि नुसताच घुटमळत राहिला. शेवटी कामातून डोकं वर काढत, रोहितनं विचारलं.

"काय रे शिदोरे, काय हवंय?"

"साहेब... तुम्हाला माहीत नसेल, रवी गेला."

"रवी... कुठे गेला रवी?" समोरच्या फायलीत परत डोकं खुपसत रोहितनं विचारलं. रवी कँटीनचं काम सोडून गेला असला तर बरंच झालं, कटकट गेली. उगाच काहीतरी... भुणभुण गेली, हे बरंच झालं...

"गेला म्हणजे वारला, साहेब."

"आँ! वारला? खरंच?" आता मात्र रोहितला खरोखरच धक्का बसला. "अरे पण, चांगला होता की तो. तरुण होता. व्यवस्थित काम वगैरे करत होता आणि...."

तेवढ्यात शिदोरेला कोणीतरी हाक मारलेली ऐकू आली आणि तो बाहेर गेला.

रोहित काही वेळ सुन्न झाल्यासारखा बसून राहिला. रवीच्या आईच्या कविता अजून त्याच्याजवळ पडून होत्या. त्या प्रकाशित करण्याची रवीची केवढी तीव्र इच्छा होती! पण ती काही पूर्ण झाली नाही.

रोहितनं कवितांचं पाकीट शोधून काढलं. ते समोर ठेवून तो बसला. आता

त्या कवितांचं काय करायचं? संकेतकडे पाठवायच्या का? आपली लबाडी ओळखेल ही शक्यता गृहीत धरूनसुद्धा त्याच्याकडे त्या पाठवाव्यात का?

आणि मग एका विषारी विचारानं त्याच्या मनात फणा काढला. या कविता आपल्याच नावानं का पाठवू नयेत?

नाहीतरी रवी आता नाहीच आहे. त्याची आई तर कधीच गेली आहे. हे काव्य आपलं नाही, हे कोणाला कळणार आहे?''

आईचं लेखन प्रकाशित व्हावं अशी रवीची तीव्र इच्छा होती. ती इच्छाही पूर्ण होईल!

आणि यात एवढं वाईट असं काय आहे? मोठेमोठे लेखकसुद्धा दुसऱ्यांचं साहित्य स्वत:च्या नावावर खपवतात. असं केलं म्हणून त्यांचं कुठे काय बिघडतं? थोडे दिवस चर्चा होते आणि मग परत सगळं शांत होतं. चोरी उघडकीस आली म्हणून त्यांना त्याचा काही त्रास होताना दिसत नाही.

आणि आपल्या बाबतीत तर चर्चा होण्याचाही प्रश्न नाही. मुळात हे साहित्य अजून प्रकाशितच झालेलं नाही!

रोहितनं पाकिटातले कागद काढले. स्वत:च्या हस्ताक्षरात कवितांच्या नकला केल्या आणि कुरिअरमार्फत संकेतकडे त्या पाठवून दिल्या. मात्र या वेळी त्यानं कवितांखाली स्वत:चंच नाव घातलं - रोहित साने.

आणि मग त्याचे विचार पुढे धावू लागले. रवीच्या आईची लिखाणाची एक वही असल्याचं तो म्हणत होता. ती आपल्याला मिळवता येईल का?

नाहीतरी आता त्याच्या घरी कोणीच नसेल.

पण म्हणून ती वही आपल्याला मिळेल असं थोडंच आहे? आणि कोणीतरी असेलच ना तिथे? दूरचे कोणी नातेवाईक, रवीचा कोणी मित्र?

रवीच्या घरी जे कोणी असेल त्याच्याकडून वही कशी मिळवायची; याचा विचार तो करू लागला.

दोन-तीन दिवस गेले. एके दिवशी तो दुपारचं जेवण उरकून आपल्याच तंद्रीत परत येत होता. तो ऑफिसच्या इमारतीपाशी आला आणि त्याला दारात उभा असलेला रवी दिसला!

धक्का बसून तो एकदम थांबला.

रवी तिथे असणं कसं शक्य होतं? तो तर...

त्याला घाम फुटला होता... कदाचित उन्हानंही असेल. ऊन किती होतं... त्यानं स्वत:ची समजूत घातली. खिशातून रुमाल काढून चेहऱ्यावरून, मानेवरून फिरवला आणि प्रवेशद्वाराकडे परत एकदा नजर टाकली.

तिथे कोणीच नव्हतं.

त्याला स्वत:चंच हसू आलं. ''खाई त्याला खवखवे'' म्हणतात ना!

तो भराभरा इमारतीत शिरला. आणि इकडे-तिकडे लक्ष न देता सरळ आपल्या केबिनमध्ये घुसला.

त्याचा फोन वाजत होता. त्यानं रिसीव्हर उचलून कानाला लावला. संकेतचा फोन होता.

''कॉंग्रॅट्स रोहित. आमच्या विशेषांकासाठी तुझ्या तीनही कवितांची निवड झाली आहे.''

''विशेषांक?''

''हो. पुढच्या रविवारी आमचा 'वासंतिक विशेषांक' निघतो आहे. त्यात कवितांना विशेष स्थान दिलं जाणार आहे. त्यात तुझ्या तीनही कविता आहेत.''

''हो? थँक्स संकेत.''

''अरे, त्यात थँक्स कसले? आहेतच त्या चांगल्या. पण एकदम तू इतकं चांगलं काव्य कसं काय करू लागलास?'' असं म्हणून संकेत मोठ्यानं हसला.

''अरे, मी मनावर घेतलं तर काय कठीण आहे का कविता करणं?'' रोहित उत्तरला; पण संकेतला शंका आली आहे हे त्यानं ओळखलं. मग फारसं बोलणं न वाढवता त्यानं फोन खाली ठेवला.

रवीच्या आईची वही मिळवायची निकड त्याला जाणवू लागली. एकदा ती वही हातात आली, की पुढे पुष्कळ दिवस आपल्याला वापरता येईल. आणि मग सवयीनं आपल्यालाही सुचू लागेलंच की नवीन काही! सध्या साहित्यक्षेत्राशी अजिबातच संबंध उरलेला नाही म्हणून. नाहीतर...

त्यानं शिदोरेला हाक मारली. तो आत आल्यावर त्यानं रवीच्या घरी कोण असतं याची चौकशी केली. तिथे रवीची एक लांबची आतेबहीण काही दिवसांपासून येऊन राहिली होती, असं कळलं. रवीला आणखी कोणी नातेवाईक नव्हते. ही आतेबहीणसुद्धा जबलपूरहून आली होती. विधवा होती. एकटीच होती. चाळीत अजून तिच्या ओळखी नव्हत्या. त्यामुळे तिचं कोणाशी बोलणं-चालणं नव्हतं.

शिदोरेबरोबर संध्याकाळी रवीच्या घरी जायचं असं ठरवून रोहित कामं उरकण्याच्या मागे लागला.

संध्याकाळी ते दोघं चाळीपाशी पोहोचले, तेव्हा तिन्हीसांजा झाल्या होत्या. रवीची खोली पहिल्या मजल्यावर कोपऱ्यातली होती. खोलीचं दार बंद होतं. दारावरचं शटर प्रकाशित होतं, म्हणजे आत कोणीतरी होतं.

शिदोरेनं दाराची कडी वाजवली. लगेच कोणी दार उघडलं नाही. पण सावकाश कडी काढण्याचा आवाज झाला आणि दार उघडलं.

दारात एक मध्यमवयीन बाई उभी होती.

साधी मळखाऊ रंगाची साडी, मॅचिंग नसलेलं ब्लाऊज, केसांचा घट्ट अंबाडा आणि कपाळावर काळी टिकली. दार उघडून काही न बोलता ती नुसतीच उभी राहिली, तशी शिदोरे म्हणाला,

"हे आमचे साहेब आहेत. रवीला ओळखत होते. तो गेला म्हणून भेटायला आले आहेत.

"या." आत वळत ती म्हणाली.

रोहित आणि शिदोरे आत शिरले. खोलीत एक पलंग आणि एक खुर्ची दिसत होती. कोपऱ्यात एक जुनं स्टीलचं कपाट होतं. कपाटाला असलेल्या आरशाच्या बऱ्याच भागावरचा पारा उडालेला दिसत होता. एका भिंतीशी तीन- चार ट्रंका, गाठोडी, एकात एक घालून ठेवलेली भांडी असं बरंच गबाळ दिसत होतं.

"बसा." ती बाई म्हणाली. तशी दोघं पलंगावर बसले. आता पुढे विषय कसा सुरू करावा; याचा रोहित विचार करत असतानाच ती म्हणाली,

"त्याचं पहिलं सगळं सामान बाजूला करून ठेवलंय." आणि तिनं भिंतीशी असलेल्या गबाळाकडे हात केला.

"हं, हो." असं काहीतरी रोहित म्हणाल्यावर ती पुढे म्हणाली.

"असं काहीतरी विपरीत झाल्यावर घरातलं सामान वापरायचा धीरच होत नाही. या पलंगावरसुद्धा निजत नाही मी. माझ अंथरूण खालीच घालते."

"माणूस गेल्यावर वाईट वाटतंच आणि रवी तर अगदी तरुण होता." रोहित म्हणाला.

"नाही, तशी तर एखादे वेळी तरुणपणात जातात माणसं... पण आपल्या हातानं फास लावून घ्यायचा म्हणजे..."

"काय?" रोहित उडालाच.

"किती इच्छा घोटाळत असतील बिचाऱ्याच्या इथे! धीरच होत नाही कशाला हात लावायचा." ती पुढे म्हणाली.

"पण, पण रवी ... रवीनं..." रोहित हादरलेलाच होता. "शिदोरे, रवीनं काय..."

"हो साहेब. गळफास लावून आत्महत्या केली त्यानं... या पंख्याच्या हुकाला..."

"अरे, पण तू काही बोलला नाहीस मला."

"सांगितलं नं साहेब, त्या दिवशी मी तुमच्या केबिनमधे तेवढ्यासाठी तर आलो होतो आणि..."

"अरे, पण, रवी गेला एवढंच सांगितलंस तू मला. त्यानं आत्महत्या केली हे सांगितलं नाहीस!"

"नाही सांगितलं? असं कसं होईल? मी ते सांगायलाच तर आलो होतो,

साहेब, इतकं वाईट झालं... इतका तरुण हुशार मुलगा...

रोहितला एकदम आठवलं - रवीच्या मृत्यूची बातमी सांगत असतानाच शिदोरेला कोणीतरी हाक मारली होती आणि बोलणं अर्धं सोडून तो गेला होता.

पण त्याला मात्र चांगलाच धक्का बसला होता. रवीनं आत्महत्या केली होती! का केली होती?

"पण असं का केलं असेल त्यानं?"

"तो जीवनाला कंटाळला होता साहेब. त्यानं एक चिठ्ठी लिहून ठेवली होती. त्यात त्यानं लिहिलं होतं, की असं भकास, निष्प्रेम आणि निरुद्देश आयुष्य जगायला तो कंटाळला होता. त्याच्या आईसाठी तो काहीच करू शकला नव्हता. ती गेल्यावरसुद्धा तो तिच्यासाठी काही करू शकत नव्हता आणि म्हणून तिला भेटायला जाणं एवढंच त्याच्या हातात असल्यामुळे तो जीवन संपवून तिच्याकडे जात होता." आपल्याला कोणीतरी थाड् थाड् मारत आहे असं रोहितला वाटलं. रवीनं आपल्याकडे दिलेल्या आणि आपण ठेवून दिलेल्या कवितांशी तर या सगळ्याचा संबंध नाही ना?

"कधी गेला रवी?" त्यानं विचारलं.

"मला वाटतं, पंधरा दिवस झाले. ज्या दिवशी त्याच्या आईचं वर्षश्राद्ध होतं. त्या दिवशी त्यानं त्याच्याकडे असलेल्या तिच्या एका लहान फोटोला फुलं वाहिली, उदबत्ती ओवाळली, दोन केळ्यांचा नैवेद्य दाखवला. प्रसाद घ्यायला म्हणून त्यानं मला हाक मारली म्हणून मला एवढं तरी कळलं. बाकी त्यानं कोणाला काही सांगितलंही नाही. आणि दुसऱ्या दिवशी फास लावून घेतला."

रोहित सुन्नपणे बसून राहिला. मग जरा वेळानं ती बाई म्हणाली, "मला जबलपूरच्या पोलिसांकडून कळलं सगळं. मुंबईच्या पोलिसांना माझा पत्ता मिळाला म्हणे सामानात. मी लगेच आले, तरी चार-पाच दिवस उलटून गेले होते. पंचनामा वगैरे होऊन अग्नीही दिला गेला होता... बिच्चारा रवी. अनाथासारखा..." एवढं बोलून नि डोळ्यांना पदर लावला.

तिचे डोळे खरंच ओले झाले होते की नाही; कळायला मार्ग नव्हता. तिचे रवीच्या कुटुंबाशी जवळचे संबंध नव्हते, एवढं मात्र नक्की होतं.

आता रवीच्या आईच्या वहीचा विषय काढणं अशक्यच होतं. जरा वेळ सगळेच गप्प होते. मग तीच म्हणाली, "या सामानाचं काय करावं कळत नाहीये मला."

आपण हे सामान हिच्याकडून घेतलं तर! रोहितच्या विचारांनी एकदम उचल खाल्ली. रवीची आठवण म्हणून हे सामान घ्यावं, त्यात कुठेतरी ती वही सापडेल. हिला हवं तर त्याबदली काही पैसे द्यावेत, मग हळूहळू...

स्वत:च्या विचारांची त्याला स्वत:लाच लाज वाटली!

"एखाद्या अनाथाश्रमाला देऊन टाका." त्यानं सुचवलं.

मग ते दोघं उठले आणि तिचा निरोप घेऊन बाहेर पडले. शिदोरे त्याच्या घरी गेला आणि रोहित घरी निघाला.

आणि वहीच्या विचारानं परत त्याला पछाडलं. थोडा धीर केला, नीट प्लॅनिंग केलं तर... शिदोरेला आणि त्या रवीच्या बहिणीला शंका येणार नाही... शंका तरी कसली यायची म्हणा.. अशी काही वही आहे हे तरी त्या दोघांना कुठे माहीत आहे?... शिदोरेला कदाचित माहीत असेल...

वहीच्या विचारात त्या रात्री कितीतरी वेळ तो जागाच होता.

दुसऱ्या दिवशी सकाळी त्यानं दोन-तीन फोन केले आणि मग तो शिदोरेच्या चाळीत गेला. सकाळी साडेनऊच्या सुमारास त्याला दारात उभा पाहून शिदोरेनं तोंडात बोट घालायचंच तेवढं बाकी होतं.

रवीचं सामान अनाथाश्रमाला देण्यासाठी घेऊन जायचं आहे, असं रोहितनं सांगितल्यावर शिदोरे त्याच्याबरोबर रवीच्या घरी गेला.

रोहितनं मोठ्या चार पिशव्या बरोबर आणल्या होत्या. रवीचं सामान त्याच्या बहिणीच्या देखतच त्यांनी उघडून बघितलं. कपडे, चादरी, भांडी-कुंडी, थोडं उरलेलं धान्य वगैरे, काही पुस्तकं, कागद आणि एक वही!

लहान लहान सामान, कागद, पुस्तकं, कपडे असं सामान त्यांनी पिशव्यांमधे भरलं. रोहितनं शिताफीनं ती वही एका पिशवीत वरच ठेवली. मग शिदोरेच्या आणि बहिणीच्या मदतीनं त्यानं सगळं सामान त्याच्या गाडीत नेलं. तेव्हा शिताफीनं त्यानं वही मागच्या सीटखाली लपवली.

अनाथाश्रमात सामान पोहोचवून आणि शिदोरेला त्याच्या घरी सोडून रोहित सरळ ऑफिसला गेला. मागच्या सीटखाली पडलेली वही घेऊन तो घाईघाईनं ऑफिसकडे निघाला. ती वही वाचण्यासाठी तो अगदी अधीर झाला होता.

आणि इमारतीच्या प्रवेशद्वारातच त्याला रवी दिसला!

रोहितच्या हातापायातलं त्राणच गेलं. तो जागच्या जागी खिळून उभा राहिला. त्यानं डोळे गच्च मिटून घेतले. डोळ्यांवर हात चोळले. मग जरा घाबरतच डोळे उघडले.

समोर कोणीही नव्हतं.

आपल्याला भासच झाला तर! पण असे भास होणं काही चांगलं नाही, असं मनाशी म्हणत तो लिफ्टमध्ये शिरला. त्याच्या पाठोपाठ आणखी चार-पाच माणसं शिरली आणि लिफ्ट सुरू झाली.

दुसऱ्या मजल्यावर दोघं जण उतरले आणि रवी आत शिरला!

रोहितची भीतीनं गाळण उडाली. त्यानं डोळे मिटून घेतले. लिफ्ट सुरू झाली आणि परत काही सेकंदांनी थांबली, काही माणसं बाहेर पडली, दार लागलं आणि लिफ्ट सुरू झाली, हे सगळं त्याला जाणवलं; पण त्यानं डोळे उघडले नाहीत. लिफ्ट परत थांबली तेव्हा त्यानं डोळे उघडले.

त्याचा पाचवा मजला आला होता.

आणि लिफ्टमध्ये तो एकटाच होता!

कपाळावरचा घाम पुसत तो घाईघाईन केबिनमधे शिरला. टेबलवर झाकून ठेवलेला ग्लास उचलून घटाघटा पाणी प्याला. मग खुर्चीवर बसताना त्यानं हातातली वही टेबलवर ठेवली, तेव्हा त्याला त्याच्या हातात इतका वेळ काय होतं, त्याची एकदम आठवण झाली. चटका बसल्यागत त्यानं हात मागे घेतला आणि विस्फारलेल्या डोळ्यांनी तो वहीकडे बघू लागला.

त्यानं ती वही गुपचूप, चोरून... हो, चोरूनच आणल्यामुळे रवी त्याच्या मागे लागला होता का?

छे:, काहीतरीच काय?

स्वत:शीच जरासं हसत रोहितनं मान हलवली. मेलेलं माणूस असं कुणाच्या मागे लागत नसतं! सगळे आपल्या मनाचे खेळ आहेत. रवीनं आत्महत्या केली; हे कळल्यामुळे बसलेला धक्का आणि त्याची वही उचलून आणल्यामुळे मनात असलेली अपराधीपणाची भावना यांमुळे आपल्याला रवी दिसत असल्याचा भास होतो आहे.

स्वत:च्या भावनांचं असं विश्लेषण केल्यावर रोहितला जरा बरं वाटलं. त्यानं बेल दाबून शिदोरेला बोलावलं.

पण शिदोरेच्या ऐवजी बाहेरचा एक लिपिक जोशी आत आला आणि म्हणाला,

"सर, शिदोरे आला नाही अजून. काही काम आहे का?"

"नाही, तसं काही खास नाही." रोहित उत्तरला आणि जोशी बाहेर गेला.

शिदोरेला यायला उशीर होणार; हे आपण विसरले होतो!

मग मात्र रोहितनं चालू कामाची फाईल पुढे ओढली आणि तो कामात बुडून गेला.

टेबलावर पडलेल्या वहीला मात्र त्यानं हातही लावला नाही.

दुसऱ्या दिवशी सकाळी गाडी पार्क करून ऑफिसच्या इमारतीकडे येताना त्याचं हृदय धडधडत होतं. तिथे प्रवेशद्वारात रवी आहे का हे त्यानं दुरूनच न्याहाळलं. पण तिथे रवी नव्हता. ये जा करणारी इतर माणसं दिसत होती, पण रवी मात्र दिसत नव्हता.

सुटकेचा नि:श्वास सोडून आणि स्वत:लाच हसत रोहित पायऱ्या चढून लिफ्टमधे शिरला. लिफ्टमधे तर रवी नव्हता ना? जरा धास्तावून त्यानं आतल्या माणसांवर नजर फिरवली. सगळी त्याच्यासारखीच नॉर्मल माणसं होती. त्यांच्यात रवी नव्हता.

नकळत मनावर आलेलं ओझं उतरल्यामुळे मजेत स्वत:शी गुणगुणत तो केबिनमधे पोहोचला. आता आधी चहा घ्यायचा असं ठरवून तो खुर्चीत बसत असताना काहीतरी आवाज झाल्यासारखा वाटला म्हणून त्यानं वर बघितलं.

टेबलासमोर रवी उभा होता!

रोहित भेदरला, पण त्याची बुद्धी काम करत होती. हा रवी नाही, रवी असणं शक्य नाही, हा आपला भ्रम आहे; असं स्वत:ला बजावत त्यानं डोळे घट्ट मिटून घेतले.

थोड्या वेळानं त्यानं डोळे उघडले, तेव्हा केबिनमधे कोणीही नव्हतं.

आपल्याला राहून राहून रवी दिसतो; कारण त्याच्या कविता आपल्या नावावर खपवल्या आणि त्याची वही उचलून आणली म्हणून आपल्या मनात अपराधीपणाची भावना आहे, याबद्दल रोहितची खात्री पटली.

पण आपल्याला असं अपराधी वाटण्याचं काही कारण नाही. आपण काही कुठे दरोडा घातला नाही की चोरीमारी केलेली नाही. फक्त काही कविता आपल्याच असल्याचं दडपून सांगितलं एवढंच!

आणि त्या कविता तरी रवीच्या थोड्याच होत्या? तेव्हा आपलं काही फारसं चुकलेलं नाही.

चुकलेपणाची ही भावना मनातून काढून टाकायची.

नीट विचार करून स्वत:ला होणाऱ्या भासांचं मूळ शोधून काढल्यामुळे आणि तो विचार मनातून काढून टाकण्याचा निर्णय घेतल्यामुळे रोहितला बरं वाटलं. निश्चिंत वाटलं. त्यानं शिदोरेला हाक मारली आणि चहा घेऊन यायला सांगितलं आणि तो कामात बुडून गेला.

रवीची वही तशीच टेबलावर पडून होती. तिला मात्र त्यानं हात लावला नाही.

असेच काही दिवस गेले आणि एक दिवस रोहितच्या एकदम लक्षात आलं; की वही टेबलावर नाहीये! क्षणभर तो हादरला. पण मग त्याच्या लक्षात आलं, की टेबलावर आवरासावर करताना टेबल पुसताना शिदोरेनं बहुधा ती कुठेतरी, एखाद्या ड्रॉवरमधे किंवा कपाटात उचलून ठेवली असेल.

आपण एकदम इतके घाबरतो कशाला? तो स्वत:वरच चिडला. त्या दिवशी मग दिवसभर तो कुणावर ना कुणावर चिडतच होता. रात्री निजतानाही तो चिडक्या मन:स्थितीतच होता. मात्र सकाळी उठला तेव्हा तो आदल्या दिवशीचं सगळं

विसरला होता.

नेहमीप्रमाणे गाडी पार्क करून तो इमारतीपाशी आला. प्रवेशद्वारात रवी उभा होता!

'हा भ्रम आहे' असं स्वतःला बजावत रोहित बाहेरच्या त्या पाच पायऱ्या चढला आणि लिफ्टपाशी जाऊ लागला, तशी रवी त्याच्या वाटेत येऊन उभा राहिला. आणि हात पुढे करत म्हणाला,

"साहेब, प्लीज, नाही म्हणून नका. या दोन कविता तेवढ्या पाटीलसाहेबांकडे पाठवा. प्लीज."

"हे काय वेड्यासारखं चाललं आहे? एवढा कसा भ्रम होतो?" रोहित स्वतःशीच पुटपुटला.

"साहेब, घ्या ना, प्लीज." रवी परत म्हणाला.

या भ्रमात फसायचं नाही, त्या भासाला बळी पडायचं नाही असं स्वतःला बजावत रोहित थोडा बाजूला झाला आणि पुढे जाण्याचा प्रयत्न करू लागला.

रवी परत त्याच्या पुढ्यात आला आणि त्यानं हातातले कागद परत पुढे केले.

"ए, काय आहे हे?" रोहित ओरडला, तशी आजूबाजूच्या लोकांनी चमकून त्याच्याकडे पाहिलं.

"साहेब, कविता आहेत या. प्लीज." रवी परत म्हणाला.

"काय गाढवपणा आहे!" रोहित परत एकदा ओरडला आणि समोर दिसणाऱ्या रवीच्या अंगावर जोरात चालून गेला.

त्या जोरानं तो धडपडत पाच-सात पावलं पुढे गेला. कारण समोरच्या बाजूला काहीच नव्हतं. कोणीच नव्हतं. आजूबाजूचे लोक आपल्याकडे बघताहेत हे त्याला जाणवलं आणि इकडे-तिकडे न बघता तो सरळ लिफ्टमधे शिरला.

स्वतःच्या केबिनमधे शिरताना त्याची पावलं मंदावली, पण धीर करून तो आत शिरला. आत कोणी नव्हतं.

खरं म्हणजे खाली, इमारतीच्या प्रवेशद्वारातही कोणी नव्हतं, त्यानं स्वतःला बजावलं. आणि तो कामाला लागला. दिवसभर काही ना काही निमित्तानं तो कोणाला ना कोणाला केबिनमधे बोलवत राहिला. एकटं राहण्याचं त्यानं टाळलं.

दिवसभर माणसांच्यात राहिला तरी रवीचे विचार त्याच्या डोक्यातून जात नव्हते. आता परत तो कुठे आणि केव्हा दिसेल आणि तो दिसल्यावर आपण काय करायचं, हा प्रकार कसा थांबवायचा याचा विचार करून त्याचा मेंदू शिणून गेला; पण त्याचं उत्तर काही त्याला सापडत नव्हतं. शेवटी रोजच्यापेक्षा अर्धा तास लौकरच तो घरी गेला.

आणि नंतरचे चार दिवस त्यानं चक्क रजा काढली. संध्याबरोबर तो लोणावळ्याला जाऊन राहिला. चार दिवस जमेल तेवढा आराम आणि मजा करून रविवारी रात्री दोघं घरी परतले. रवीचा विचार त्याच्या डोक्यातून जवळजवळ गेला होता. काय करायचं ते त्यानं ठरवलं होतं.

आणि सोमवारी सकाळी ऑफिसच्या इमारतीच्या दारात रवी परत त्याची वाट बघत उभा असलेला त्याला दिसला! पण आता रोहित त्याला घाबरणार नव्हता. त्याच्याकडे दुर्लक्ष करून रोहित लिफ्टकडे जाऊ लागला आणि रवीनं पुढे होऊन त्याचा हात धरला!

बावचळून रोहित थांबला. पण मग लगेच त्यानं स्वत:ला सावरलं. 'हा भ्रम आहे' असं स्वत:ला बजावून त्यानं रवीच्या हातातला हात सोडवून घेतला आणि तो भराभरा लिफ्टमध्ये शिरला.

लिफ्ट सुरू झाली. रवी लिफ्टमधे नव्हता.

पण रोहित स्वत:च्या केबिनबधे शिरला, तेव्हा तो टेबलासमोर उभा होता.

"ए, चालता हो इथून." रोहित एकदम ओरडला.

"साहेब, एवढ्या कविता....." हातातले कागद पुढे करत रवी म्हणाला.

"कसले कागद आहेत? कसल्या कविता? जातोस की नाही इथून?" त्याच्या अंगावर जात रोहित परत ओरडला.

"नाही, पण, साहेब एवढ्या कविता पाठवून द्या नं पाटील साहेबांकडे."

"ए तुला काय वाटलं, मी तुला घाबरीन? तू कोण?... तू नाहीच आहेस अस्तिवात."

आणि रोहितनं त्याला एक ठोसा लगावला.

पण समोर काही नव्हतंच. रवी आता खोलीच्या कोपऱ्यात उभा होता आणि त्याच्याकडे बघून छद्मीपणे हसत होता!

रोहितचं अवसान एकदम गळालं.

रवी पुढे झाला आणि त्यानं कवितांचे कागद पुन्हा पुढे केले. अजूनही तो हसतच होता.

रोहितनं स्वत:च्या नकळत हात पुढे केले आणि कागद घेतले. त्याबरोबर रवी दिसेनासा झाला.

रोहित कसाबसा खुर्चीत बसला.

"काय झालं साहेब?" शिदोरेच्या आवाजानं दचकून त्यानं वर पाहिलं. केबिनच्या दारातून शिदोरे डोकावत होता.

"काही नाही झालं."

"पण तुम्ही ओरडलात, म्हणून..."

“काही झालं नाही म्हणून सांगितलं ना?” रोहित कावला. शिदोरे गेला. रोहित नुसताच बसून राहिला.

मग एकदम त्याच्या मनात विचार आला, आपण संकेतकडे कविता पाठवाव्या अशीच रवीची इच्छा दिसते आहे. तशा आपण त्या पाठवल्या तर आपल्यामागची ही ब्याद टळेल का? त्यानं घाईघाईनं कवितांचे कागद पुढे ओढले आणि तो वाचू लागला. कविता अर्थपूर्ण, रसाळ होत्या.

मग त्यानं कोरं पाकीट काढलं, कवितांचे ते दोन्ही कागद तसेच पाकिटात घातले आणि संकेतचा पत्ता लिहून शिदोरेच्याच हाती ते पाठवून दिले.

दुसऱ्या दिवशी दुपारी संकेतचा फोन आला.

“अरे, हा काय जोक केला आहेस?”

“म्हणजे?” काही न कळून रोहितनं विचारलं.

“अरे पाकिटात काहीच नाहीये. आत्ताच उघडलं मी पाकीट. रिकामंच पाकीट पाठवलं आहेस तू.”

“रिकामं?”

“संपूर्णपणे रिकामं.”

“पण... असं कसं होईल?”

“अरे बाबा, सांगतोय न मी रिकामंच आहे ते. तुला काही पाठवायचं असलं तर पाठव.”

रोहितनं गोंधळून फोन खाली ठेवला. आपण तर कविता पाकिटात घातल्या होत्या हे नक्की, मग....

“साहेब.”

रोहितनं दचकून वर पाहिलं. समोर रवी उभा होता आणि हातातले कागद पुढे करून, दात विचकून हसत होता? त्याच्या गरीब चेहऱ्यावरचं ते हास्य भयाण दिसत होत.

क्षणभर रोहित घाबरला; पण मग त्याला आठवलं, हा खरा नाहीये, भास आहे... त्याच्यावर रागवून उपयोग होत नव्हता... रोहितनं डोळे गच्च मिटून घेतले.

थोड्या वेळानं त्यानं डोळे उघडले.

रवी तसाच समोर उभा होता. आणि अधिकच दात विचकून हसत होता!

“साहेब, माझ्या कविता पाठवा नं, प्लीज. माझी वही आहे ना तुमच्याकडे?”

एवढं बोलून रवी नाहीसा झाला.

रोहित आधी घटाघटा पाणी प्याला. मग त्यानं ड्रॉवर्स आणि कपाटं उघडून वही शोधून काढली. ती उघडून तो वाचू लागला.

आणि बाकीचं सगळं विसरला!

वहीत लिहिलेलं होतं ते गद्यच होतं, पण अतिशय काव्यमय होतं. ते प्रसिद्ध व्हावं अशी रवीची..... रवीच्या आत्म्याची इच्छा होती तर!

म्हणून तो परत-परत येऊन आपल्याला सांगतो आहे का?

छे: असे काहीतरी वेडपटासारखे विचार करायचे नाहीत. आत्मा-बित्मा येत नसतो- असं स्वत:लाच बजावून रोहितनं कोरे कागद पुढे ओढले आणि वहीतल्या गद्याचं तो कवितेत रूपांतर करू लागला.

त्यानं दोन कविता केल्या आणि संकेतकडे पाठवून दिल्या. मात्र कवितांखाली रवीच्या आईचं नाव घालायला तो विसरला नाही.

तासाभरातच संकेतचा फोन आला. "अरे, रोहित, काय चाललं आहे काय?"

"कशाचं म्हणतो आहेस?" रोहितनं न कळून विचारलं.

"मागच्या वेळी रिकामं पाकीट पाठवलेस आणि आता हे काय गिबरीश लिहून पाठवलं आहेस?"

"म्हणजे?"

"अरे तुझा शिदोरे पाकीट घेऊन येताच मी ते उघडलं. अजून माझ्या समोरच आहे तो. पण पाकिटात जे कागद आहेत ते अनाकलनीय शब्दांनी भरले आहेत. हा काय खेळ मांडला आहेस तू?"

"तू काय म्हणतो आहेस ते..."

"ऐक, वाचून दाखवतो तुला... गडमावरचाणी पररफ नी घणी पसटरवाई... असंच सगळं आहे."

"अरे काहीतरी काय? मी चांगल्या..."

"हे बघ, तुझ्या असल्या प्रॅक्टिकल जोक्ससाठी माझ्याकडे वेळ नाहीये. असा काहीतरी खेळ परत करू नकोस."

संकेतनं रागानं फोन आपटल्याचा आवाज ऐकून रोहितनं फोन खाली ठेवला आणि त्याला मोठ्यानं हसण्याचा आवाज ऐकू आला. त्यानं वर बघितलं.

रवी मोठमोठ्यानं हसत उभा होता.

भान न राहून त्यानं समोरचा पेपरवेट रवीवर भिरकावला. त्याचा रवीवर काहीच परिणाम झाला नाही. तो उभा राहिला आणि समोरचं पेन, पेनस्टॅण्ड, फाईल, असं हाताला येईल ते रवीवर भिरकवायला त्यानं सुरुवात केली.

"सर, सर...." या आवाजानं तो भानावर आला आणि त्यानं बघितलं. दारात मालविका आणि जठार उभे होते. जठारांच्या चेहऱ्यावर हबकल्याचे भाव होते तर मालविका घाबरल्यासारखी दिसत होती!

खिशातला रुमाल काढून घाम पुसत रोहित खाली बसला आणि म्हणाला, "या, या."

"हवं तर उद्या येतो मी. तुमची .... तब्येत बरी दिसत नाही आज..." जठार म्हणाले. ते जुने क्लायंट होते.

"नाही हो. तसं काही नाही. या."

रोहितनं असा आग्रह केल्यावर ती दोघं आत आली; पण जठारांनी मीटिंग लौकरच उरकली.

ते गेल्यावर रोहित ऑफिसातून बाहेरच पडला; पण घरी गेला नाही. चक्क राणीच्या बागेत जाऊन बसला. त्याला विचार करायचा होता. रवीचं प्रकरण पारच हाताबाहेर चाललं होतं.

दोन-तीन गोष्टी त्याच्या लक्षात आल्या होत्या.

एक म्हणजे रवी फक्त ऑफिसमध्ये किंवा ऑफिसच्या इमारतीत दिसत होता. दुसरं म्हणजे तो हळूहळू आक्रमक होत होता.

आणि तिसरी गोष्ट म्हणजे या सगळ्यांचा त्याच्या कवितांशी संबंध होता.

पण त्यानं आपली लबाडी मनाशी कबूल केली होती. आणि मनातली अपराधीपणाची भावनाही कबूल केली होती. असं असताना हे भास त्याला का होत होते?

की ते भास नव्हते? रवी भूत बनून आला होता, त्याची इच्छा अपुरी राहिली म्हणून? आणि आपल्यामुळे इच्छा पुरी व्हायची राहिली म्हणून आपल्या मानगुटीवर बसला आहे?

रोहितला तो विचारही सहन होईना. भूत-बित काही नसतं... पण मग असं का होतं आहे?

आपल्याच मनाचे खेळ आहेत असं समजलं, तरी ते कमी होण्याऐवजी वाढतच का चालले आहेत?

आणि मग एकदम त्याच्या मनात विचार आला, मानसोपचार करायला हवा. मनाच्या विकारांवर उपचार करायला त्या विषयातल्या तज्ज्ञाकडे जायला हवं.

पण हाही विचार त्याला सहन होईना. शेवटी तो उठला आणि अस्वस्थ मन:स्थितीतच घरी परतला.

दुसऱ्या दिवशी रोहितच्या केबिनच्या दारातच रवीनं त्याला पकडलं. त्याची कॉलर पकडून रवी मोठ्यानं हसू लागला. कॉलर सोडवून घेण्यासाठी त्याची आणि रवीची झटापट सुरू झाली आणि ऑफिसातले बाकीचे लोक चकित नजरेनं बघत राहिले. थोड्या वेळानं दोघां-तिघांनी पुढे होऊन रोहितला आवरलं.

तो असे चमत्कारीक अंगविक्षेप करत केबिनच्या दारात का उभा होता; हे कोणालाच कळलं नाही. दुपारी चारच्या सुमारास रोहितच्या केबिनमधे आरडाओरडा ऐकू आला, म्हणून शिदोरे आणि जोशी धावत आत गेले, तेव्हा त्यांना रोहित

आरडाओरडा करत, काहीतरी बडबडत इकडून तिकडे धावत असलेला दिसला. त्यांनी दोघांनी मिळून त्याला आवरलं आणि खुर्चीत बसवलं. शिदोरेनं त्याच्या हातात पाण्याचा ग्लास दिला तोपर्यंत काय झालं ते बघायला सगळं ऑफिस केबिनच्या दारात गोळा झालं होतं.

मग मालविकानं त्याच्या घरी फोन करून संध्याला बोलावून घेतलं.

रोहितनं गाडी गॅरेजमधे लावली तेव्हा तो फार खुशीत होता. तो आज परीक्षेत उत्तीर्ण झाला होता असं म्हणायला हरकत नव्हती.

परीक्षा!... त्या शब्दाचं रोहितला हसू आलं; पण गेले चार-सहा दिवस त्याची परीक्षाच चालली होती असं म्हणायला हरकत नव्हती.

आणि या पाच-सहा दिवसांपूर्वी काय काय करावं लागलं होतं!

त्याला आणि इतरांनाही.

जवळजवळ सहा महिन्यांपूर्वी मालविकानं फोन केल्यावर संध्या तातडीनं आली होती आणि त्याला घरी घेऊन गेली होती. तिनं डॉक्टरांना फोन केला होता. त्यांनी येऊन त्याला कसलंसं इंजेक्शन दिलं होतं आणि त्याला गाढ झोप लागली होती. ती मग कोणाकोणाशी बोलली होती, तिनं कोणाकोणाचा सल्ला घेतला होता हे काही त्याला कळलं नव्हतं; पण दुसऱ्या दिवशी ती त्याला मनासोपचारतज्ज्ञ डॉ. देसाईंकडे घेऊन गेली होती.

डॉ. देसाईंनी त्याला बरेच प्रश्न विचारले होते. मग दर एक दिवसाआड त्याला आपल्याकडे यायला सांगितलं होतं. जोडीला काही औषधंही दिली होती. त्यांच्या उपचारांनी आपल्याला बरं वाटतं आहे, मन शांत होतं आहे हे हळूहळू त्याच्या लक्षात आलं होतं. आपलं मन अशांत आहे असं त्याला पूर्वी कधी वाटलं नव्हतं पण देसाईंचे उपचार सुरु झाल्यावर त्याला जाणवलं, मनात किती किती आणि काय काय साठलेलं आहे!

रवीचं दिसणं हे आपल्या मनाचे खेळ आहेत, असं त्याला वाटतच होतं. देसाईंनी त्यावर शिक्कामोर्तब केलं होतं. तीन महिने सतत त्यांचे उपचार घेतल्यावर मग त्यांच्याच सल्ल्यावरून तो आणि संध्या महिना-दीड महिना फिरून आले होते. थंड हवेच्या ठिकाणी राहून आले होते. परतल्यावर दोन वेळा त्यांनी रोहितला बोलावलं होतं. आणि मग रोज फक्त चार तास ऑफिसला जाण्याची परवानगी दिली होती. असा एक आठवडा गेल्यावर मग रोज दिवसभर काम करायला हरकत नव्हती.

रोहित नसताना त्याची केबिन जवळजवळ बंदच होती. कधीतरी विशेष महत्त्वाचा क्लायंट आला तर तेवढ्यासाठी ती उघडली जायची आणि मीटिंग संपली

की बंद केली जायची. शिदोरे अधूनमधून तिची सफाई करायचा. काही चालू कामांच्या फाईल्सही त्याच्या केबिनमधून इतरांनी नेलेल्या होत्या; पण इतर वस्तू मात्र तशाच जागच्या जागी होत्या.

गेले चार दिवस रोहित रोज दुपारी बारा वाजता ऑफिसला जात होता आणि चार वाजता परत येत होता. अजून तो तसं जुजबीच काम करत होता; पण इतक्या दिवसांनी काम करताना बरं वाटत होतं.

रवीची वही अजून टेबलवरच पडलेली होती. अधूनमधून तिच्याकडे त्याचं लक्ष जायचं आणि त्याला हसू यायचं. आता त्याच्यावर त्या वहीचा काही परिणाम होणार नव्हता.

आता उद्यापासून तो पूर्ण वेळ कामाला जाऊ लागणार होता. खुशीत शीळ घालत रोहित घरात गेला. रात्री त्यांनी लौकर जेवण उरकलं आणि झोपताना रोहितनं संध्याला बजावलं.

"मला बरोबर सहा वाजता उठव बरं का. आणि मी उठलो नाही तर खुशाल तोंडावर पाणी मार."

पण सकाळी संध्याच्या हाका कानांवर पडू लागल्या तरी त्याला उठवेना. सगळं अंग जड झालं होतं. "उठतो पाच मिनिटांनी." असं म्हणून त्यानं कूस फिरवली. आणखी थोडं झोपावं असं त्याच्या मनात होतं; पण त्याला झोप लागेना. शेवटी अनिच्छेनंच त्यानं डोळे उघडले. समोर रवी उभा होता!

रोहित ताड्कन उठून उभा राहिला. त्यासरशी रवी त्याच्या अंगावर धावून गेला. दोघांची झटापट सुरू झाली. तो आपल्याला आवरत नाही, हे रोहितच्या लक्षात आलं. त्याबरोबर त्यानं हाताला येईल ती वस्तू उचलून रवीला मारायला सुरुवात केली. तांब्याभांडं, टेबललॅम्प, पुस्तकं...

मधेच कोणीतरी मोठ्यानं किंचाळल्याचा आवाज झाला, तशी रोहित एकदम थबकला आणि इकडे तिकडे बघू लागला.

संध्या जमिनीवर पडली होती. तिच्या कपाळातून, नाकातून रक्त येत होतं. चहा सगळीकडे सांडला होता. ट्रे एका बाजूला पडला होता. फुटक्या कपबशांचे तुकडे इकडे-तिकडे विखुरले होते.

हे... हे काय झालं होतं? "संध्या... संध्या" तिच्याजवळ बसत आणि तिला हलवत रोहित हाका मारू लागला; पण ती बेशुद्ध पडली होती. त्यानं मग डॉक्टरांना फोन केला.

मेंटल हॉस्पिटलमधून बाहेर पडताना संध्याला अश्रू आवरत नव्हते. डॉ. देसाई तिचं सांत्वन करण्याचा प्रयत्न करत होते.

“असा धीर सोडू नका, वहिनी. इथले उपचार फार चांगले आहेत, आधुनिक आहेत. सगळा स्टाफही चांगला आहे. शिवाय माझी व्हिजिट असतेच इथे नेहमी. थोड्याच दिवसांत बरे होतील ते.” पण हे सांगतानाही त्यांना जाणवत होतं, आपण कशाचीच खात्री देऊ शकत नाही हिला, खरं म्हणजे! तिला घरी सोडून तेही उदास मनानंच क्लिनिकमध्ये गेले.

शिदोरेही उदास मनानंच रोहितची केबिन आवरत होता. रोहितची केबिन असं म्हणणं आता बरोबर नव्हतं, कारण आता तिथे रोहित असणार नव्हता. तो तर...

असं कसं झालं... इतके चांगले साहेब आपले आणि त्यांच्यावर असा प्रसंग... केबिनमधल्या फायली, कागद, असं सगळं एकत्र करून त्यानं त्यांचे गठ्ठे बांधले आणि मग त्याच्या एकदम लक्षात आलं इथे; या टेबलवर एक वही असायची नेहमी. साहेब नेहमी ती वाचायचे. ती वही कुठे आहे?

त्यानं शोध शोध शोधलं; पण ती वही काही त्याला सापडली नाही. ती वही नंतर कोणालाच कधी दिसली नाही!

■